கோயபல்ஸ் சிரிக்கும் குஜராத்

மலையாள மூலம் : ஏ.வி. அனில்குமார்

தமிழில் : மா. உத்திரகுமாரன்

வம்சி

கோயபல்ஸ் சிரிக்கும் குஜராத்

	:	கட்டுரைகள்
மலையாள மூலம்	:	ஏ.வி. அனில்குமார்
தமிழில்	:	மா. உத்திரகுமாரன்
	:	© ஆசிரியருக்கு
முதற்பதிப்பு	:	மே 2016
வெளியீடு	:	வம்சி புக்ஸ்
		19, டி.எம்.சாரோன்,
		திருவண்ணாமலை - 606 601
		9445870995, 04175-235806
அச்சாக்கம்	:	மணி ஆப்செட், சென்னை-600 077
விலை	:	₹ 200/-
ISBN	:	978-93-84598-27-3

Goebbels Sirikum Gujarat	:	Articles
Malayalam	:	A.V. Anilkumar
In Tamil	:	M. Uthirakumaran
	:	© Author
First Edition	:	May - 2016
Published by	:	Vamsi Books
		19, D.M.Saron,
		Tiruvannamalai-606 601
		9445870995, 04175-235806
Printed by	:	Mani Offset, Chennai-600 077
Price	:	₹ 200/-
ISBN	:	978-93-84598-27-3

www.vamsibooks.com - e-mail: vamsibooks@yahoo.com

உள்ளே...

1. கோயபல்ஸ் சிரிக்கும் குஜராத் 7
2. சாதிக்கின் தர்மசங்கடம் 24
3. சலவைத் தூளிலிருந்து பல்கலைக் கழகத்துக்கு 39
4. திருமண அழைப்பிதழும் பாலித்தானாவும் 53
5. பைரானி புத்தி பானியே 67
6. ஜெய்ஸ் புளூ குர்த்தா, மொவாடோ கைக்கடிகாரம் 85
7. அனாதையான காந்திஜி 101
8. பட்டேலும் மோடியின் உடல் வலிமை தேசியமும் 124
9. ஜனநாயகத்தைத் தூக்கிலிடுபவர் 146
10. சாத்தானின் வேதப்புத்தகம் 168
11. வெறித்தனமான ஆணைகளுக்குப் பணியும் இரைகள் 185
12. காலிக்கோ மியூசியமும் இழையறுந்த வாழ்க்கையும் 202
13. சிந்தனைகளும் ஆயுதங்களும் 221
14. 1984 - 2002 239

ஏ.வி. அனில்குமார்

காஸர்கோடு வட்டம், பிலிக்கோட்டோல் பிறந்தார். பெற்றோர்கள் டி.சிவசங்கரன், ஏ.வி.இலட்சுமி. கோழிக்கோடு பல்கலைக் கழகத்தில் முதுகலைப்பட்டம். அதே பல்கலைக் கழகத்தில் எம்ஃபில். மாணவனாக இருக்கும்போதே தேசாபிமானியில் பணி. சிறிது காலம் 'சிந்தா' வார இதழின் ஆசிரியர் குழுவிலும் செயல்பட்டார். தற்போது தேசாபிமானியின் துணை ஆசிரியர். வரலாறுடன் இணைந்து சென்றவர். இடைவேளைகளற்ற வரலாறு, மறைக்கப்பட்ட வரலாறுக்கு ஒரு முன்னுரை, காவி நிறமுள்ள ப்ளேக், குறியீடுகளின் அரசியல், உலகமயமாக்கலின் சுவைக் கட்டுமானம், ஒற்றனின் புன்னகை, அறிவுஜீவிகளின் நெருக்கடி, பிம்பவலையும் மூலதன அரசியலும், நான்காம் உலகவாதமும் ஏகாதிபத்திய அரசியலும், சி.யிரம்யாவ் : அடிமையின் வாழ்க்கை, கே.பி.ஆர்: வாழ்வில் ஒருமுறை மட்டும் நிகழ்பவை, அயல்நாட்டு வாழ்க்கை: மொழியிலும் வாழ்க்கையிலும், காயமடைந்த சந்தோஷங்கள் வரலாறும் வாழ்க்கை வரலாறும், இந்துலேகாவின் இளைய சகோதரிகள், விடுதலையின் பெண் அகங்கள், ஜெர்மன் ஸ்கெட்சுகள், பலரில் ஒரு நகரம் (திருச்சிராப்பள்ளி குறிப்புகள்) எப்போதும் பூட்டப்படாத அறை, சாமியார்கள் அல்லது மூட மனிதர்கள், எழுதும் அறை, உண்மை பேசும் பெரும்பொய்யர்கள், வாழ்க்கையைச் செலுத்த விதிக்கப்பட்ட பொய்கள், இலங்கைக் காட்சிகள், இந்தோனேஷியன் நாட்குறிப்பு, ஹிட்லர் என்ற கால்பந்தாட்டப் பயிற்சியாளன், காட்சிகளில் வர்க்கப் போராட்டம், ஊடகப்

பெருங்கூட்டனி, திரைப்படத்தின் உள்ளிருப்பு, வரலாறு, ஒரு போராயுதம், பெருஞ்சுவர் முதல் பிக்பென் வரை, ஹாங்காங் - சீனா குறிப்புகள், இரண்டு கைகள் இரண்டு நிலைகள் ஆகியன முக்கிய நூல்கள்.

சதாம் : நூற்றாண்டின் பலி, காஸ்ட்ரோ - க்யூபா : புரட்சியின் இளமைப் பருவங்கள், முல்லைப்பெரியார் ஆகிய புத்தகங்களின் தொகுப்பாளர். சிறந்த வாழ்க்கை வரலாற்று நூலுக்காக 1997ல் சாகித்ய அகாதமி விருது, சிறந்த உள்ளடக்கம் கொண்ட நூலுக்காக 1997ல் அபுதாபி சக்தி பரிசு, இலக்கியம் தொடர்பான தொலைக்காட்சி நிகழ்ச்சிக்காக 2005 ல் விஷுவல் என்டர்டெயின்மெனட் விருது, ஊடகத்துறையில் ஒன்றிணைந்த பங்களிப்புக்காக 2015 ல் துளநாடு விருது ஆகியன முக்கிய விருதுகள்.

வரலாற்றுடன் இணைந்து சென்றவர் என்ற நூல் வரலாறுடன் பயணித்த மாமனிதர் என்ற பெயரில் தமிழிலும் வெளிவந்துள்ளது. 2006 அக்டோபரில் ஜெர்மன் நகரமான ஃபிராங்ஃபர்ட்டில் நடைபெற்ற சர்வதேச புத்தகத் திருவிழாவில் பங்கேற்றுள்ளார். பிரபாகரின் மறைவுக்குப் பின்னர் ஸ்ரீலங்காவிலும் பயணம் மேற்கொண்டார். 2010 மார்ச்சில் ஜகார்த்தாவில் நடைபெற்ற கிழக்காசிய ஊடக நிகழ்வில் இந்தியக் குழுவின் உறுப்பினராக இருந்தார். சீனா, ஹாங்காங், யுனைடெட் அரப் எமிரேட்ஸ், மலேசியா, தாய்லாந்து, வங்கதேசம் ஆகிய நாடுகளுக்கும் பயணம் மேற்கொண்டார். மனைவி - டாக்டர். லேகா, மகள் - அனுலட்சுமி, மகன் - அகில் சிவன்.

மா. உத்திரகுமாரன்

- விருதுநகர் மாவட்டம் ஸ்ரீவில்லிப்புத்தூரில் பிறந்தார்
- தற்போது திருவண்ணாமலையில் வசித்து வருகிறார்
- தீவிர வாசகனும் விமர்சகனுமான இவர் மலையாளத்திலிருந்து மொழிபெயர்த்த ஜி.என்.பணிக்கரின் 'தாஸ்த்தாவெஸ்கியின் வாழ்வும் கலையும்' என்ற நூல் பரவலான கவனத்தைப் பெற்றது.
- எழுத்தாளர் உதயஷங்கருடன் இணைந்து இ.எம்.எஸ். பற்றிய ஒரு கட்டுரைத் தொகுப்பு வெளிவந்துள்ளது.

கோயபல்ஸ் சிரிக்கும் குஜராத்

வளர்ச்சி வாய்ஜாலத்தில் வண்ணமயமான ஆடைகளுக்குள் ஒளித்து வைக்கப்பட்ட பொய்கள், அரைகுறை உண்மைகளின் விஷமரங்களால் வளர்க்கப்பட்ட குஜராத்தின் உண்மைகளைத் தேடி ஒரு அரசியல் பயணம். சவக்குழியைப் பிளந்து வெளியே வந்த ஜோஸப் கோயபல்ஸ், தான் குஜராத்திலும் சரியாக இருப்பதாக உரத்துச் சொல்வதைக் கேட்கலாம். சிறுபான்மையினர், தலித்துகள், பெண்களென அனைத்துப் பிரிவினரும் அடித்து விரட்டப்படுகிறார்கள். பசுபூஜையும், சைவ உணவு வாதமும் எண்ணற்ற குருட்டு நம்பிக்கைகளும் கற்காலத்தை நினைவுறுத்துகிறது.

வரலாற்றை மறக்கவும், மறைக்கவும், பயிற்றுவிக்கப்பட்ட மக்கள் சுடுகாட்டிற்கு அனுப்பப்படுவதற்காக நன்றாகத் தயாரித்து வைக்கப்பட்ட பிணங்கள் போன்றவர்கள்தான். புதிய ஆடைகளுக்கும் சிவந்த மலர்களுக்கும் சாரல்மழை போன்ற கண்ணீருக்கும் இடையில் ஒன்றுமறியாமல் கிடக்கும் பிணங்கள் மரியாதைக்குரிய அடக்கத்திற்கே அருகதையுள்ளவை. மௌனம் பூண்ட சமூகங்களின் விதியும் அதுதான். பகுத்தறிவும் விவாதங்களும் கேள்விகளும் தவிர்த்து, குறைந்தபட்ச உணர்வும் கூட இல்லாத இடங்கள் மனிதகுல விரோதக் கூத்தாடிகள் வாழும் ஓடைகள் மட்டும்தான் என்பதற்கு குஜராத் சாட்சியாகிறது.

அளவுக்கதிகமான நகரமயமாக்கலின் பின்னிணைப்பான மத்திய தரவர்க்கம் ஊழலிலும் போட்டி பொறாமைகளிலும் கேளிக்கைக் கொண்டாட்டங்களிலும் மூழ்கிக்கிடக்கும்போது, பெரும்பான்மையினர் தோற்கடிக்கப்பட்டுக் கொண்டேயிருக்கிறார்கள். உலக மக்கள் தொகையில் சரிபாதிக்கும் அதிகமானவர்கள் நகரங்களில் குடியேறிவிட்டனர் என்றும், நாற்பது ஆண்டுகளுக்குப் பின்னர் அது 70 சதவீதமாகுமென்றும் வெளிவந்துள்ள புள்ளிவிபரம் அஹமதாபாத்தை நடுநடுங்கச் செய்கிறது. வளர்ச்சி எந்திரம் என்று புகழப்படும் குஜராத்தின் பொருளாதாரத் தலைநகரமான அஹமதாபாத்தில் வறுமைக்கோட்டிற்குக் கீழேயுள்ளவர்களின் எண்ணிக்கை 1,60,000-க்கும் மேல். காந்திநகரில் மட்டும் 37,178 குடிசைகள்.

தங்கும் விடுதிகள், வானளாவிய மால்கள், வெளிநாட்டுத் தொழில் நிறுவனங்கள், பன்னாட்டு முதலாளிகளின் தொழிலகங்களின் புண்ணிய பூமிதான் குஜராத்தின் பெருநகரங்கள். காலம் கடந்து, உறங்கவும், விழிக்கவும் செய்யும் இந்நகரங்கள் அதே நேரத்தில், வறியவர்களின் தொட்டிலாகவும் சவப்பெட்டியாகவும் இருக்கின்றன. அரசு ஆவணங்களில் ஒரு இடத்தில்கூட, கடந்துவர இயலாதவர்களும் முகவரியற்றவர்களும் அந்தத் தெருவில் பிறக்கிறார்கள்; இறக்கிறார்கள். பணபூஜையிலும் வணிக வேட்டையிலும் திளைப்பவர்களுக்கு அது ஒரு காட்சிகூட அல்ல. தினசரி வாழ்க்கைச் சுமையைச் சுமக்க, தொழிலாளர் சந்தையில் வாடகைக்கு நிறுத்தப்பட்டிருக்கும் தொழிலாளர்களின் அணிவரிசை, இதைத்தவிர கந்தல்துணி தைப்பவர்களாகவும் நிலப்பிரபுத்துவக் காலகட்டத்தை நினைவுபடுத்தும் நாவிதர்களாகவும், தேநீர் விற்பனையாளர்களாகவும், கூடை முடைபவர்களாகவும் தெருவிலேயே தொழில்புரிவோர் தனி.

நான் தங்கியிருந்த அடுக்குமாடிக் கட்டடத்தின் காவல்காரன் அலோக் வாஜ்பாயியின் குடும்பத்தினர் ராய்பரேலியிலிருந்து குடியேறியவர்கள். ஆறாயிரம் ரூபாய் சம்பளத்திற்காக இருபத்துநான்கு மணிநேரமும் தூங்காமல் உழைக்கும் அந்த இளைஞன், தனது சொந்த ஊருக்குச் செல்ல

பதினான்கு மணிநேரம் பயணிக்க வேண்டும். பத்து நாட்களுக்குள் நானும் சாய்வால் நான்ஸி கண்டசோனியும் நண்பர்களாகி விட்டோம். பொழுது புலர்வதற்குள் அவர் தெரு முனைக்கு, கையை வீசியபடி வருவார். எரிவாயு உருளையும், இரண்டு மூன்று பாத்திரங்களும், ஐந்தாறு கோப்பைகளும் மட்டுமே அங்கே இருக்கும். சுற்றிலும் பெருக்கி சுத்தம் செய்து இறைவனுக்கு ஒரு கோப்பை பால் காணிக்கை செலுத்தி ஊதுவத்தியேற்றுவதற்குள் ஆள் நடமாட்டம் துவங்கும். நடைப்பயிற்சி செய்பவர்களும், அவர்களின் நிழலைப் பார்த்துக் குரைக்கும் நாய்களும் அதிகாலையின் வரவை அறிவிக்கும். நகரம் தனது முழு இயல்பு வாழ்க்கைக்குச் செல்லும் வரை மட்டுமேநான்ஸியைப்போன்ற ஆயிரக்கனக்கான தெருவோர வியாபாரிகள் அங்கே வியாபாரம் செய்ய அனுமதிக்கப்படுவார்கள். சுட்டெரிக்கும் சூரிய வெயிலில் வியர்வையில் குளித்து, பெட்டியை ஒதுக்கிவைக்கும் போது அவர்கள் கைகளில் ஐநூறு ரூபாய்க்கும்

குறைவாகவே தேறும். அது எதற்கு ஆகும் என்பது குஜராத்தில் ஒரு பிரச்சனையேயல்ல.

பகல் வெளிச்சம் ஓடி மறைவதுவரை தையல் இயந்திரத்தை ஓட்டியும் கந்தையான தனது சொந்த வாழ்க்கையைத் தைக்க முடியாத தெருவோரத் தையல்காரர்களின் பிரதிநிதிதான் படக்தேவில் எனக்கு அறிமுகமான முகேஷ் தர்ஜி. விரன்கா கிராமத்திலிருந்து சரக்கு லாரியிலோ அல்லது வேறு ஏதாவது ஒரு வாகனத்திலோ தூங்கிக்கொண்டுதான் அவர் நகரத்துக்கு வருகிறார். துணியால் மூடி வைக்கப்பட்ட தையல் இயந்திரத்தைத் திறந்தவுடன் ஆட்கள் வருவதில்லை. கந்தல் துணிகளைத் தைக்கத்தான் முகேஷைப் போன்றவர்கள் பயன்படுத்தப்படுவர். நைந்துக் கீறிய பைகளையும், ஓரம்போன போர்வைகளையும், பின்னல் பிரிந்த கொசுவலைகளையும் அங்கே கண்டேன். கூலியாக மிகக் குறைந்த தொகையே கேட்டாலும், பேரம் பேசி அதையும் குறைப்பார்கள்.

சரண் பாரிகா என்ற நாவிதனின் நிலையும் வித்தியாசமானதல்ல. பாரம்பரிய நடமாடும் நாவிதனிலிருந்து ஒரு விதத்தில் மட்டுமே வளர்ச்சி. முன்பு போல தொழிற்கருவிகளைத் துணியில் பொதிந்து நடந்து அலைவதில்லை. எப்போது வேண்டுமானாலும் சரியும் நிலையிலிருக்கும் நாற்காலியில் வாடிக்கையாளர்களை அமர வைத்துத்தான் முடி வெட்டுவதும் முகம் மழிப்பதும். பெரும்பாலும் குடும்பத்துடன் தெருவில்தான் வசிக்கிறார். புடவையால் கட்டப்பட்ட தொட்டிலில் தாலாட்டுப் பாடல் கேட்டறியாத குழந்தைகள்; தரையிலோ, கிழிந்த பாயிலோ முதியவர்கள். குடும்பத் தலைவனின் நிறுவனமோ நகரச்சுவர்கள் அல்லது மரத்தடி கைங்கர்யத்தில். தேநீர் பெட்டியையும், தையல் இயந்திரத்தையும், நாவிதனின் நாற்காலியையுமெல்லாம் துணியால் மூடி தெருவிலேயே வைப்பார்கள். லாஸ் ஏஞ்சல்ஸைப் பற்றி ஜேர்ட் லுத்விங் எழுதிய ஒரு குறிப்பில், தெருவில் நிறுத்தப்பட்ட கார்களைப் பற்றிக் கூறுகிறார். எழுபது லட்சத்திற்கும் அதிகமான வாகனங்கள், பதிவு செய்யப்பட்ட அவ்விடத்தில் பல மத்தியவர்க்கக் குடும்பத்தினருக்கும் ஒன்றுக்கும் மேற்பட்ட கார்கள் உண்டு. பார்க்கிங் வசதி இல்லாததால் அதில்

பெரும்பாலானவை தெருவில் துணி போர்த்தப்பட்டோ, போர்த்தப் படாமலோ உறங்குவதாகவும் லுத்விங் குறிப்பிடுகிறார். லாஸ் ஏஞ்சல்ஸில் அது ஒரு வளமையின் பிரச்சினையென்றால் அஹமதாபாத்தில் அது வறுமையின் பிரச்சினை.

இத்தகைய உண்மைகளின் முகத்தை நோக்கித்தான் போலி வளர்ச்சியின் பொய்மைகளை நட்டு வளர்க்கிறார்கள். சாதாரணக் குடிமக்களை விரட்டியடித்து இயற்கை வளங்களும் நிலங்களும் கார்ப்பரேட்டுகளுக்கும், பெரும் பணக்காரர்களுக்கும் பங்கு வைக்கப்படுகின்றன. டாடா, அதானி, ரிலையன்ஸ், எஸ்ஸார் குழுமங்களுக்கெல்லாம் இது அறுவடைக்காலம். அரசு நிலங்களை, ஜீவகாருண்யச் செயல்பாட்டுக்கு என்பதைப் போல வாரி வழங்கி, குலவையிட்டுக் கொண்டு மேளதாளத்துடன் வரவேற்கப்பட்ட நானோ தொழிற்சாலையின் வாக்குறுதி மீறலையும், உத்தரவாதமின்மையையும் சுட்டிக்காட்டுவதற்குக்கூட ஆட்களில்லை. நானோ காருக்குப் பதிலாக ஜாக்குவார் கார்கள்தான் இப்போது அங்கே உற்பத்தி செய்யப்படுகின்றன. இயற்கை வளங்களை இலவசமாகவோ குறைந்த விலைக்கோ கொடுத்தால் அப்பகுதியைச் சார்ந்த இளைஞர்களுக்கு வேலைவாய்ப்பு வழங்கப்படும் என்ற வாக்குறுதியும் தண்ணீரில் எழுதப்பட்டது போலானது. இருநூறு பேருக்கு மட்டுமே ஏதோ ஒரு வேலை கிடைத்தது. மிக அதிக விலை கொடுத்து மின்சாரம் வாங்கி அதானி குழுமத்தின் பொருளாதார சாம்ராஜ்யத்தை மாநில அரசு ஊட்டி வளர்க்கிறது. 2012-க்குப் பின்னர் 44 சதவீத மின்சாரத்தை வாங்கிக் கொண்டிருக்கிறது. 15,920 கோடி ரூபாய் அதன் சந்தை மதிப்பு. அரசு மின் ஆலைகளின் உற்பத்தியை நிறுத்தி இந்த நாடகம் நடக்கிறது. அதானி எரிவாயுவின் நீதிநெறியற்ற வாடிக்கையாளர் சேவையைக் கண்டித்து, Central Competition Commission சுமத்திய எச்சரிக்கையும் அபராதமும் எடுத்துக்காட்டப்பட வேண்டிய ஒன்று. ஃபரிதாபாத் இண்டஸ்ட்ரீஸ் அசோசியேஷன் தாக்கல் செய்த வழக்கில், அதானி எரிவாயு மீது, 25 கோடி ரூபாய் அபராதம் விதிக்கப்பட்டது.

பயத்தின் பிடியில்

2002 இல் படுகொலைத் தொடர்நிகழ்வுகள், பயங்கரமான உயிரிழப்புகளுக்கும், பொருளாதார இழப்புகளுக்கும் இடப் பெயர்வுகளுக்கும் காரணமானதெனினும், மக்களின் எதிர்ப்புக் குணம் நிர்மூலமாக்கப்பட்டதே பெரும் பாதிப்பை விளைவித்தது. ஒருபோதும் மீண்டு வர இயலாத விதமாக சிறுபான்மையினர் பயத்தால் பீடிக்கப்பட்டனர். மத்தியதர வர்க்கத்தினரான இந்துக்கள் படுகொலை நிகழ்வுகளை அனுதாபத்துடன் பார்க்கவில்லையென்பது மட்டுமல்ல, ஏராளமான நியாயவாதங்களால் ஆதரித்துக் கொண்டுமிருந்தனர். காந்திய எதிர்ப்பு முறைகளும், சுதந்திர எண்ணங்களுமெல்லாம் முற்றிலும் அழிந்த நிலை, நெருக்கடிகளை மேலும் சிக்கலாக்கியது.

வடக்கு பிரேஸிலில் கெயொபோ பழங்குடியினத் தலைவரின் வாயைக் குல குரு மூடினாரென்றாலும் பெரும் அணைக்கட்டுகள் கட்டப்படுவதை அதன் மூலம் தவிர்த்தார். புத்திசாலிகள், குற்றகரமான ஆனால் லாபம் தரும் மௌனத்தின் பெருஞ்சுவருக்குப் பின்னால் மறைந்திருக்கிறார்கள். நைஜீரியாவின் கானோவில் கிராமங்களை மரணப்படுக்கையில் கிடக்கும் கிராமங்கள் என்று கூறுவார்கள். ஆப்பிரிக்காவில் மிகவும் புகழ்பெற்ற நகரங்களில் ஒன்றாக இருந்தது கானோ. அங்கே புழங்கும் பழமொழி நினைவிற்கு வருகிறது. பெரும் முட்டாள்கள் சொல்வதைக்கூடக் கேட்க வேண்டிய நேரம் நெருங்கியிருக்கிறது. நமக்கு முன்னால் ஒரு விடையும் இல்லாதபோது அவர்கள் சொல்வது என்னவென்பதையும் கேட்க வேண்டும் என்பது போல இருக்கும் அந்தப் பழமொழி.

இதற்கு நிகரான ஜெர்மன் - அமெரிக்க நிலைமையை சுமந்தா பானர்ஜி நினைவுறுத்தியிருக்கிறார் (The Resistible Rise of Narendra Modi) மோடியின் பெயருக்குப் பதிலாக அர்துரோ உயியைப் பொருத்தி பெட்ரோல்ட் பிரக்ட்டின் நாடகத்தையும் (The Resistible Rise of Arturo Ui) அமெரிக்க எழுத்தாளர் சின்க்லெயர் லெவிஸின் It Can't Happen Here என்ற நாவலையும் நினைவுறுத்திக்கொண்டு சுமந்தா பானர்ஜியின் ஆய்வு

துவங்குகிறது. 1930-களின் சிக்காகோவைப் பின்புலமாகக் கொண்ட ப்ரெக்ட்டின் நாடகத்தில், ஹிட்லரைப் பிரதியெடுத்தது போன்ற நாயகன் அர்துரோ உயி. ஊழலில் திளைக்கும் உள்ளூர் ஆட்சியாளர்களின் முழுமையான ஆதரவுடன் அவன், நகரத்தின் பெரும்பாலான வியாபாரங்கள் முழுவதையும் கைப்பற்றிக் கொண்டான். மாஃபியாக்களின் உதவியுடன் அனைத்து எதிர்ப்புகளையும் நிர்மூலமாக்கினான். பொருளாதார நெருக்கடியாலும் பயத்தாலும் மக்கள் அல்துரோ உயியின் காலடியில் வீழ்கின்றனர். பெர்ஸீலியஸ் வின் டிரிப் என்ற அமெரிக்க செனட்டர்தான் லெவிஸின் நாயகன். தேர்தல் பிரச்சார நேரத்தில் தேர்தலைக் கருத்தில் கொண்டு, பொருளாதார சமூக முன்னேற்றங்களுக்கு உத்தரவாதம் கொடுத்த அவர், அடிப்படைவாத மூலகங்களையும் அபாயகரமான தேசபக்தியையும் நோக்கிப் புயலெனப் பாய்ந்தார். கொடூரத்தை மட்டுமே கைமுதலாகக் கொண்ட துணை ராணுவத்தினரின் ஆதரவுடன் வின் டிரிப் எதேச்சாதிகார அரசை நிர்மாணிக்கவும் செய்தார். It can't happen here நாவலின் தலைப்பு, சுதந்திர எண்ணங்கொண்ட வாக்காளர்களின் நன்னம்பிக்கையையும் எதிர்பார்ப்பையும் நினைவுறுத்தியது. ஜனநாயக நடைமுறை கொண்ட அமெரிக்காவில் ஏகாதிபத்தியமுறை செல்லுபடியாகாது என்பதாக இருந்தது அவர்களுடைய தீர்ப்பு. ஆனால் லெவிஸ் கனவில் கண்ட முன் அறிவிப்புதான் நனவானது. ஹாரி ட்ரூமான் ஜனாதிபதியானபோது அது நிகழ்ந்தது. 1947இல் மனித உரிமைகள் நசுக்கப்பட்ட பல நடவடிக்கைகள் மேற்கொள்ளப்பட்டன. கம்யூனிஸ்டுகளுக்கும் லிபரல்களுக்கும் எதிராக விஷம் தோய்ந்த பிரச்சாரங்கள் மேற்கொள்ளப்பட்டன. பண்பாட்டு நாயகர்களான வில்லியன் ஹெல்மான், சார்லி சாப்ளின் போன்றவர்கள் துன்புறுத்தப்பட்டனர்.

1930-களில் ஹிட்லரும் முஸோலினியும் பின்தொடரவும், நடைமுறைப்படுத்தவும் செய்த பாசிஸ்ட் நடவடிக்கைகள் நரேந்திர மோடியின் தலைமையில் முதலில் குஜராத்திலும் பின்னர் இந்தியாவிலும் கொழுந்துவிட்டு எரிந்தது. எல்லாக் காலத்திற்கும் பொருத்தமான, அனைத்து வர்க்கங்களுக்கும் தேவையான ஒருவனாகத் தானிருப்பதாக

அவரே தன்னைக் கூறிக்கொண்டார். ஒவ்வொரு இடத்திற்கும் தகுந்தாற்போலத் தன்னை முன்னிறுத்துவதை வழக்கமாக்கிக் கொண்டார். சுமந்தா பானர்ஜி அடிக்கோடிட்டுக் காட்டியதுபோல கால்நடைப் பிரதேசங்களில் மக்களைக் கவர, கோமாதாவைத் துன்புறுத்துபவர்களுக்கு எதிராகத் தான் நிற்பதாக இத்துத்துவத்தை முழக்கமாக்கினார். கார்ப்ப ரேட்டுகளை வரவேற்கும்போது குஜராத் மாதிரியை முன்னிறுத்தி பொருளாதார வளர்ச்சி வாள் சுழற்றினார். மத்திய தர வர்க்கத்தினரை வீழ்த்த சிறப்பான ஆட்சியை வழங்குவதாகச் சூளுரைத்தார். தீவிரவாதத்தின் அக்கிரமங்களை எதிர்த்து நாட்டைக் காக்கும் போராளியாக ராணுவத்தினரின் முன்னால் காட்டிக் கொண்டார். வறியவர்களின் ஆதரவைப் பெற இளமைக்கால தேநீர்க்கடைக்காரராக தன்னை முன்னிறுத்தினார். ஜெர்மன், இத்தாலியன் மூதாதையரைப்போல, எதிர்ப்புக்குரல் உயர்த்துபவர்களை எதிர்கொள்ள மோடி, ஆர்எஸ்எஸ், பஜரங்தள் போன்ற காலாட்படையினரை ஆயுதம் கொடுத்து அனுப்பினார். ஒரு வில்லனின் எண்ணங்களும் தடுமாற்றமும் செயல்களும் ஒன்றிற்கொன்று வேறுபடும் என்ற சமஸ்கிருத சுலோகத்தை நினைவுறுத்தி சுமந்தா பானர்ஜி இவ்விஷயங்களை விவரிக்கிறார். குஜராத் படுகொலையின் மூலம் வில்லனாக மாறிய மோடி, பொருளாதாரச் சாதனை என்ற பொய்யை ஊற்றி நாயகனாக வேடம் தரித்தார்.

ரிலையன்ஸும் ராமஜென்ம பூமியும் இணைத்துப் பின்னப்பட்ட இந்துத்துவக் கலவை, ஐரோப்பிய பாஸிஸ்டுகளைப் போல சிறுபான்மையினருக்கு மரணமணியை உறுதிப்படுத்தியபோது கூட மத்தியதர வர்க்கம் அபாயகரமான மௌனத்தில் ஆழ்ந்தது. நினைவுகளும் எதிர்க்குரலுமற்ற இத்தகைய செயலற்ற நிலை வரலாறு முழுவதும் நாசகரமான விளைவையே ஏற்படுத்தியுள்ளது. சமூக மறதி நோயும் மௌனமும் கைகோர்த்து நிற்கிறது. குஜராத்தில் அமித்ஷா பிஜேபி தலைவராகத் தேர்ந்தெடுக்கப்பட்டதைக் கூட மிகச் சாதராரணமான தாகவும் இயல்பான விஷயமாகவும் பலரும் கண்டது இத்தகைய வீழ்ச்சிக்கு இடையில்தான். அடால்ப் ஹிட்லருக்கும் ஹென்ரிச் ஹிம்லருக்கும் இடையிலிருந்த உறவை நினைவுறுத்துகிறது மோடி - ஷா

உறவு. நாஜி ஜெர்மனியில் பெரும் சக்திவாய்ந்த ஹிம்லர்தான் படுகொலைகளை அரங்கேற்றியவன்.

நாஜிகள் அதிகாரத்தைக் கைப்பற்றியவுடன் ஹிட்லர், டாஹௌஎ-இல் முதல் அதிகாரபூர்வ படுகொலை மையத்தைத் திறந்தான். அதன் பொறுப்பாளராக நாஜி குற்றவாளி தியோடர் எய்க்கேவை நியமித்தான். ஜெர்மனி முழுவதும் திறக்கப்பட வேண்டிய கொலை அரங்குகளின் மாதிரி வடிவத்தையும் ஹிம்லர் வழங்கினான்.

அப்பாவிக் கைதிகளை வெளியுலகின் அனைத்துவிதத் தொடர்புகளிலிருந்தும் விலக்கிவைத்த எய்க்கே, அவர்களின் செயல்பாட்டு எல்லையைச் சுருக்கி சீருடையைத் திணித்தார். கொலைமையக் காவலர்கள் அபாயத்தலைச் சின்னம் பொறிக்கப்பட்ட மேலாடை அணிவதைக் கட்டாயமாக்கினான். கடுமையான வன்முறைகளின் மூலம் கீழ்ப்படிதலை நடைமுறைப்படுத்தினான். 1939-இல் வசந்தகாலம் துவங்குவதற்குள் ஆறு மையங்களிலும் 27,000 பேரைச் சமூக வம்ச அடிமைத்தனத்திற்கு ஆளாக்கினான்.

1943 அக்டோபர் 4இல் பொஸ்னான் நகரத்தில் கூடிய நாஜி தலைவர்களின் ரகசியக் கூட்டத்தில் ஹிம்லர், வம்சப் படுகொலைகளுக்கான வன்முறைத் திட்டங்களை முன்வைத்தான். அனைத்துத் தலைவர்களும் அதையெல்லாம் புரிந்துகொள்ள வேண்டும் என்ற ஹிட்லரின் அறிக்கை, அரசு அங்கீகரித்ததைப் போலத்தான். அவர்களது மௌனத்தையும் கீழ்ப்படிதலையும் தனக்கு ஆதரவாகப் பயன்படுத்தி தலைமைக்குழுவினர் அனைவரையும் படுகொலைகளை நியாயப்படுத்தப் பக்குவப்படுத்தினான். இளமையில் புராணங்களிலும் மாந்திரீகவாதத்திலும் நம்பிக்கைகொண்ட ஹிம்லர், வம்சத் தூய்மையின், முன்னோர்கள் பூஜையின் வழிபாட்டு முறைகளை ஸ்டோம் ட்யூப்பர்ஸில் திணித்து நடைமுறைப்படுத்தினான்.

இத்தகைய பின்புலத்தில் மோடி - அமித்ஷா இணையைக் காண்பதுதான் உண்மையானதும் சரியானதுமாகும். பதினாறாம்

பாராளுமன்ற தேர்தலில் உத்தரப்பிரதேசத்தில் மொத்தமுள்ள 80 இடங்களில் 73 இடங்களை பிஜேபிக்குப் பறித்துக் கொடுத்த சாணக்கியனாகச் சில ஊடகங்கள் ஷாவை முன்னிறுத்தின. அத்தகைய வெற்றிக்குப் பின்னால் களச்செயல்பாட்டுத் திறனும் இருக்கிறது. மாநிலப் பொறுப்பு கொண்ட தேசியச் செயலர் என்ற நிலையில் ஒன்றரை வருடத்திற்கு முன்பே அவர் உத்தரப்பிரதேசத்தில் தன் வேலையைத் துவங்கியிருந்தார். ஒரு பூத்திற்குப் பத்துப் பேர் என்ற விகிதத்தில் ஊழியர்களை நியமித்தார். மாநிலம் முழுவதும் 1,32,000 பூத்துகளில் 13,20,000 நிலையான ஊழியர்கள். அவர்கள் ஒவ்வொருவரும் பத்துப் புதிய வாக்காளர்களை இலக்காகக் கொண்டனர். 1,32,00,000 வாக்காளர்களின் ஆதரவாக அவர்கள் அவ்வாறு வளர்ந்தனர். ஜாதி, பிரதேச, மத வேறுபாடுகளை முன்னிறுத்தி வெகுஜன ஆதரவைப் பெற்றனர். குஜராத்தில் ரத்தம் புரண்ட காவிமயமாக்கலில் வகுப்பு வேறுபாடுகளை ஊட்டி வளர்த்த ஷாவின் இமேஜை மற்றொரு விதத்தில் ஊடகங்கள் வளர்த்தெடுத்தன.

மரணதேவனின் முட்டாள்தனங்கள் என்று கூடச் சொல்லமுடியாத நிகழ்வுகள் கூட்டுறவு வங்கிகளையும் பால் உற்பத்தியாளர் கூட்டுறவுச் சங்கங்களையும் கைப்பற்றிக்கொண்டு துவங்கின. நகர்ப்புற, மாவட்ட, மாநில வங்கிகளின் உள் கட்டமைப்பைத் தகர்க்கும் விதமாக காவிமயமாக்கம் இருந்தது. கிரிக்கட் வாரியத்தையும் அது தாக்கியது. குஜராத் கிரிக்கெட் வாரியத்தின் தலைமைப் பதவியிலிருந்து காங்கிரஸ் தலைவர் நர்கரி அமீனின் விக்கெட்டை வீழ்த்தி நரேந்திரமோடி குடி அமர்த்தப்பட்டார். மோடி பிரதமரானவுடன் பதவிவிலகி அமித்ஷாவை நியமித்தார். அமித்ஷா பிஜேபி தேசியத் தலைவரான பின்னர் அந்த இருக்கையைத் தன் மகன் ஜெய்ஷாவிற்கு வழங்கி உறுதிப்படுத்தினார். அமித்ஷாவின் கிராமமான நரன்புராவில் நான் கண்ட ஆட்டோ ரிக்ஷாக்காரர், படுகொலை வழக்கு நடைபெறும் வேளையில் சிபிஐ நோட்டீஸைப் பற்றிக் குறிப்பிட்டார். ஏராளமான கொலைவழக்குகளில் தேடப்பட்டு வரும் ஷாவின் வீட்டுச் சுவரில் wanted போஸ்டர்

ஒட்டப்பட்டிருந்ததாம். அந்தக் கறையை மறைக்க, தன்தெஜில் புதிய பங்களாவை விலைக்கு வாங்கினார். பயமுறுத்தியும், நெருக்கடி கொடுத்தும், அதிகாரம், செல்வாக்கைச் சுழற்றி எறிந்தும் பல வழக்குகளையும் நீர்த்துப் போகச் செய்ய முடிந்ததெனினும் ஷா இப்போதும் சிபிஐ மற்றும் உச்சநீதிமன்றத்தின் பிடியில்தான் இருக்கிறார். போலி என்கவுண்டர் வழக்குகள் தலைக்கு மேல் கத்தியாகத் தொங்கிக் கொண்டிருக்கின்றன. சொராபுதீன் ஷேக், கவுசர்பீவி, துளசி பிரஜாபதி ஆகிய போலி என்கவுண்டர்களின் விசாரணையை எதிர் கொள்ளும் ஷாவை, நரேந்திர மோடியால் கைவிட இயலாது. ஹிட்லருக்கும் ஹிம்லருக்கும் இடையேயான உறவைப்போல ஆழமானது அது.

பெரு வணிக மந்திரங்கள்

குஜ்னோமிக்ஸ் (குஜராத் + எகனாமிக்ஸ்) ரூர்பன் (ரூரல் + அர்பன்) துவங்கிய சொல்லாடல்கள் பெரு வணிக நிறுவனங்கள் மற்றும் பெரும்பணக்கார வகுப்பினரின் மந்திரங்கள் ஆவது ஜெர்மன் - இத்தாலியன் அனுபவங்களின் தொடர்ச்சியாகத்தான். பெரும் மூலதனம், ரியல் எஸ்டேட் வியாபாரம், பங்குச்சந்தை ஏற்ற இறக்கங்கள், சூதாட்டம், ஹவாலா பணப்பரிமாற்றம், கருப்புப்பணம், பெட்டிங் துவங்கியவை பாம்பும் ஏணியும் போன்ற பங்கு மூலதனத்தின் சுவரில் சாத்திவைக்கப் பட்டுள்ளன. நான் குஜராத்திலிருந்த 2014 ஜூலை 13-இல் கண்ட பத்திரிகைச் செய்தி அவ்வளவு எளிதில் புறந்தள்ளக் கூடியதல்ல. சூதாட்ட ராக்கட் நிர்வாகிகளான 59 குஜராத்தி வியாபாரிகள் பெங்களூரில் கைது செய்யப்பட்ட செய்தி, அன்று ஊடகங்களை நிறைத்தது. ஹோட்டல், டெக்ஸ்டைல், பெட்ரோல், வைர வியாபாரிகள்தான் அதில் பெரும் பான்மையினர். சர்வதேசக் குற்றப் பின்புலம் கொண்ட மௌலிக் பட்டேலின் நண்பனான தினேஷ் ஷாவும் அவர்களுடன் கைதானார். கோடிக்கணக்கான பணமும் கஞ்சாவும் நூற்றுக்கணக்கான மொபைல் போன்களும் ஏராளமான பீப்பாய்கள் மதுவும் கைப்பற்றப்பட்டன. வார இறுதி நாட்களில் பெங்களூர், கோவா, மும்பை போன்ற இடங்களை நோக்கிப் பறக்கும் பெருங்கோடீஸ்வரர்கள்தான் சூதாட்டச் சுற்றுலா மற்றும்

ஹவாலா பணப் பரிமாற்றத்தின் கண்ணிகள். சைனாவிலும், ஹாங்காங்கிலுமுள்ள பெரும் பணக்காரர்கள், மக்காவோவில் காசினோக்களை நோக்கிப் பறப்பதைப் போன்றது இது.

வணிக மனோபாவத்தின் விளைவான போட்டியையும் நாடகத்தையும் நான் கண்கூடாகக் கண்டேன். விலையுயர்ந்த கார்களின் கண்ணாடியைத் தாழ்த்தி தெருநாய்களுக்கு உணவு எறிந்து கொடுக்கும் செல்வச்செருக்கு மிகுந்த சீமாட்டிகளும், எறும்புகளுக்கு கோதுமைப்பொடி தூவும் முதியவர்களும், பூமிக்கடியில் விளைவனவற்றை (உருளைக் கிழங்கு, வெங்காயம் போன்றவை) உண்ணாதவர்களும், ஈசல்கள் இறந்துபோய்விடக் கூடாதென எண்ணி மாலை நேரங்களில் விளக்கை அணைப்பவர்களும் மனிதர்கள் கொல்லப்படுவதைப் பார்த்து பரிதாபப்படுவதேயில்லை. குஜராத்தின் பல பகுதிகளில் பறவைகளுக்கு, குறிப்பாக புறாக்களுக்கு உணவளிக்கும் நடைமுறை இருப்பதைக் கண்டேன். அதற்காகப் பிரத்யேகமாக எழுப்பப்பட்ட சபூத்ரா என்ற கோபுரங்களையும் கண்டேன். அவற்றின் மேல்மாடங்களில் புறாக்கள் கூடு கட்டியிருக்கின்றன. முற்காலத்தில் சபூத்ராக்கள் கிராமங்களின் நுழைவாயிலில் இருந்தன. அவற்றைச் சுற்றி கிராமவாசிகள் மாலை நேரத்தில் கூடுவார்கள். குழந்தைகள் விளையாடுவார்கள், குஜராத்தி மொழியில் புறாக்களை, கபுத்தர் என்று அழைப்பர். அதிலிருந்துதான் சபூத்ரா வந்தது. பணக்கார இந்துப் பெண்கள், புறாக்களுக்கு உணவூட்டுவதை புண்ணியச் செயலாகக் கருதுகின்றனர். குஜராத்திற்கு வெளியே பிரபலமான சபூத்ரா, சட்டீஸ்கரில் ராய்கட் புகைவண்டி நிலையத்திற்கருகில் உள்ளது. மிகப்பெரிய வெண்ணிற பீஜியன் டவரை, அந்த நகரத்தின் அடையாளச் சின்னம் என்று சொல்லலாம்.

பெரு வியாபாரியும் ரயில்வே ஒப்பந்ததாரருமாக இருந்த ஷ்யாம்ஜி கங்ஜி சவாரியா 1900-களில் நிர்மாணித்தது அது. ராஜஸ்தானிலும், மத்தியப் பிரதேசத்திலும் பிற இடங்களிலும், அரண்மனைகளிலும், ஆலயங்களிலும் மட்டுமே சபூத்ராக்கள் இருக்கின்றன. பாவச்செயல்களை

மறைத்து வைக்க முகமூடியாக உபயோகிக்கப்படும் ஜீவகாருண்ய வாதத்தின் முத்திரைகள் போல்தான் பசு பூஜைகளிலும், கட்டாயப்படுத்தப் படும் சைவ உணவுகளிலும் நிழலாடுகின்றன. புகழ்பெற்ற திரை ஆளுமை சார்லி சாப்ளினின் மகளும், நடிகையுமான ஜெரால்டின் ஒரு நேர்காணலில் குறிப்பட்டது போல, வரைபடத்தில் இல்லாத அறியாத தேசத்தில் அகப்பட்டது போல, அனாதையாக்கப்பட்ட குஜராத் தெருவோர மக்கள், பசுவிற்குக் கிடைக்கும் கருணையாவது தங்களுக்குக் கிடைக்க வேண்டுமென உள்ளம் உருக பிரார்த்திருக்கின்றனர். தான் மிகச் சிறிய ஸ்வில் கிராமத்தில் பிறந்தவளென்றும் சிறு தும்மல் தும்மினாலும் அனைவருக்கும் கேட்குமென்றும் ஜெரால்டின் கூறுவார்.

அஹமதாபாத் போன்ற நகரங்களில் மக்கள் அருகருகே நின்று கொண்டும், தோளோடு தோள் சேர்ந்து நடந்து கொண்டிருந்தாலும், தங்களுக்குள் எதையும் அறிந்து கொள்வதில்லை. தாளகதி மாற்றங்கள்தான் தங்களை உயிருடன் வைத்திருப்பதாகவும் அவர்கள் சொல்கிறார்கள். சாளரத்தைத் திறந்து கொண்டு வரும் பெருஞ்சப்தத்தைக் கேட்ட ஸ்பெயினும், சப்தங்களின்றி வெறி பிடிக்க வைத்த ஸ்விட்சர்லாண்டும் நினைவுகளின் முற்றத்திற்குக் கடந்து வந்தன. குஜராத்தில் இரைச்சல் மிகுந்த தெருக்கள் மரண மௌனத்திற்குள் புதைந்திருக்கின்றன. அவற்றிக்கு எதனுடனும் யாருடனும் நெருக்கமோ, பொறுப்போ, கடமையோ, தொடர்போ இல்லை; மூலதனத்தைத் தவிர. நீண்டு நெளிந்து கிடக்கும் நெடுஞ்சாலைகளும் பெரும் அணைக்கட்டுகளும் மின்உற்பத்தி நிலையங்களும் மட்டுமே வளர்ச்சியின் அடையாளமென்று வாதிடும் பணமுதலைகளும் அவர்கள் கூறுவனவற்றை அப்படியே உள்வாங்கும் சாதாரண குடிமக்களும் மிகப்பெரிய ஆபத்தின் அறிகுறிகளாவர்.

வளர்ந்த நாடுகளான அமெரிக்கா, ஜெர்மனி, பிரிட்டன், இங்கிலாந்து போன்ற நாடுகளை விடவும் பண்பாட்டில் நாம் முன்னேறிச் சென்றிருக்கிறோம். மல்லிகா சாராபாய் குறிப்பிட்டது போல, மேம்பட்ட ஐ.டி. தொழில்துறையும், கோடிக்கணக்கான பட்டதாரிகளும் உள்ள இங்கே

கட்டப் பஞ்சாயத்தும், கௌரவக் கொலைகளும் அதற்கிணையாக நடக்கின்றன. (What is India's Soft Power) ஆச்சாரங்களும் இசையும் கலையும் கைவினைத் திறனும் பல நூற்றாண்டுகளாக நமது பண்பாட்டை வளர்த்தன. மற்ற பல நாடுகளுக்குமில்லாத பாரம்பரியத் தொடர்ச்சி நமக்கு இருக்கிறது. இவற்றை மறந்த நாடுகளுக்கு நேர்ந்த கதியையும் மல்லிகா சுட்டிக் காட்டுகிறார். புராதன ஜப்பானிய இசையையும் இசைக்கருவிகளையும் ஆர்க்கியாலஜியின் அலமாரியிலிருந்து தோஷி அஸ் சிகோரி தேடிப் பிடிப்பதாக கிண்டலுடன் குறிப்பிட்டார். மென் சக்தி என்று குறிப்பிடப்படும் அனைத்து பகுதிகளிலும் குஜராத் பாலைவனமாகிக் கொண்டிருக்கிறது.

பொய்மைகளின் நகரம்

அப்போதும் ரோஜர் ஜான் எல்லோமரியின் நாவல் தலைப்பான பொய்மைகளின் நகரம் போல குஜராத்தும் நன்றாக நடிக்கிறது - பெரும்பாலும் கோமாளி போல. அமைப்பு ரீதியான குற்றச் செயல்கள், தானே தீட்டிக்கொண்ட சட்ட திட்டங்களின் பின்புலத்தையும் கொண்ட கருணையற்ற. செயலற்ற உலகிலிருந்து அந்நாவல் துவங்குகிறது. முப்பதாண்டுகளுக்கு முன்பு காணாமல் போனவராகக் கருதப்பட்ட தந்தையைக் காண அவரது மரணப்படுக்கையை நோக்கிச் செல்கிறான் 35 வயது நிறைந்த மகன் ஜான் ஹார்பர். அவர் குற்றவாளிகளைக் கொண்ட ஒரு குழுவைப் பராமரிப்பதை அவரது மகன் அறியவில்லை. உண்மைநிலை அறிய யாரிடம் கேட்பது என்ற தர்சமங்கடத்திற்கு உள்ளாகிறான். நியூயார்க்கில் இளமைக்காலத்தைக் கழித்து புதுவாழ்வைத் தேடி முதலில் மியான்மருக்கு வந்தடைகிறார் ஜான் ஹார்பர். பிறந்தவுடன் அப்பாவுடனும், ஏழாம் வயதிலிருந்து அம்மாவுடனும் அம்மாவின் மரணத்திற்குப் பின் அத்தையுடனும் வசிக்கிறார். மியான்மரில் பத்திரிகைகளில் எழுதிக்கொண்டு வருமானம் ஈட்டுகிறார். சுறாமீன்பிடிப் போட்டியைப் பற்றி எழுதவும் பணிக்கப்படுகிறார். அப்போது வந்த அத்தையின் ஒரு போன் அழைப்பு எல்லாவற்றையும் மாற்றுகிறது. குடும்பத்தைப் பற்றி அவருக்குத் தெரியுமென்று நினைத்ததெல்லாம் கவனத்துடன்நிலைநிறுத்தப்பட்ட பொய்கள் எனத் தெரிகிறது. இறந்தவராக

நினைத்திருந்த தந்தை, ஒரு மதுக்கடையைக் கொள்ளையிடும்போது, தடுக்க முயன்ற காவலர்களால் சுடப்பட்டு மான் ஹாட்டர் மருத்துவமனையில் அனுமதிக்கப்படுகிறார். அவர் ஒரு சாதாரண மனிதர் அல்லவென்றும், நியூயார்க் தாதாக்களில் பிரமுகர் என்பதனையும் ஹார்பர் கண்டறிகிறார். ஆனால் அப்பா நினைவிழந்த நிலையில் இருக்கிறார்.

தொன்மங்கள் (Myth) என்பதுபோல நிலைபெற்ற குஜராத் பொய்மைகளை வெளிக் கொணர்வதற்கான எனது முயற்சிகளுக்கும் முன்னுள்ள தடங்கல், நினைவிழந்த சமூகம்தான் என்று தோன்றியது, வரலாற்று நினைவுச் சின்னங்கள், சாதாரண மக்கள் வாழும் தெருக்கள், அரசாங்கப் புள்ளி விபரக் கணக்குகள், சர்வதேச தரத்தில் உள்ள ஆய்வுகளும் புத்தகங்களும், கேரளத்தைச் சேர்ந்த சமூக சேவகர்களுடனும், செயற்பாட்டாளர்களுடனும், பத்திரிகையாளர் களுடனும் சிந்தனையாளர்களுடனும், காந்தியவாதிகளுடனும் நடத்தப்பட்ட விவாதங்கள். ஆம். உண்மையான குஜராத் என் முன்பாக எழுந்தது. சபர்மதி நதியையும் காந்தி ஆசிரமங்களையும் பட்டேல் மியூசியத்தையும் குஜராத் வித்யாபீடத்தையும், காலிக்கோ டெக்ஸ்டைல் மியூசியத்தையும் பார்த்தேன். புறநகரங்களின் தெருக்களையும் குடிசைகளையும் அங்கேயுள்ள வறண்ட சந்தைகளையும் ஜான் பிரிமான், வார்ட் பெரென் ஷோட், நீலாஞ்சன் முகோபாத்யாய ஆகியோர் ஆய்வுகள், பத்திரிகையாளர்களான ரதீன்தாஸ், தர்ஷன்தேசாய், ஜெ.எஸ். மனோக், டெக்ஸ்டைல் கன்சல்டண்ட் அருணன் எஸ்.பொதுவாள், மொழிபெயர்ப்பாளரும் குஜராத் வித்யாபீட மொழித்துறைத் தலைவருமான கே.கே. பாஸ்கரன், காந்தியச் சிந்தனையாளர் துருதீப் சுக்ருத், பிரபல சோஸியாலஜிஸ்ட்டும் குஜராத் பல்கலைக்கழக இணைப் பேராசிரியருமான கௌரலங் ஜானி, அவரது சகோதரரும் எழுத்தாளருமான அச்சுத யஜ்னிக், மனித உரிமைப் போராளி பிரசாத் சாக்கோ ஆகியவர்களுடன் திறந்த மனதுடன் நான் அலைந்து திரிந்தேன். நம்பவியலாத உண்மைகளுடன் திரும்பினேன்.

வளர்ச்சி வாய்ஜாலத்தின் வண்ணமயமான ஆடைகளுக்குள் ஒளித்து வைக்கப்பட்ட, பொய்மைகள், அறைகுறை உண்மைகளால் மூழ்கடிக்கப்பட்ட ஒரு நாட்டின் கதையை வித்தியாசமாக வரைந்து காட்ட இங்கே முயற்சிக்கிறேன். கல்லறையை உடைத்துக் கொண்டு வெளியே வந்த ஜோஸப் கோயபல்ஸ் ஆரவாரமாக, தான் குஜராத்திலும் சரியாக இருப்பதாக உரக்கச் சொல்வதைக் கேட்டேன். Institute for Peace Studies and Conflict Regulation Director இர்பான் என்ஜினியர் கூறிய ஒரு கதையைப் பற்றி இங்கே குறிப்பிட வேண்டும். ஏராளமான பணம் வாங்கிய நவாப், அதைத் திரும்பச் செலுத்த முடியாமல் உழல்கிறார். கடன் கொடுத்தவர்கள் கோபத்துடன் நவாப் வீட்டிற்கு வருகின்றனர். வீட்டு உபயோகப்பொருட்களைக் கூட விற்றுவிட்டதாகவும் கொடுப்பதற்கு ஒன்றுமில்லையெனவும் நவாப் கூறுகிறார். அவர்கள் நம்ப மறுக்கின்றனர். அழகிய திரைச்சீலைக்குப் பின்புறம், ஆச்சரியப்படுத்தும் அழகான அரண்மனையாக இருந்தது அவர்கள் மனதில். பொறுமையைக் கைவிட்ட கடன் கொடுத்தவர்களுள் ஒருவர், ஒருமுறை திரைச்சீலையைத் தாழ்த்திப் பார்த்தவுடன் திகைத்து நின்றுவிட்டார். ஓவியம் தீட்டப்பட்ட சுவரைத்தவிர வேறெதுவுமில்லை. அதுமட்டுமல்ல குடும்பத்தினரின் நிர்வாணத்தை மறைக்கக்கூட ஆடைகளில்லை. இதைக் கண்ட நவாப், அந்த விலை உயர்ந்த திரைச்சீலைகளை அவருக்கு அன்பளிப்பாக வழங்கினார். உலகம் முழுவதும் ஒரு நிர்வாண உண்மையைப் பார்த்து விட்டதால், இனி திரைச்சீலையின் அவசியமில்லையென்றும் கூறினார். இர்பான் என்ஜினியர் தனது இளமைக்கால நினைவுகளின் வழி வெளிச்சத்திற்குக் கொண்டு வந்ததும் குஜராத்தின் நவீன நவாப் ஆன நரேந்திர மோடியின் நிலையைத்தான்.

சாதிக்கின் தர்மசங்கடம்

ரமேஜ் சிப்பியின் 'ஷோலே' திரைப்படத்தில் அம்ஜத்கான் நடித்த கப்பார்சிங் என்ற கதாபாத்திரம் தேர்ந்த நடிப்பால், பல தலைமுறைகளையும் கவர்ந்த ஒன்று. தருண் பாதுரியின் 'சபிக்கப்பட்ட சம்பல்' என்ற வங்காள நாவலிலிருந்து எடுத்தாளப்பட்டது அக்கதாபாத்திரம். மத்தியப் பிரதேசத்தில் பத்தாண்டுகளுக்கும் மேலாக பத்திரிகையாளராக இருந்த தருண், சம்பல் கொள்ளைக்காரர்களைப் பற்றியே அதிகமும் கவனம் செலுத்தினார். அபாயகரமான, சாகசங்கள் நிறைந்த தனது பயணங்களின் மூலம் கண்டறிந்த செய்திகளே அந்தக் கதைக்கு அடிப்படை. சம்பலில் பத்தாண்டுகள் என்ற தலைப்பில் பின்னர் அது திரைப்படமாகவும் ஆனது.

ஸ்டேட்ஸ்மேன் செய்தித்தாளின் குஜராத் பதிப்பாசிரியர் ரதின்தாஸ், அதற்கு நேர் எதிரான அனுபவத்தை என்னிடம் பகிர்ந்து கொண்டார். தருணைப் போல செய்திகளிலிருந்து கதைகளுக்குச் சென்றதற்கு மாற்றாக, அவர் கதைகளிலிருந்து செய்திகளை நோக்கிச் சென்றார். அஹமதாபாத்தில் மத்திய வர்க்க முஸ்லிம் குடும்பத்தின் மனோநிலை பற்றிய தகவல்களைத் தரவாகக்கொண்டு ஆராய்ந்தபோது, அந்த

ஆய்வின் இறுதியில் 'சாதிக்கின் தர்சங்கடம்' என்ற கதை பிறந்தது. வகுப்புவாத அழித்தொழிப்பு இயந்திரம் சுழன்ற நேரத்தில் இழப்புகள் ஒன்றும் நேராவிட்டாலும், சாதிக்கின் குடும்பம் பாதுகாப்பற்ற நிலையிலேயே இருந்தது. முதியவர்களும் இளைஞர்களுமெல்லாம் பயக்கடலில் மூழ்கினர். கதையில் இளையமகன், அவனுடைய அண்ணன் ஒரு மோட்டார் சைக்கிள் வாங்க இருப்பதாகத் தந்தைக்கு அறிவிப்பதே கதையின் மையம். பணியில் இருக்கும் மூத்தமகன் திருமண வயதை நெருங்கியவன். மோட்டார் சைக்கிளின் பதிவெண்ணாக மகன் 786 என்ற எண்ணை விரும்பியதையறிந்த சாதிக், என்ன நேருமோ எனப் பெரும் பதற்றம் அடைகிறார். அன்றைய நிலையில் அது ஒரு அடையாளக் குறியீடாகும் என்பதே உண்மை. அந்த நேரத்தில் மகனுக்குத் திருமணமும் நடைபெறுகிறது. திருமண ஊர்வலத்தில் பட்டாசுகள் வெடிக்கக் கூடாதெனவும் சாதிக் அறிவுறுத்தினார். எதற்காகவென இளைஞர்கள் கேட்டதற்கு, இந்தியாவுக்கும் பாகிஸ்தானுக்குமிடையில் கிரிக்கெட் இறுதி ஆட்டம் அன்று நடக்க இருப்பதாக அவர் குறிப்பிட்டாலும் இளைஞர்கள் அதை ஒரு பொருட்டாகக் கொள்ளவில்லை. பாகிஸ்தான் வென்றால் பட்டாசு வெடித்தல், எதிரி நாட்டின் வெற்றியை ஆதரிப்பதாகக் கொள்ளப்படலாம் என்ற சாதிக்கின் வார்த்தைகள், அவர்களை மகிழ்ச்சியடையச் செய்தன. ஆட்டத்தில் இந்தியா வென்றதால், முஸ்லிம் கிராமங்களின் எல்லையை நோக்கி பட்டாசு வெடித்து சங்பரிவாரம் வெற்றியைக் கொண்டாடியது.

கையைச் சுடும் 786

முற்றிலும் கற்பனையான அந்தக் கதைக்கு, உண்மையான ஏதாவதொரு மறுபக்கம் இருக்கக்கூடுமோ என்று ரதின்தாஸ் எண்ணினார். RTO அலுவலகத்திலிருந்து ஏலம் எடுக்கப்பட்ட ஃபான்ஸி எண்களைத் தந்திர பூர்வமாகத் தேடினார். அழித்தொழிப்பின் திரைச்சீலை உயர்ந்த 2002 பிப்ரவரி முதல் இரண்டு வருடப் பட்டியலிலிருந்து கதைக்கு இணையான எந்த நிகழ்வையும் காண இயலவில்லை. கதையிலிருந்து செய்தியைச் சென்றடைந்த உண்மையை 2003 டிசம்பர் 23-ன் ஹிந்துஸ்தான் டைம்ஸ்

செய்தித்தாளில் (Post riots, Gujarat muslims shun lucky 786) ரதின் எழுதினார். முஸ்லிம்களின் மதச் சின்னங்கள், குறிப்பாக 786 போன்றவை கையைச் சுடுவதாகக் கண்டறிந்தார். தென்கிழக்கு ஆசியாவில் இஸ்லாமிய நம்பிக்கையின் பிரிக்க முடியாத ஒன்றான 786 அல்லாவின் திருநாமத்தில், அவன்தான் அனைத்துப் புகழ்களுக்கும் உரியவன் இறைதூதர் மற்றும் அவர்களின் குடும்பத்தின் மேல் அல்லாவின் ஆசிகள் பொழிந்து கொண்டே இருக்கட்டும் என்பது அதன் பொருள். ஹிஸ்புல் ஜூமலின் படி, பிஸ்மியின் ஒவ்வொரு எழுத்துகளுக்குமான விலையின் கூட்டுத்தொகை. பிஸ்மியை நினைவுறுத்தவோ பிஸ்மி சொல்லப்பட்டதை அறிவிப்பதற்கோ ஆன சூசகம். பூஜ்யம் முதல் ஒன்பது வரையுள்ள எண்ணியல் முறை (Decimal Number) நடைமுறைக்கு வராத காலத்தில் வரவுசெலவுக் கணக்கெழுதிப் பாதுகாப்பதற்கு பயன்படுத்தப்பட்ட முறையும் அதுதான். சிலர் அதை இன்றைய நியூமராலஜி போல எதிர்காலத்தைக் கணிக்கவும் பயன்படுத்தினர். மிகக்குறைந்த நாட்கள் மட்டுமே டெல்லி முதல்வராக இருந்த ஆம் ஆத்மி கட்சித் தலைவர் அரவிந்த் கெஜ்ரிவாலுக்கு எதிராக நவீன ஊடகங்களில் காவிப்படை அவிழ்த்துவிட்ட பொய்ப் பிரச்சாரங்கள் நினைவுக்கு வருகின்றன. அதிகாரபூர்வமான கார், பீக்கன் லைட் (siren light) பொருத்தப்பட்டு ஓட்டமாட்டேன் என்ற அவர் அறிவிப்பு, மக்களை ஏமாற்றும் செயல் என்று நிரூபிப்பதற்காக கேரள முதல்வர் உம்மன்சாண்டியின் வாகனப் புகைப்படம் போட்டோஷாப் மென்பொருள் உதவியால் திருத்தப்பட்டு பிரசுரிக்கப்பட்டது. கேரள ஸ்டேட் - 7 என்ற எண்ணை மாற்றி 0786 என்றும் திருத்தினார்கள்... கெஜ்ரிவால் முஸ்லிம்களைச் சந்தோஷப்படுத்த என்ன வேண்டுமானாலும் செய்வார் என்றும் அதன்மூலம் பரப்பப்பட்டது. பல இந்தி, தெலுங்கு, தமிழ் திரைப்படங்களிலும் 786 நாயகர்களின் பின் இணைப்பாக இருந்திருக்கிறது. 1975 இல் 'தீவார்' என்ற விஜய் வர்மாவின் திரைப்படத்தில் அமிதாப்பச்சனின் தொழில் வில்லையின் எண்ணும் அதுதான். இக்பால் கானின் கூலி என்ற திரைப்படத்தில் பச்சனின் வில்லை எண்ணும் 786 தான். அத்திரைப்படத்தில் அந்த அதிர்ஷ்ட எண்தான் படப்பிடிப்பில் நிகழ்ந்த விபத்திலிருந்து தன்னைக் காப்பாற்றியது என

பச்சன் நம்பினார். 'கைதி நம்பர் 786' தெலுங்கு நடிகர் சிரஞ்சீவி நாயகனாகத் தோன்றிய படம். வீர் பிரதாப் சிங்கின் 'வீர்சாரா' வில் ஷாருக்கானின் எண்ணும் அதுதான். Once upon a time in Mumbai-இல் அஜய் தேவ்கனின் பாத்திரமான சுல்தானின் காரின் பதிவெண் MRH 786. சுல்தானாக இருந்தாலும் அந்த நம்பர் பிளேட்டுடன் குஜராத்தில் ஓடத் துணிவிருக்காது என்றுதான் ரதின்தாஸின் ஹிந்துஸ்தான் டைம்ஸ் செய்தி உணர்த்துகிறது. முன்பு குஜராத்தில் 786 என்ற எண்ணுக்காக வாகன உரிமையாளர்கள் 25,000 ரூபாய்வரை செலுத்தி ஏலம் எடுத்தார்கள். அழித்தொழிப்பிற்குப் பின் யாரும் அதற்குத் துணியவில்லை. இரண்டு காரும் மூன்று இருசக்கர வாகனங்களும் சொந்தமாகக் கொண்ட பணக்கார வியாபாரக் குடும்பத்தினரின் பயம் பூசிய வார்த்தைகளை ரதின்தாஸ் குறிப்பிட்டிருக்கிறார். இந்து பெரும்பான்மைப் பகுதிகளில் அடிக்கடி சென்றுவரும் வியாபாரப் பிரதிநிதிகள் முஸ்லிம் அடையாளத்தை மறைக்க, படாத பாடுபடுகின்றனர். வாங்கும் திறன் குறைந்ததால் முஸ்லிம்கள், புதிய வாகனங்களை வாங்குவதிலும் பெருமளவு வீழ்ச்சி ஏற்பட்டிருக்கிறது என்பது, ரதின் கண்டடைந்த மற்றொரு முக்கியமான உண்மை, பெயரில் அனைத்தும் இருக்கிறது

'A Rose by any other name would smell as sweet' என்று வில்லியம் ஷேக்ஸ்பியர், ரோமியோ அண்ட் ஜூலியட் நாடகத்தில் எழுதி இருக்கிறார். எதற்கும் பெயர் ஒரு பொருட்டல்ல, அவை எப்படியிருக்கிறது என்பதுதான் முக்கியம் என ஜூலியட் வாதிட்டார். உங்களுடைய எதிரிகளை மன்னித்து விடுங்கள். ஆனால் அவர்களது பெயர்களை மறக்கக்கூடாது என்று ஜான் எஃப் கென்னடி சொன்னார். குளிருக்கு எஸ்கிமோக்களின் மொழியில் ஐம்பத்தொரு சொற்கள் இருப்பதாகச் சொல்வார்கள். அது அவர்களுடைய வாழ்க்கையில் காதலைப் போல கொஞ்சிக்கொண்டு செல்லும். இத்தகைய தத்துவ அமைதியையெல்லாம் கலவரபூமியான குஜராத் பொருட்படுத்துவதேயில்லை. பெயர் அங்கே அவனது மடியிலிருந்தே வெடித்துச் சிதறும் வெடிகுண்டாக இருந்தது. தனமனிதனின், தெருக்களின், நிறுவனங்களின் பெயர்கள் எல்லாம் பாதுகாப்பான விதத்தில் மாற்றியமைக்கப்பட்டன. அன்றைய பிரதமராக

இருந்த கவிஞர் அடல் பிகாரி வாஜ்பாய் முதல் பலரும் தங்கள் ஞானத்தை அலங்கரிக்க, பொருத்தமாகவும், பொருத்தமின்றியும் கவர்ந்தெடுக்கும் உருது காவிய வரிகளைக் கூட இடையில் ஆபாசமாக மாற்றினர். வட குஜராத்தில் உள்ள 'செலிய' பிரிவினர் தங்கள் உணவு விடுதியின் உருது பெயர்ப்பலகைகளை ஆங்கிலம், ஹிந்தி மொழியில் மாற்றி எழுதி வைத்தார்கள். நாற்பது ஆண்டுகளுக்கும் மேலாக இருந்த பல பெயர்களும் ஒரே இரவில் மறைந்தன. சிறுபான்மையினர் நடத்திய மெஸ்பான் (விருந்து), தாவத் (வரவேற்பு) போன்ற உணவகங்கள் தகர்க்கப்பட்டுத் தீக்கிரையாக்கப்பட்டபோது ஒரு வரலாறு வெந்து துடித்தது. மெஸ்பான் நரோலிலும், தாவத் வத்வாவிலும் இருந்தன. மாநிலத்தில் ஆக மொத்தம் 200 கோடி நஷ்டம் விளைவித்து 500க்கும் மேற்பட்ட சிறிய உணவகங்கள் தீக்கிரையாக்கப்பட்டபோதும் முஸ்லிம் குடியிருப்புகளுக்கு மத்தியில் இருந்ததால் மட்டுமே, மோதி மஹால், தானா பானி, நிஷாந்த், அலிஃப், நூர் மஹால் போன்றவை தப்பித்தன. அனைத்துப் பெயரிடல்களிலும் இப்போது ஒரு நடுக்கமான மனநிலை ஆழத்தில் வேரூன்றியிருக்கிறது. அந்நேரத்தில் புதிதாகத் திறக்கவிருந்த பியூட்டி பார்லர்களுக்குப் பெயரிடத் தேர்ந்தெடுத்து வைத்திருந்தது 'மும்தாஜ்' என்பதாக இருந்தாலும் 'வைபவி' என்றே பெயர் வைத்தனர்.

ராஜூபாய்

ஆட்டோ ரிக்ஷாவில் ஏறினால் ஆட்டோ ரிக்ஷாக்காரரின் பெயரை நான் சாதாரணமாகக் கேட்பேன். பல நாட்களிலும் பல சவாரிகளின் போதும் பதிமூன்று ஆட்டோக்காரர்கள், தங்கள் பெயராக ராஜூபாய் என்றே சொன்னார்கள். இதை நம்பமுடியாமல் சந்தேகத்துடன் சிலரிடம் வினவினேன். அனைவரும் கள்ளச்சிரிப்பு சிரித்துக் கொண்டே அதை எதிர்கொண்டனர். முஸ்லிம் ஆட்டோக்காரர்களும் ராஜூபாய் என்ற பெயரை பாதுகாப்புக் கவசமாகவே பயன்படுத்துகின்றனர். பொடக்தேவில் நான் இருவாரங்கள் வரை தங்கி இருந்த அபார்ட்மெண்ட்டின் உரிமையாளர் தீவ்யா தாக்கூர் பாலியா, ஒரு தேநீர் விருந்திற்கிடையில் பகிர்ந்து கொண்ட அனுபவமும் சாதாரணமானதல்ல. முதுகு வலியைத் தீர்க்கும் மசாஜ் கருவியை விற்பதற்காக வந்த

இளைஞனின் சுறுசுறுப்பும், உரையாடலும் அவரை மிகவும் கவர்ந்தது. அப்போது வீட்டைப் பூட்டிவிட்டுச் சென்றிருந்த பக்கத்து வீட்டுக்காரிக்கும் அக்கருவி தேவைப்படுகிறதென்று அறிந்த அவரது மனைவி திவ்யா, அந்த இளைஞனின் பெயரையும் செல்போன் நம்பரையும் குறித்து வைத்தார். கொடுத்த எண்ணைத் தொடர்புகொண்டபோது, ஏற்கனவே சொன்னபடி, அசோக்தானே என்று கேட்டார். அப்போது எதிர்முனையில் பெரும் பதட்டம். நடுங்கிய குரலில் தனது உண்மையான பெயரைச் சொன்னான், அஜ்மல். இது ஒரு தனிப்பட்ட நிகழ்வல்ல. முஸ்லிம்களின் நிறுவனங்களைத் தவிர்க்கக் கோரும் முழக்கம் இப்போதும் நடைமுறையிலிருக்கிறது. அவர்களுக்கு, வாடகைக்கு வீடு கிடைப்பதில் கூட பெருஞ்சிக்கல் இருக்கிறது.

ஹிட்லரின் இருண்ட காலத்தில் பிரபலமான ஆரிய வம்ச மேன்மைத் தத்துவத்தின் நடைமுறைகளை இங்கே நினைவு கூறலாம். 1935 செப்டம்பரில் நடைமுறைக்கு வந்த நியூரன்பர்க் சட்டங்கள், கற்காலத்தை வெட்கமடையச் செய்தன. யூதர்களை, குடியுரிமை பெற்றவர்களாக அங்கீகரிக்க மறுப்பதே அதன் நோக்கம். உரிமைகள் ஏதுமற்ற குடிமக்கள் ஆனார்கள் அவர்கள். யூதர்கள் பிற வம்சத்தவர்களைத் திருமணம் செய்வது விலக்கப்பட்டது. கடைகளிலும், பிற நிறுவனங்களிலும் யூதர்களுக்கு அனுமதி இல்லை என்ற விளம்பரப்பலகை வைக்கும்படி கட்டாயப்படுத்தப்பட்டனர். அதுமட்டுமல்ல யூதர்களின் கடைகளிலிருந்து பொருட்களை வாங்கக்கூடாது என்று எழுதப்பட்ட அட்டைகளுடன் நாஜிகள், கடைக்கு வரும் வாடிக்கையாளர்களைத் தடுத்தனர். யூதர்களான வியாபாரிகளையும், வைத்தியர்களையும், வழக்கறிஞர்களையும் விலக்குமாறு ஹிட்லர் பகிரங்கமாக ஆணையிட்டார். 1933 ஏப்ரல் 1 அன்று அச்சட்டம் நடைமுறைப்படுத்தப்பட்டது. அத்தகைய பல நிறுவனங்களின் வாடிக்கையாளர்களை நாஜிகள், தடுத்து அடித்து விரட்டினர். வங்கிகளிலிருந்து கடன் பெறுவதற்கும், அரசு உதவிகள் கிடைப்பதற்கும் ஆரியத் தூய்மை முன் நிபந்தனையானது. யூதர்களிடமிருந்து வாங்கப்பட்ட பசுக்களை அரசு காளைகளிடமிருந்து விலக்கி வைப்பதுவரை சென்றது துவேஷம்.

2002 இல் குஜராத் அழித்தொழிப்பின் நேரடிச்சாட்சியும், சுதந்திரப் பத்திரிகையாளரும், பிளாக்கரும் ஆம்னஸ்டி இண்டர்நேஷனலின் ஃபெல்லோவுமான சகீர் ஜான் முஹம்மது அலைந்து கண்டறிந்த உண்மைகள், நியூரம்பர்க் சட்டங்களின் மொழிபெயர்ப்பு போலத் தோன்றியது. வஸ்த்ராபுரியில், ஒரு இந்துவின் கட்டத்தில் உண்மையான பெயரை மறைத்து வைத்துத் தங்க அறிவுறுத்தப்பட்டது முதல் துவங்குகிறது அவரது அந்நிய உணர்வு. நண்பரும் டெல்லியிலிருந்து வந்த ஐஏஎம் ரிசர்ச் அஸோசியேட்டுமான நிதா யாமுக்கு வாடகை வீடு மறுக்கப்பட்டது மற்றொரு அடி. முஸ்லிம்களை கழுத்துவரை மூழ்கடித்து மூச்சுத்திணறல் ஏற்படுத்தி பாதுகாப்பற்ற நிலைமைக்குத் தள்ளப்பட்டது போன்ற திடுக்கிடச் செய்வதும் நம்பமுடியாததுமான பல்வேறு நிகழ்வுகளுக்கும் ஜான் முஹம்மது நேரடி சாட்சியானார்.

முஸ்லிம் சேரிகளிலும் காலனிகளிலும் கெற்றோகளிலும் புறக்கணிப்பையும், வெறுப்பையும் உமிழ்ந்து அரசு ஊழியர்கள் அகங்காரத்துடன் நடந்து கொள்கின்றனர். நகர்ப்புறங்களில் முஸ்லிம்களுக்கிடையில் வறுமை மேல்சாதி இந்துக்களைவிடவும் 800 சதவிகிதம் அதிகம். இதர பிற்படுத்தப்பட்டவர்களைவிட 50 சதவிகிதம் அதிகம். கிராமப்புறங்களின் வறுமை இந்துக்களை விட 200 சதவிகிதம் அதிகம். இந்தியாவில் மிகப்பெரிய கெற்றோ என அவப்புகழ் பெற்ற ஜுஹாபுராவில் 3,00,000 மனிதர்கள் நரகத்தில் வசிப்பது போல வசிக்கின்றனர். இவ்வளவு அதிக மக்கள் தொகை கொண்ட அங்கே இருப்பதோ நான்கே நான்கு உயர்நிலைப்பள்ளிகள். இல்லாமை மட்டுமே அவற்றில் உள்ள வசதி. பள்ளிகளுக்குச் செல்ல சாலைகளே இல்லை. குறைந்தபட்ச வகுப்பறைகள் கூட இல்லாத நிலைமை. குல்பர்க், நரோதபாட்யா படுகொலைகளிலிருந்து மயிரிழையில் தப்பியவர்களின் புனர்வாழ்வு மையமான சித்திகாபாத் காலனியில் 200 வீடுகள் இருக்கின்றன. அவற்றிற்கு மின் இணைப்பும், குடிநீரும், சாலையும், பள்ளியும் ஏற்படுத்தித் தருவதாகக் கொடுக்கப்பட்ட வாக்குறுதி பத்தாண்டுகளுக்குப் பின்னரும் நிறைவேற்றப்படவில்லை. நரோலில் மழைக்காலத்தில் வீடுகளும், சுற்றுப்புறப் பகுதிகளும் நீரால்

மூழ்கடிக்கப்படும். அங்கே பிறக்கும் பெரும்பாலான குழந்தைகளும் உடல் ஊனத்துடனே பிறக்கின்றன. ஜுஹாபுராவில் இப்போது 4,00,000 க்கும் மேற்பட்ட முஸ்லிம்கள் வசிக்கின்றனர் - ஆசியாவிலேயே மிகப்பெரிய கெற்றோ என்ற பெருமையுடன்

(Ghetto - நகரில் யூதர்கள் அதிகம் வசிக்கும் பகுதி)

பிரிவினைச்சுவர்

கிழக்கு அஹமதாபாத்தின் வட்வாவில் சுவரால் பிரிக்கப்பட்ட மக்தும் நகரும் தர்மபூமி சொசைட்டியும் இரண்டு வேறுபட்ட நிலைகளின் நினைவுச் சின்னங்கள். பரிதாபகரமான நிலையில் வறண்டு கருகிக் கிடக்கிறது மக்தும் நகர். அதனோடு ஒப்பிட்டால், தர்மபூமி சொசைட்டி சொர்க்கம் போன்றது. மக்தும்நகர், அழுக்குகளும் குப்பைகளும் சாக்கடை நீரும் கூடிக்கலந்த சதுப்பு நிலம். சிறு பிராணிகளும் ஈக்களும் கொசுக்களும் பறந்துகொண்டே இருக்கின்றன. கழிவுநீர் வெளியேறும் வசதிகள் இல்லாததால் சுற்றுப்புறங்களில் சகிக்க முடியாத நாற்றம். குடிதண்ணீர் இல்லை. குப்பைகளை அகற்ற எப்போதாவது வரும் நகராட்சி பணியாளர்கள்... ஆனால் அனைத்துவித வசதிகளுடனும், உயர்ந்த பொருளாதாரப் பின்புலத்துடனும் காணப்படுகிறது தர்மபூமி சொசைட்டி. மும்தாஜ் நகருக்கு 1998இல் மக்கள் பாதுகாப்பு தேடி வந்தார்கள். அவர்களுக்காக ஒதுக்கப்பட்ட இடம், ஆறு வருடத்திற்குள் பொதுப் பயன்பாட்டுக்கு மட்டுமென நகராட்சி மறு உத்தரவிட்டது. அத்துடன் காலனி, அதிகார வரம்பிற்கு அப்பாற்பட்டதானது. பாஜக ஆதரவுடன் அஹமதாபாத் நகரின் பல பகுதிகளிலும் பணம் படைத்த இந்துக்களால் கட்டப்பட்ட அதிகாரபூர்வமற்ற கட்டங்களைப் பார்த்து யாரும் நெற்றி சுளிப்பதில்லை. இத்தகைய சிறியதும் பெரியதுமான ஐந்து லட்சம் கட்டங்களில் பெரும்பாலானவற்றுக்கு, முக்கியமாக மோடி ஆதரவுள்ள இந்துக்கள் வசிக்கும் பகுதிகளில் அங்கீகாரம் கொடுத்திருக்கிறார்கள்.

அலிஃப் நகரில் முஸ்லிம்களின் நிலைமை மிகவும் பரிதாபமானது. ஜுஹாபுராவில் சிறிய சுவர், இரண்டுவித வாழ்க்கை முறைக்கு சாட்சியாக இருக்கிறது. ஒரு புறத்தில் அழகிய மாட மாளிகைகள். அருகிலேயே

மறுபுறத்தில் ஓலைக் குடிசைகள். ஒரே எல்லையின் கண்ணாடியில் பிரதிபலிக்கும் இரு வேறுபட்ட உலகங்கள். கண்டுகொள்ளப்படாமையின், செல்வச்செழிப்பின் இரு முகங்கள். கென்ஸரோ விவா, நைஜீரியாவைப் பற்றி எழுதியிருப்பதைப்போல, ஒரு நாள் வாழ்விற்காக பலமுறை இறப்பவர்கள் ஜுஹாபுரியின் முஸ்லிம்கள். ஒருவரையொருவர் விரும்பாதவர்களும் இணைந்து வாழ்வது எப்படியென்று சூசகமாக உணர்த்துகிறதென பழைய டமாஸ்கஸ் நகரம் பற்றிச் சொல்வார்கள். அஹமதாபாத்திற்கு அது வழிகாட்டவில்லையென்பது உண்மை.

எத்தியோப்பியாவில் விசாலமான பாலைவனத்தைக் கரும்புத் தோட்டங்களாக்கி, அதன் பாசனத்திற்காக அவாஷ் நதி சுவர்கட்டி திருப்பிவிடப்பட்டிருந்தது. குஜராத்தில் மதச்சுவர்களில் துவேஷத்தின் முட்கள் ஒட்டப்பட்டிருப்பதைக் காணலாம். 'மாதிரி' சேரியின் அனைத்து பலவீனங்களையும் காயங்களையும், ஊனங்களையும் குஜராத்தில் நன்றாகக் காணமுடிகிறது. தனிமனிதர்களும் சமூகமும், அனைத்து உரிமைகளிலிருந்தும், வாய்ப்புகளிலிருந்தும், பலவிதச் சலுகைகளிலிருந்தும் விரட்டியடிக்கப்பட்டனர். நீதிக்குப் புறம்பான பார்வைகளும் தனிமைப்படுத்தப்பட்டு ஒதுக்கப்பட்டு வாழ்க்கைத் தரத்தைப் படுகுழியில் தள்ளியிருக்கின்றன. சமூகமயமான வெளியேற்றலின் ஆபத்தான காட்சிகள் சேரிகள் என்று ரெய்மண்ட் ஜெ ஸ்ட்ருயக்கின் அவதானிப்பு, (Slums the ultimate urban exclusion) சரியென நூறுமுறை சொல்கின்றன அஹமதாபாத்தும் பிற குஜராத் நகரங்களும். தீர்க்கமுடியாத பிரச்சனைகள், அங்கேயுள்ள மக்களின் திறனை மிகவும் பாதித்திருக்கிறது. ஐ.நா.சபை பொருட்படுத்தப்பட வேண்டியதாகக் குறிப்பிட்ட அகதிகளுக்கான வரையறைகள் ஐந்தும் மிகவும் சரிதான். சுத்தமான நீர், இருப்பிடம், சுத்திகரிப்பு, வாழ்விடப் பரப்பு, சொத்துரிமை என்ற வரையறைகள் மூலம் அளவிட்டால் நிலைமை பயங்கரமானது. 300 சதுர அடி பரப்பளவு கொண்ட ஒரே அறைதான் பலரது வசிப்பிடம். திரைச்சீலைகளால் மட்டுமே பிரிக்கப்பட்ட சுவர்கள். கழிப்பிடமோ நல்ல தண்ணீரோ இல்லை. இத்தகைய நெருக்கடியான சூழலில் தொற்று வியாதிகள் உட்பட பல நோய்கள் விரைந்து பரவும். தனிமையான

இடங்கள் இல்லாததால் மூத்தவர்களின் பாலியல் உறவுகளுக்கு குழந்தைகள் சாட்சிகளாகின்றனர்.

இவை அபாயகரமான பிரச்சினைகளுக்குக் காரணமாகவு மிருக்கின்றன. அடுப்பிலிருந்து வரும் புகை, அறை முழுவதும் பரவி சுற்றுச்சூழலை நாசப்படுத்துகிறது. வாழத் தகுதியற்ற இடங்கள், ஏற்ற இறக்கங்கள் கொண்ட தரை, குவிக்கப்படும் ஆபத்தான தொழிற்சாலைக் கழிவுகள், பாலங்களுக்கடியிலும், ஓடைகளுக்குள்ளேயும் சாலை ஓரங்களிலும், பள்ளம் தோண்டப்பட்ட இடங்களிலும் வசிக்கும் மக்கள். ஸ்ட்ருக்கின் ஆய்வு, குஜராத்தின் முஸ்லிம் குடியிருப்புப் பகுதிகளின் நிலையை நன்றாகத் திறந்து காட்டுகின்றன. அங்கிருக்கும் மக்களோ இரண்டாம் தரக் குடிமக்கள். எப்போதும் கிழிந்த பாயில் படுக்க வேண்டியவர்கள் என்ற எண்ணம். அந்த எண்ணத்தை விதைக்கும் இண்டர்நெட் இந்துக்கள். அச்சு ஊடகங்களின் ஆசிரியருக்குக் கடிதம் என்ற பகுதிகளில் அவமதிப்பின் பிரளயம். முஸ்லிம்களை, பாகிஸ்தானியர்களுடன் ஒப்புமைப்படுத்தி, ஈசல்களையும், வெட்டுக் கிளிகளையும்போல, எங்கும் பறந்து வருவதாகக் குறிப்பிடுகின்றனர். ‘‘நாங்கள் ஐவர் எங்களுக்கு இருபத்து ஐவர்’’ என்ற நரேந்திர மோடியின் குரல் எங்கும் ஒலிக்கிறது. கௌரவ் யாத்திரைத் தருணத்தில் அக்குரல் நன்கு வெளிப்பட்டது. அதிகக் குழந்தைகளைப் பெற்றுக்கொண்டு முஸ்லிம்கள் வளர்ச்சியின் பலன்களைப் பறித்துக் கொள்வதாகவும் நரேந்திரமோடி குறிப்பிட்டார். பல மனைவிகளைக் கொண்ட முஸ்லிம்கள் உண்மையில் அதிகமில்லை என்பதைப் பல ஆய்வுகளும் தெளிவுபடுத்தியிருக்கின்றன. அஹமதாபாத்தின் பழைய நகரம் உட்பட எட்டு மண்டலங்களை மையமாக்கி நடத்தப்பட்ட ஆய்வும் அவற்றில் ஒன்று.

இணைந்து வாழ்தல் (Living together) என்று பரவலாக அறியப்படும் திருமணம் தவிர்த்த உறவுகள், இந்துக்களிடமும் இருப்பதாகக் கண்டறியப்பட்டுள்ளது. இத்தகைய 29,951 ஒப்பந்தங்கள் காணப்பட்டன. இருந்தும், சொந்த மக்கள் தொகையை வேகமாகப் பெருக்குபவர்களுக்குப் பாடம் கற்றுக் கொடுக்க வேண்டும் என்று மோடி அறைகூவல் விட்டார். 2002 செப்டம்பர் 7-இல் கோவில் நகரமான பைசார்ஜியில் நடைபெற்ற

கூட்டத்தில் மோடியின் அறைகூவல் தொண்டர்களை மிகவும் உற்சாகப்படுத்தியது. பைசார்ஜியின் வளர்ச்சிக்கு 8 கோடி அனுமதித்தேன். காங்கிரஸுக்கு அதில் ஏதாவது பிரச்னையிருந்தால் குழந்தைகளை உற்பத்தி செய்யும் பாக்டரிகளான மறுவாழ்வு மையங்களுக்கு உதவி செய்யட்டும் என்று மோடி குறிப்பிட்டார். சில மறுவாழ்வு மையங்களிலுள்ளவர்களை வலுக்கட்டாயமாக வெளியேற்றி, மறுவாழ்வு மையங்களை மூடவும் முயற்சிகள் நடைபெற்றன. குடிமைப் பொருட்கள் வழங்கப்படுவது நிறுத்தப்பட்டதால் 250 குடும்பங்கள் வசித்துவந்த பெக்ராம்புராவிலும் 1500 பேர் உள்ள கங்ஷோதாவிலுமுள்ள மையங்களில் வசித்தவர்களுக்கு வாழ வழியின்றிப் போனது. மாநிலத்திலேயே மிகவும் பெரிய மையமான ஷா ஆலமில் வசித்தவர்கள், கடுமையான துயரங்களை மையத்தில் அனுபவித்தார்களெனினும் அவர்களுக்கும் வீட்டிற்குச் செல்லத் தைரியமில்லை. நரோதாபாட்யா படுகொலையைத் தொடர்ந்து அங்கே 4500 முஸ்லிம்கள் தங்க வைக்கப்பட்டிருந்தனர். மாநிலத்தில் அமைதிப் புறாக்கள் பறப்பதாக தேர்தல் கமிஷனை நம்ப வைப்பதற்காக மறுவாழ்வு மையங்களை மூடி அகதிகளை வெளியேற்ற முயன்றனர். சிறுபான்மையினருக்கு நம்பிக்கையை மீண்டும் ஏற்படுத்தத் திட்டங்கள் தீட்டப்பட்டுச் செயல்படுத்தப்படுவதாகத் தற்பெருமை பேசும் மோடி, வழிபாட்டு மையங்களிடம் கூட கருணை காட்டவில்லை. படுகொலை நிகழ்வுகளின் மறைவில் எண்பதிற்கும் மேற்பட்ட மசூதிகள் தரைமட்டமாக்கப்பட்டதில், பிரபல தர்காக்களும் அடக்கம். 17-ம் நூற்றாண்டில் சூஃபி கவிஞர் ஹஸ்ரத் வாலியின் நினைவாகக் கட்டப்பட்ட தர்காவும் தகர்க்கப்பட்டது. அதை மறுகட்டமைக்க நடைபெற்ற முயற்சிகளைக் கோபத்துடன் முறியடித்தார் மோடி. தடையுத்தரவு நடைமுறையில் இருப்பதாகக் காவல்துறையினரும் தடுத்தனர்.

கலவரங்கள்

1998 ஜூலை, ஆகஸ்ட் மாதங்களில் கலாச்சாரக் காவலர்கள் என்கிற முகமூடியுடன் சங்பரிவார் பல கலவரங்களை நிகழ்த்தியது.

ஜுஹாபுராவிலிருந்து 200 குடும்பங்களை விரட்டியடித்துக் கொண்டு அது துவங்கியது. வெளியிலிருந்து வந்த குண்டர்களும் உள்ளூர் காவலர்களும் சேர்ந்து பயமுறுத்தி அவர்களைத் துரத்தினர். வகுப்புவாத விரோதம்தான் அதற்குக் காரணமெனினும் அவை போன்றவற்றைச் சாதாரணச் சட்டம் ஒழுங்குப் பிரச்சினைகளாகவே அரசு இயந்திரங்கள் எளிமைப்படுத்தின. அழகிப் போட்டிகளுக்கும், கல்லூரி வளாக நிகழ்ச்சிகளுக்கும் எதிராகவும் வன்முறை படர்ந்தது. மடோனா வேண்டாம், ஜான்ஸிராணி போதும் என்று முழங்கிக்கொண்டு அது அரங்கேற்றப்பட்டது. காதலர்கள் ஓட்டம் என்ற பெயரில் ராதிக்பூர் கிராமத்தில் ஐம்பது குடும்பங்கள் விரட்டப்பட்டனர். இத்தகைய ஒரு நிகழ்வின் பெயரில் வடோதராவில் சிறுபான்மையினருக்கு எதிராக பொருளாதாரத் தடையும் ஏற்படுத்தப்பட்டது. பக்ரீத்தின்போது இறைச்சிக்காக விலங்குகளைக் கொல்லக்கூடாது என்று மிரட்டப்பட்டனர்.

அதற்கு முன்பும் கிறித்துவர்களுக்கு எதிராகவும் விஷம் தோய்ந்த பிரச்சாரங்கள் அவிழ்த்து விடப்பட்டிருந்தன. 2000 செப்டம்பரில் நடந்த பஞ்சாயத்துத் தேர்தலில் தோற்ற பின்பு, பாஜக அதை அரங்கேற்றியது. பாரத் ஜாக்ரதா மோர்ச்சா, பைபிளையும், யேசுகிறித்துவையும் விமர்சித்து சிறு பிரசுரங்களை வெளியிட்டது. மிஷினரிகளின் வாய்ஜாலங்களில் வீழ்ந்து விடாமலிருக்குமாறு சன்ஸ்க்ருதி ரக்ஷாசமிதி முன்னறிவிப்பு வெளியிட்டது. இந்த இருவித பிரசுரங்களும் பல பிஷப்புகளுக்கு அஞ்சலில் அனுப்பப்பட்டன. இந்தியாவைக் கிறித்துவ நாடாக மாற்றுவதற்கான முயற்சிகள், அனைத்துப் பகுதிகளிலும் இயல்பு வாழ்க்கையைப் பாதிப்பதாக பிரச்சாரங்கள் வெளியிடப்பட்டன. பைபிள் ஒரு கற்கால நூல் என்று சார்லஸ் ஸ்மித் Bible in the balance என்ற நூலில் குறிப்பிடப்பட்டிருப்பதாகவும் பிரச்சாரம் செய்தது. அத்தகைய ஒரு நூலே இல்லை என்பதே உண்மை. காவலர்கள் கிறித்துவர்களுக்கிடையில் நடத்திய சர்வேக்களைப் பற்றியும் புகார்கள் எழுந்தன. குடும்பம், வேலை, வெளிநாட்டுப் பொருளாதார உதவி பற்றிய கேள்விகள் அந்த சர்வேக்களில் கேட்கப்பட்டன. அஹமதாபாத், பனஸ்கந்தரகட்ச், சபர் கந்தா ஆகிய வட்டங்களில் வீடுகளுக்குச் சென்றும் விசாரிக்கப்பட்டார்கள். சிலர்

காவல் நிலையத்திற்கு வரவழைக்கப்பட்டும் விசாரிக்கப்பட்டனர். 1998-இல் டாங்ஸ் வட்டத்தில் சர்ச்சுகள் தீக்கிரையாக்கப்பட்டதற்கு நிகரான சம்பவங்கள் நடைபெற்றன. 1999 ஜூலையில் ராஜ்கோட்டில் ஒரு கல்விக்கூடத்தில் பைபிள் தீயிட்டுக் கொளுத்தப்பட்டது. மாணவர்களை கிறித்துவ மதத்திற்கு மதமாற்ற முயற்சிகள் நடந்ததாகப் பொய்க் குற்றம் சாட்டி அந்தக் காட்டுமிராண்டித்தனம் நியாயப் படுத்தப்பட்டது. பிணங்களிடமும் கருணை காட்டப்படவில்லை. கல்லறைகள் அடித்து நொறுக்கப்பட்டுப் பிணங்கள் வெளியே வீசப்பட்ட நிகழ்வுகளும் நடைபெற்றன.

இத்தகைய சகிப்பின்மைகளின் அனல் காற்றிற்கு இடையிலும் ஒரு நூற்றாண்டுக்கும் மேலாக வெளிவரும் ‘கத்தோலிக்’ மாத இதழ் என்னை அதிசயிக்க வைத்தது. 1911 ஜனவரியில் துவக்கப்பட்ட ‘தூது’ ஒரு மாதமும் முடங்காமல் வெளிவருவது அதன் முக்கியத்துவத்தைக் காட்டுகிறது. அது நூற்றாண்டு கடந்த இரண்டாவது குஜராத்தி மாத இதழ். 1852-இல் துவக்கப்பட்ட ‘புத்தி பிரகாஷ்’ முதல் மாத இதழ். பெண்கல்விக்கு மிகவும் முக்கியத்துவம் கொடுத்த அந்த ஹிந்தி மாத இதழின் முதல் ஆசிரியர் முன்ஷி சதாசுக்லால் என்பவர். அவருக்குப் பின் கவிஞர் வசன் சுதா. ஹரிச்சந்திர சந்திரிகா, பால போதினி ஆகிய மாத இதழ்களும், பெண்களை கல்விப் படிக்கட்டில் ஏற்ற முயற்சித்தன. உருது எழுத்தாளர் நசீர் அஹமது, ‘மிராத் உல்ல உரூஸ்’ (1869) என்ற நாவலில் பெண்கல்வியை வலியுறுத்தி எழுதியுள்ளார்.

மூன்று லட்சம் கிறித்துவர்கள் மட்டுமேயுள்ள குஜராத்தில் தூது, 10,000-க்கும் மேற்பட்ட பிரதிகள் விற்பனையாவது சாதாரண விஷயமல்ல. பிற மதத்தினரான சமூக சேவகர்களும், எழுத்தாளர்களும், கவிஞர்களும் தங்கள் படைப்புகளை அதற்கு வழங்கிவருவது நம்பிக்கையளிக்கும் முன்னுதாரணம். பெண்கள் தினம், சர்வமத சமப் பார்வை, காந்தியின் மீது ஏசுவின் செல்வாக்கு, கிறித்து திரைப்படங்கள், ஜாதி அமைப்பின் தீமை, மனித உரிமைகள் போன்றவற்றைப் பற்றிய படைப்புகளும் இடம் பெறுகின்றன. தூது ஒரு நூற்றாண்டு நிறைவடைந்ததை ஒட்டி 2011 ஜனவரி 16 அன்று இந்தியத் தபால் துறை சிறப்பு அஞ்சல்தலை வெளியிட்டு ஆதரவளித்தது. சமூக மாற்றத்தில், ‘தூது’ வகித்த சிறப்பான பங்களிப்புகளை அங்கீகரிப்பதாக இருந்தது அந்த அஞ்சல்தலை வெளியீடு. கிராமப்புற குஜராத்தில், செய்தித் தொடர்பு வசதிகள் சிறிதும் இல்லாதிருந்த காலகட்டத்தில் அது ஒற்றுமையின் தூதுவனாகவும் செயல்பட்டது. அன்பு, கருணை, நீதி, அமைதி துவங்கிய மூலகங்களைக் கைவிடாமல் காத்தது தூது. ஜெஸ்யூட் மிஷினரி ஃபாதர் ஹெர்மானஸ் சுர்ஹௌஸன் துவங்கிய தூது இதழுக்கு அமெரிக்கா, பிரிட்டன் போன்ற இடங்களிலும் மும்பையிலும் சந்தாதாரர்கள் உள்ளனர்.

சலவைத் தூளிலிருந்து பல்கலைக் கழகத்துக்கு

'சோகத்தைக் கலையாக மாற்றுவதே படைப்பு' என அஹமதாபாத்தில் எக்ஸ்ப்ளோரா வடிவமைப்பு வளாகத்தில் பொறிக்கப்பட்டிருந்ததைப் பார்த்தேன். அவ்வாசகம் எழுதப்பட்ட பழமையான சுவரைப் போலவே குஜராத்தின் கலையும் கல்வியுமெல்லாம் கவர்ச்சியற்றதாக இருக்கிறது. தாக்கும் திறனோ, வெடிக்கும் திறனோ, உணர்த்தும் திறனோ, சிந்திக்கும் திறனோ இல்லாமல் பெயரளவில் இயங்கும் அவை வணிகமயமாக்கம் மற்றும் நுகர்வோரின் விளைநிலங்களாகச் சுருங்கியிருக்கின்றன. வலிமையுள்ளவன் வெல்வான் என்னும் சமூக டார்வினியத்தின் மகத்துவத்தைத் தவிர்த்து எவ்வித அசைவுமில்லை. மக்கள் நுகர்வோர் மட்டுமே. கனாடாவின் தொலைக்காட்சி மற்றும் வானொலி ஊடகவியலாளர் கரோல் ஓஃப் ஒருமுறை கூறியது போல, ஒரு நுகர்வோன் என்ற நிலையில் நீங்கள் அனுபவிக்கும் அதிகாரத்தைவிட எவ்வளவோ மேம்பட்டது குடிமகன் என்ற நிலையில் உங்களுக்குள்ள உரிமை என்பதை நினைவுறுத்த அங்கே யாரையும் எதிர்பார்க்க இயலாமலிருக்கிறது. கனடா நாட்டு ராணுவத்தைக் குறித்து எழுதிய தி லயன், தி ஃபோக்ஸ், தி ஈகிள், அந்நாட்டின் ரகசியப் போர்களைக் குறித்து விவரிக்கும் தி கோஸ்ட் ஆஃப் மெடாக் போக்கட், coco cola-வின் சந்தை

ஏகாதிபத்தியத்தையும் ஏமாற்றையும் மனித உரிமை மீறலையும் வெளிக் கொணர்ந்த கசக்கும் சாக்லெட் (Bitter Chocolate) போன்ற நூல்களும் அவரது படைப்புகளாகும்.

ஃப்ரென்ச் - கனேடிய செய்தியாளர் கய் ஆண்ட்ரே கீஃபரை கடத்திச் சென்று கொன்ற மாஃபியா குற்றவாளிகளையும் கரோல் சுட்டிக் காட்டினார். கசந்து போன இனிப்புகள் என்ற தலைப்பில் அவர் எழுதிய ஆய்வுத் தொடரின் முரண்பாட்டின் (Oxymoron) தேய்ந்த வகுப்பறை உதாரணம் மட்டுமே குஜராத். கல்வியையோ, வீரத்தையோ, திறனையோ கூட பங்கிட இயலாத நிலையில் வலுவற்றுக் கிடக்கின்றன கல்விப்புலங்கள். விவாதங்கள் மட்டுமல்ல, உரையாடல்களும் நலம் விசாரிப்புகளும் கல்விக்கூட வளாகங்களில் வற்றி வறண்டிருக்கின்றன. 1980களுக்குப் பின்னர் பொது வெளி சுருங்கி வந்ததன் விளைவு இது என்று காந்தியச் சிந்தனையாளரும் எழுத்தாளருமான சந்தீப் சுக்ருத் தெரிவிக்கிறார். இலக்கியம், பல்கலைக் கழகங்கள், கருத்தரங்குகள், நாளிதழ்கள், வார, மாத இதழ்கள், ஊடகங்கள், திரைப்படங்கள் அனைத்திலும் சாரமற்ற உள்ளடக்கங்களே நிறைந்திருக்கின்றன. விவாதங்களின் முக்கியத் தேவையான பல்நோக்குத் திறன் துடைத்தெறியப்பட்டிருக்கிறது. ‘தீயவர்களின் குருரமும் அடக்குமுறையுமல்ல மாபெரும் வீழ்ச்சி; அதைக் கண்டு கொண்டிருக்கும் நல்லவர்களின் மௌனம்தான்’ என்ற மார்ட்டின் லூதர்கிங் ஜூனியரின் வாக்குகள் நினைவுக்கு வருகின்றன.

ஆரம்பக் கல்வி நிலையங்களும், உயர் கல்வித் துறைகளும் சமூக விரோதிகளின் மேய்ச்சல் நிலங்களாகிவிட்டன. மத்தியதர வர்க்கத்தினரின் நுகர்வுப் பண்பாட்டை மட்டும் திருப்திப்படுத்துவதே அறிவு எனச் சுருங்கிவிட்டது. சமூக, அறிவியல் துறைகளில் ஆய்வுகளும். பாடத்திட்டங்களும், தேடல்களும், படைப்புகளும் எல்லாம் இந்தப் பிரிவினரின் பேராசையைச் சீராட்டிக் கொண்டிருக்கின்றன. 2002-இன் கொடூர இனப் படுகொலை பற்றி மாணவ சமுதாயம் கேள்விப்படாதது போலத் தோன்றுகிறது. படுகொலை நிகழ்வுகளால் உழப்பட்ட மண்ணையும் மனிதரையும் அவர்கள் கனவில்கூடப் பொருட்படுத் துவதில்லை. காவிப்படை அவிழ்த்துவிட்ட துவேஷத்தின்

மிருகத்தனத்தைப் பற்றியோ இந்து முஸ்லிம் சகோதரத்துவத்தின் தேவையைப் பற்றியோ பல்கலைக் கழகங்களிலும் கல்லூரிகளிலும் ஒரு கருந்தரங்கும் நடத்தப்படவில்லையென டாக்டர். சௌராங் ஜானி அதிர்ச்சியுடன் குறிப்பிட்டார். சமூக, அறிவியல் துறைகளில் முனைவர் பட்டம் பெற்றவர்களிடம், நேர்காணலின் போது கேட்கப்படும் பல கேள்விகளும், அவர்களைக் கிண்டலும் கேலியும் செய்யும் தரத்திலிருக்கின்றன. ஆசிரியர் பணி, விருப்பமற்றதாகவும், பயனற்றதாகவும் மாறியிருக்கிறது. விருப்பத்துடன் வருபவர்களிடம், நேர்காணல் குழுவினர், பெரும்பான்மையின மைய நீரோட்டத்துடன் இசைந்து செல்லுமாறு அறிவுறுத்துகின்றனர். மைய நீரோட்டம் என்றால் சேவையைக் கைவிட்டு, தொழிலுக்கு முக்கியத்துவம் அளிப்பது. அனைவரும் சரிசமமாகத் தங்கள் மூலதனத்திற்கான லாபத்தைத் தேடுவது (Equity)பங்குச் சந்தையில்தான்.

காவிமயமாக்கலின் தேரோட்டங்கள்

கால் நூற்றாண்டாக குஜராத்தின் கல்வித்துறையில் காவிமயமாக்கலின் தேர் ஓடுகிறது. ஆர்.எஸ்.எஸ். கிளைகள், சரஸ்வதி குழந்தைக் காப்பகங்கள் மற்றும் ஓராசிரியர் பள்ளிகளின் மூலமாக இந்துத்துவ அரசியலுக்கு அடித்தளம் அமைக்கப்படுகின்றன. முதன்மையான கலாச்சாரக் கல்வி நிறுவனங்களின் தலைமைப் பொறுப்பிற்கு மூத்த கரசேவகர்கள் நியமிக்கப்படுகின்றனர். குஜராத் பயணத்திற்கிடையில் கண்ட ஒரு பத்திரிகைச் செய்தி அதற்கு பெரிய ஆதாரமாகும். விர் நர்மத் சௌத் குஜராத் பல்கலைக்கழகத் துணை வேந்தராக தக்ஷேஷ் தாக்கூருக்கு மறுமுறையும் வாய்ப்பு வழங்கப்பட்டதைக் காவிமயத்திற்கு ஆதரவான ஊடகங்களால் கூட சகித்துக் கொள்ள இயலவில்லை. பி.ஜே.பி. தலைமையுடனான உறவை மட்டுமே கவனத்தில் கொண்டு அவர் மறுநியமனம் செய்யப்பட்டார். மலையாளத்தில் மொழிபெயர்க்கப்பட்ட நரேந்திர மோடியின் வாழ்க்கை வரலாற்று நூல் வெளியீட்டு விழாவைக் காணச் சென்றபோது, திடுக்கிடல் மட்டுமே துணையாக இருந்தது. ஹரித்துவார் மித்ரா மண்டல் சாரிட்டபிள் டிரஸ்ட் நிகழ்ச்சிக்கு ஏற்பாடு செய்திருந்தது. பி.ஜே.பி.யின் முன்னாள் மாநிலத் தலைவர் உட்பட பலரும்

பங்கேற்ற அந்நிகழ்வின் முக்கிய விருந்தினர் குஜராத் சங்கீத நாடக அகாதமி தலைவர் யோகேஷ் கத்வி. உருவமும், உடல் மொழியும் ஆடை அணிகலன்களுமெல்லாம் தேர்ந்த கலைஞனை நினைவு படுத்துவதாக இருந்தன. ஆனால் உரையாற்றத் தொடங்கியவுடன் மறைத்து வைக்கப்பட்ட செந்நாயின் முகம் வெளியே வந்துவிட்டது. பஜ்ரங்தள் மாநாட்டின் உரையைப் போல மதவெறி நிறைந்திருந்தது. இந்துத்துவ முழக்கங்களைக் கையுயர்த்தி பெருங்குரலில் கோஷமிட்டு அவர்தன் உரையை முடித்தார்.

முந்நூற்று நாற்பது சதுர அடி பரப்பளவுள்ள பாபர் மசூதியின் ஒரு கோபுரம் தகர்க்க பத்து கரசேவகர்களுக்கு ஆறுமணி நேரம் ஆனதென்றால் பதினைந்து பேருக்கு எத்தனை மணி நேரம் வேண்டும்? ஆர்.எஸ்.எஸ். நடத்தும் ஒரு கல்விக் கூடத்தில் ஒரு கணிதப்பாடத்தில் கேட்கப்பட்ட மேற்கண்ட கேள்வியைப் பலராலும் நம்ப முடியவில்லை. இரண்டு வகையான எறும்புகள் உண்டென்றும் சிவப்பு நிற எறும்பு கடிக்குமென்றும் அவை முஸ்லிம்களென்றும் கடிக்காத கறுப்பு எறும்புகள் இந்துக்களென்றும் கற்றுக் கொடுக்கும் அறிவியல் பாடமும் இடம் பெற்றிருந்தது. அந்நிலைக்கு இப்போது கூட மாற்றம் ஏற்படவில்லையென்றே எனது பயணம் உணர்த்தியது.

பாடப்புத்தகத்தில் தவறுகளும் முட்டாள்தனங்களும், தவறான விளக்கங்களும் அரைகுறைத்தனமும் மட்டுமல்ல, வேண்டுமென்றே திட்டமிட்டு உருவாக்கப்பட்ட பிற்போக்குத்தனமான பாடங்களும் காணப்பட்டன. அதைப் பற்றிய தகவல் சேகரிக்கச் சென்ற பத்திரிகையாளர் தர்சன் தேசாயுடனான உரையாடல் சில உண்மைகளை வெளிப்படுத்தியது. 2014 பிப்ரவரி 26-இல் வெளியான தி இந்துவிலும் ஜூன் 4-இல் வெளியான மெயில் டுடேயிலும் அவர் விரிவான கட்டுரைகளை எழுதியுள்ளார். தவறுகளின் பயங்கரம் என்று அவர் அதை விவரித்துள்ளார். குருட்டுத்தனமான தவறுகளின் சேர்க்கை என்று குறிப்பிடும்படியான மாபெரும் அபத்தங்கள் பாடப்புத்தகங்களில் இடம்பெற்றுள்ளன. மகாத்மா காந்தி கொல்லப்பட்டது 1948 அக்டோபர் 30-இல். இரண்டாம் உலகப் போரில் ஜப்பான், அமெரிக்காவின் மீது அணு

ஆயுதம் பிரயோகித்தது. பிரிவினைக்குப் பின்னர் இந்துகுஷ் மலைத் தொடரில் கைபர் கணவாயைத் தலைநகராகக் கொண்டு இஸ்லாமிய இஸ்லாமாபாத் என்ற பெயரில் புதிய நாடு உருவானது. அனைத்து தென்னிந்தியரும் ‘மதராஸி’கள் போன்ற பைத்தியக்காரத்தனமான உளறல்கள் அல்ல; உயர்நிலைப் பள்ளிகளில் சமூக அறிவியல் பாடப்புத்தகங்களின் பாடப் பகுதிகள் இவை. பல முனைகளிலிருந்தும் புகார்கள் வந்தவுடன், ‘ரங்கா குழு’ அமைக்கப்பட்டதெனினும் அந்தப் பாடப் பகுதிகள் அதே போன்று தொடர்ந்தன. மொழி மாற்றத்தின் போது இயல்பாக நேர்ந்த சிறு தவறுகள் அவையென்று அதிகார பூர்வமான விளக்கமும் அளிக்கப்பட்டன. ஏழாம் வகுப்பு பாடப்புத்தகத்தில் பூரி ரத யாத்திரை, தென்னிந்திய உற்சவங்களுக்கு இணையானது எனக் குறிப்பிடப்பட்டுள்ளது. கேரளத்தில் ஓணம், தீபாவளி, தமிழ்நாட்டில் பரத நாட்டியம், ஆந்திரப் பிரதேசத்தில் குச்சுப்புடி போன்றவற்றைப் போல மேன்மையானதாம் ரத யாத்திரை. கிழக்கு இந்தியாவில் மக்கள் மரமும் மூங்கில்களும் கொண்டு கட்டப்பட்ட வீடுகளில் வசிப்பதாகவும் அவர்கள் கணுக்காலுக்கு மேலாக ஆடை அணிவது அவ்விடங்களில் அதிகமான மழை இருப்பதாலுமென்று கற்றுக் கொடுக்கப்படுகிறது. 6-ம் வகுப்பினருக்கு அதைவிட மோசமான விபரங்கள் உட்படுத்தப் பட்டிருக்கிறது. இந்திய மண்ணில் பல பகுதிகளிலும் மனிதர்களுக்கு முன்பாக கோதுமை தானே சுயமாகத் தோன்றியது. அதைப் பாதுகாத்து வைத்து உணவாகப் பயன்படுத்தினர். சிலமுறை அவர்கள் ஒன்று கூடினர். அவ்வாறு சோஷலிஸம் அவர்களை நெருங்கி வந்தது. பூமியின் வடிவத்தைப் பற்றியும் முட்டாள்தனமான விளக்கங்கள் கொடுக்கப் பட்டுள்ளன. மூன்றரை நூற்றாண்டுகள் நீண்ட முகம்மதிய அரசுகளைப் பற்றிய விபரங்கள் நல்க Gujarath state board for school text books (GSBST)-இன் பாடத்திட்டத்திற்கு கொஞ்சம்கூட விருப்பமில்லை. அந்தக் காலகட்டம் ஒரே ஒரு பாராவில் சுருக்கப்பட்டிருக்கிறது. குஜராத், தேசிய பாடத்திட்டம் 2005-ஐ எப்போதும் நடைமுறைப்படுத்தாத ஒரு மாநிலம்.

பாடப்புத்தகங்களில் அறிந்தே செய்யும் இத்தகைய தவறுகள் முழுவதும் சமூக நல்லிணக்கத்தைத் தகர்ப்பதையும் மதவெறியை

வளர்ப்பதையும் நோக்கமாகக் கொண்டிருக்கின்றன. 1999 முதல் வெளிவந்த சில செய்திகளைக் கவனத்தில் கொள்ள வேண்டியதாக உள்ளது. 9-ம் வகுப்பின் சமூக அறிவியல் பாடப் புத்தகத்தில், முஸ்லிம்களும் கிறித்துவர்களும் பார்ஸிகளும் வெளிநாட்டினர் ஆவர் எனக் குறிப்பிடப்பட்டிருக்கிறது. நாட்டின் சிக்கல்களும் தீர்க்கும் முறைகளும் என்ற பாடத்தின் துவக்கத்தில்தான் இந்த மூன்று மதப்பிரிவினரும் வெளிநாட்டவர்களாக முத்திரை குத்தப்பட்டிருக் கின்றனர். இந்தியாவின் பல மாநிலங்களிலும் இந்துக்கள் சிறுபான்மையினத்தவர் என்றும் குறிப்பிடப்பட்டிருக்கிறது. பிஷப்புகளிடம் அதிகாரமும் செல்வமும் குவிந்திருப்பது கிறித்துவ மதத்தில் சிக்கல்களுக்குக் காரணமாகச் சுட்டிக் காட்டப்படுகிறது. 10-ம் வகுப்பு வரலாறு பாடப் புத்தகத்திலோ, முற்கால இந்தியாவின் வாழ்க்கை, வேதகாலத்திலிருந்து துவங்குகிறது என்று குறிப்பிடப்பட்டிருக்கிறது. அதற்கு முன்பு நாகரிகமோ, பண்பாடோ நிலைபெற்றிருக்க வில்லையென்றும் குறிப்பிடப்பட்டுள்ளது. இதைப் போலவும், இதை ஒட்டியும் உயர் கல்வியிலும் குஜராத்தில், சங்பரிவார் பிரச்சாரங்களைத் துவக்கியிருக்கிறது. நாளந்தா பல்கலைக் கழகத்தைத் தகர்த்தது பக்தியார் கில்ஜி என்ற அருண் ஷோரியின் வாதத்தை அப்படியே ஏற்றுக்கொண்டு பொய்கள் பரப்பப்படுகின்றன. இரண்டு 'திர்த்திக' (புத்த மதத்தினர் இந்துக்களைக் குறிப்பிடப் பயன்படுத்திய சொல்) யாசகர்களின் அபத்தமே தீ பற்றியதற்குக் காரணம் என்று வரலாற்றறிஞர் டி. என். ஜா ஆதாரங்களுடன் நிரூபித்தது காவி ஆதரவாளர்களுக்கு உடன் பாடானதாக இருக்கவில்லை. அக்காலத்தில் பிராமணர்களுக்கும் புத்தமதத்தினர்களுக்குமிடையில் கடும் கருத்து வேறுபாடுகளும் மோதல்களும் இருந்ததாகவும் அவர் கண்டடைந்துள்ளார்.

GSBST பிரசுரித்த தினாநாத் பத்ரேவின் 'தேஜோமய் பாரத' உட்பட ஆறு புத்தகங்கள், பொய்களால் நிறைக்கப்பட்டுள்ளன. காவிப்படையின், கல்வி அமைப்பான சிக்ஷா பச்சாவோ அந்தோலனின் தலைவரான அவரது புத்தகங்கள் துவக்கப்பள்ளி முதல் மேல் நிலைப்பள்ளி வரை மாணவர்கள் கட்டாயமாக படிக்கவேண்டியவற்றின் பட்டியலில்

உட்படுத்தப்பட்டிருக்கிறது. மரபியல் ஆராய்ச்சிக்கு (Genetic Science) அடிப்படை மகாபாரதம் என்று குறிப்பிடப்பட்டிருக்கிறது. மேலும் சிற்றுந்து (Car), தொலைக்காட்சிப் பெட்டி போன்ற எலக்ட்ரானிக் கருவிகளைக் கண்டுபிடித்தவர்கள் இந்திய சந்நியாசிகள் என்பதுவரை முட்டாள்தனமான வாதங்களால் நிறைக்கப்பட்ட அந்தப் புத்தகங்கள் அதன் விவரணைகளிலும் மூடத்தனத்தைப் பறைசாற்றுகிறது. காந்தாரியின் வயிற்றில் இருந்து வெளிவந்த மாமிசப்பிண்டம், நூறு துண்டுகளாக்கப்பட்டு குடங்களில் பாதுக்காக்கப்பட்டது என்ற மகாபாரத உபகதைதான் மரபியல் ஆராய்ச்சிக்கு அடிப்படை என்று பத்ரா அதில் குறிப்பிடுகிறார். இதிலிருந்து உந்தப்பட்டு, இந்தியாவைச் சார்ந்த டாக்டர். பாலகிருஷ்ணா, அதைப்பற்றி ஆய்வு நடத்தியதாகவும் புத்தகம் குறிப்பிடுகிறது. அந்த ஆய்வை, பின்னர் அமெரிக்கா அபகரித்ததாகவும் சொந்தம் கொண்டாடுவதாகவும் வாதிக்கிறார். வேதகாலத்தில் நடைமுறையில் இருந்த வாகனம் சிற்றுந்து (car) என்றும் அது அப்போது அஸ்வரதம் என்ற பெயரில் அழைக்கப்பட்டதாகவும் இதைப்பற்றி ரிக் வேதத்தில் குறிப்பிடப்பட்டுள்ளதாகவும் பத்ரா வாதிக்கிறார். தொலைக்காட்சிப் பெட்டி கண்டுபிடித்தது முனிவர்களின் மாயக்காட்சி என்றும் குறிப்பிடப்பட்டுள்ளது. நம் நாட்டை இந்தியா என்று அழைக்கக்கூடாதென அறிவுறுத்தும் பத்ரா, பாரத பூமியை சூத்திரர்களைப் போல இந்தியா என்று அழைப்பது அவமானகரமானது என்றும் எழுதியுள்ளார். புண்ணிய மதத்திற்காக ஆத்ம தியாகத்தையும், சுய மரணத்தையும் போற்றும் அவர் பிற மதத்தினரை பிரச்சினைகளுக்குக் காரணமானவர்கள் என்றும் விவரிக்கிறார்.

வித்யாபாரதியின் முன்னாள் தலைவரும் காந்திநகர் சிறுவர் பல்கலைக்கழகத் துணை வேந்தருமான ஹர்ஷத் ஷாவை ஆலோசனைக் குழு உறுப்பினராகக் கொண்டு வெளிவரும் இத்தகைய பாடப் புத்தகங்களில் நரேந்திர மோடியைப் பற்றிய தகவல்களும் கொள்கைகளும் இடம் பெற்றிருக்கின்றன. பண்பாட்டையும் பாரம்பரியத்தையும் பற்றி மாணவர்களுக்கு அறிவும், உணர்வும் ஏற்படுத்துவதற்காக அவை கட்டாயப் பாடமாக்கப்பட்டுள்ளதாக ஷா

குறிப்பிடுகிறார். பென்குவின் வெளியிட்ட வெண்டி டோனிகரின். Hinduism & An Alternative History என்ற புத்தகம், இந்தியாவில் தடைசெய்யப்பட்டதற்கு நன்றி காட்டும் விதமாக பத்ராவின் இத்தகைய குப்பைகள் குஜராத்தில் துணைப்பாடங்களாக்கப்பட்டுள்ளன. மெழுகுவர்த்தி ஏற்றியும், கேக் வெட்டியும் பிறந்தநாளைக் கொண்டாடக்கூடாது என்று கூறும் ஒரு புத்தகம், வித்யாபாரதி வெளியிட்ட பாடல்களை தினமும் மாணவர்கள் பாட வேண்டுமென்றும் குறிப்பிடுகிறது. ஆங்கிலத்தை அகற்றி சமஸ்கிருதத்தை வளர்க்க வேண்டுமென்றும் குறிப்பிடுகிறது. குஜராத்தில் அரசு கல்விக் கூடங்கள் இல்லாமைகளின் எலும்புக் கூடுகளாகக் காட்சியளிக்கின்றன. ஒரு உடலுறுப்பு கூட, முன்னால் நிமிர்ந்து நிற்காதவர்களின் சந்ததியினரின் கடைசிப் புகலிடம். சாலை, வெளிச்சம், சுத்தமான நீர் ஆகியன இல்லாதது மட்டுமல்ல வகுப்பறைகளுக்குள் அடிப்படை வசதிகள் கூட இல்லை. காலாவதியாகிப்போன பாடமுறைகளும் தகுதியற்ற ஆசிரியர்களும் மற்றொரு நரகம். ஏதேனும் ஒரு விதத்தில் தங்கள் குழந்தைகளுக்குக் கல்வி கற்பிக்க முயன்ற பெற்றோர்களெல்லாம் கை விட்டுவிட்ட அரசுப் பள்ளிகளின் சேர்க்கைக் குறைவிற்கு இணையான காட்சி வேறு எந்த மாநிலத்திலும் இல்லை. மேல் நிலைப்பள்ளிகளின் நிலையும் பரிதாபத்திற்குரியதாகவே இருக்கிறது. 'கன்யா கெலாவணி' போன்ற திட்டங்களாலும் பெரிய மாற்றத்தை ஏற்படுத்த இயலவில்லை யென்பதைக் கணக்குகள் காட்டுகின்றன. 10-ஆம் வகுப்பில் இடைநிறுத்தம் 29.5 சதவீதமாகும். பெண்களில் 18.66 சதவிகிதத்தினர் எட்டாம் வகுப்புடன் படிப்பை நிறுத்துகின்றனர். சுற்றுப்பகுதிகளில் மேற்கொண்டு உயர்கல்வி கற்பதற்கான கல்வி நிறுவனங்கள் இல்லாமைதான், இத்தகைய வீழ்ச்சிக்கு முக்கியக் காரணம்.

இடை நிறுத்தத்தைத் தவிர்ப்பதற்காகக் கொண்டு வந்த திட்டமான சாலா பிரவேசன உற்சவமான கன்யா கெலாவாணி, செயல்படுத்தப்பட்ட மாவட்டங்களிலும் இப்போது நிலைமையில் முன்னேற்றமில்லை. குறிப்பாக, கிராமப்புறங்களில். தெற்கு சௌராஷ்புராவிலும் மத்திய குஜராத்திலும் இடைநிறுத்தம் அதிகரித்து வருகிறது. 2006 - 07 காலத்தில்

3.36 சதவிகிதமாக இருந்த இடைநிறுத்தம், 2012 - 13இல் 12.7 சதவிகிதமாக உயர்ந்தது. பூர்வகுடிகளைக் கொண்ட மாவட்டமான டாங்க்ஸில் 1.91லிருந்து 11.7 சதவிகிதமாக உயர்ந்தது. கேகாவில் 1.38லிருந்து 10.45 ஆக உயர்ந்தது. மற்றொரு பூர்வகுடிகளைக் கொண்ட மாவட்டமான பஞ்சமகல்ஸில் இடை நிறுத்தம் இரு மடங்கானது. கிழக்கு ஆசியாவைப் பற்றி 2014 - ஜூனில் உலக வங்கி வெளியிட்ட ஆய்வறிக்கையில், இந்தியக் கல்வித்துறையில் ஏற்பட்ட சில முன்னேற்றங்களை அடிக்கோடிட்டுக் குறிப்பிட்டாலும், குஜராத், பரிதாபகரமான வீழ்ச்சியின் விளிம்பில்தான் இருக்கிறது. இடை நிறுத்தம், பாடத்திட்டங்களின் தரமின்மை, காலாவதியாகிப்போன நிலை, நவீனமயமாக்கும் முயற்சியின்மை, கற்பித்தலில் அறிவியலுக்குப் புறம்பான போக்கு போன்று உலக வங்கிப் பிரதிநிதி பிலிப். ஸி. ஹெளர் சுட்டிக்காட்டிய குறைபாடுகள் எல்லாம் ஒன்றிணைந்து குஜராத்தின் கல்வித்துறையைக் கைப்பற்றியிருக்கின்றன.

மொழியின் மயானம்

அதிகாரபூர்வமானதும் அல்லாததுமான தொடர்ச்சியான கண்டுகொள்ளாமையும், புதிய சமூகநிலைகளும், வணிக எதிர்பார்ப்புகளும் இணைந்து குஜராத்தி மொழிக்கு மெல்ல மெல்ல சவக்கல்லறை ஏற்படுத்தப்படுவது முக்கியமாகக் குறிப்பிட வேண்டியவற்றுள் ஒன்று. பல்வேறு அறிவுத் துறைகளில் பெரும்பாலான அறிஞர்கள் குஜராத்தியில் எழுதுவது கூட இல்லை. இதைப் பற்றிய அலட்சியத்தைக் குறிப்பிடும்போது திருதிப் சுக்ருத்தின் வாக்குகள் சூடேறியிருந்தன. அவரது மென்மையான தன்மை தொடர்ந்த உரையாடல்களில் மாறியிருந்தது. சர்வதேசப் பிரபலமான அரசியல் அறிஞரான ரஜினி கோத்தாரியும் அவரது விமர்சனத்திலிருந்து தப்பவில்லை. Politics in India, Caste in Indian Politics, Rethinking Democracy போன்ற புத்தகங்களை எழுதிய அவர், குஜராத்தியில் குறிப்பிடும்படியாக எதுவும் எழுதவில்லை. பிரபல வேளாண்மை அறிஞர் மேக்நாத் ஜகதீஷ் சந்திர தேசாய், ஜகதீஷ் பகவதி, எம்.எம்.ஷா, சட்ட அறிஞர் உபேந்திர பக்ஸ் போன்றவர்களும் விமர்சிக்கப்பட்டனர்.

குஜராத் இலக்கியத்தின் முகமும், மலர்ச்சியும் எதிர்பார்ப்புகளுக்கு உரித்தானதாக இருக்கவில்லை. குறிப்பிடும்படியான ஒன்றையும் விளைவிக்காத பட்ட மரமாகிப் போனது அது. புதிய மத்தியதர வர்க்கத்தினரின் தீராத ஆசைகளையும் விருப்பங்களையும் மட்டுமே காட்டும் உடைந்து போன கண்ணாடியைப் போல, அதனால் அடிப்படையான அழகியல் விவாதங்களை எதிர்பார்க்க இயலாது. குஜராத்தி முதலாளிகள் பணச்சாக்கு முழுவதையும் பாலிவுட்டில் இறக்கி வைத்ததால், தங்கள் தாய்மொழியான குஜராத்தித் திரைப்படங்களில் கவனமே இல்லாதவர்களாகிப் போனார்கள். இத்தகைய பிற்போக்கின் விகார முத்திரைகள்தான் மேற்கல்வித் துறைகளிலும் காணப்படுகின்றன.

நான் தங்கியிருந்த அடுக்குமாடிக் குடியிருப்பிற்கு அருகிலுள்ள நிர்மா வித்யா விஹார், உற்பத்திச் சரக்குகளைப் போல கல்வியை விற்கிறது. 'Schooling as it should be' என்ற விளம்பர வாசகம் போல், அதன் உரிமையாளர்களும் என்னைத் திடுக்கிடச் செய்தனர். சலவைத்தூள் மூலம் ஆடைகளை வெளுப்பாக்கிய நிர்மா நிறுவனத்திற்கு பள்ளிகளும்,

கல்லூரிகளும் மட்டுமல்ல, அகமதாபாத்தில் Nirma University of Science and Technologyயும் சொந்தமாக உண்டு. குஜராத்தில் மிகவும் பழைமையான தனியார் பல்கலைக்கழகம் அது. கோதாவில் சர்கெஜ் - காந்திநகர் நெடுஞ்சாலைக்கருகில் 125 ஏக்கரில் பரந்து கிடக்கும் வளாகம். இந்தியாவில் தரமான பொறியியல் பல்கலைக்கழகங்களில் ஒன்றாக வணிகச் செய்தி நிறுவனங்களால் புகழப்பட்ட நிர்மாவின் முன்னாள் மாணவர்களில் பிரபலமான பிரணவ் மிஸ்திரியைப் பற்றியும் செய்திகள் இடம்பெற்றன. Think Tank Team-இன் தலைவராகவும் Samsung-இன் ஆய்வுத்துறை துணைத் தலைவராகவும் அவர் இப்போது பணிபுரிகிறார். வடக்கு குஜராத்தில் பவன்பூரில் பிறந்த அவர் 2013 செப்டம்பரில் Samsung Galaxy Gear Smart Watch- ஐ வடிவமைத்தது குறிப்பிடத்தக்கதொன்று. அன்றைய ஒரு முக்கிய செய்தித் தலைப்பு 'Pavanpuri boy re invents the humble watch' 'தொழில்நுட்ப மேன்மையின் மையம்' என்ற நிர்மா பல்கலைக் கழகத்தின் உரிமைக்குரல், எல்லை கடந்ததல்ல என்றாலும் அத்தகைய முன்னேற்றத்திற்குப் பின்னால் கல்வி வணிக மயமாக்கல் மட்டுமே இருந்தது. 1970-களின் துவக்கம் முதல் அது, தன்னை வணிக மயமாக நிலைநிறுத்திக் கொண்டது. Indian Institute of management, National institute of design school of architecture போன்றவற்றை முன்மாதிரியாகக் கொண்டு அகமதாபாத்தில் தனியார் நிறுவனங்கள் முளைத்தன. புதிய வணிக நிறுவனங்கள் சிறு நகரங்களில் புதிய கல்லூரிகளைத் திறந்தன. மாணவர்களையும், ஆசிரியர்களையும் சுரண்டலுக்கு இரையாக்கி பொருளாதார சாம்ராஜ்யங்களாக உருவெடுத்தன. அரசு பல்கலைக்கழகங்களின் வேரறுத்து, தனியார் மயம் பெருந்தீமைகளை உருவாக்கிய போதும் அரசியல்வாதிகள் தங்களது மடியையும் நிரப்பிக் கொண்டனர். காங்கிரஸின் தலைவர்களுள் ஒருவரான சிமன்பாய் பட்டேல் எழுபதுக்கும் மேற்பட்ட கல்லூரிகளைச் சொந்தமாக உருவாக்கினார். அவரது பெயரில் 1998 இல் துவக்கிய சிமன்பாய் பட்டேல் இன்ஸ்டிட்யூட் அதன் பிற்சேர்க்கை. சர்கெஜ் - காந்திநகர் நெடுஞ்சாலையில் இருக்கும் இன்ஸ்டிட்யூட்டை ஏற்படுத்தியது தொழிலதிபர் சித்தார்த். ஸி. பட்டேல்.

கர்சன்பாய் பட்டேல்

நிர்மா உற்பத்தி செய்த பொருட்களின் வெற்றிப் பாதையிலேயே நிர்மா பல்கலைக்கழகமும் எழுந்தது. 1969 இல் ரசவாதி டாக்டர் கர்சன் பாய் பட்டேல் சிறிய அளவில் சலவைத்தூள் உற்பத்தி செய்யும் நிர்மா தொழிற்சாலையைத் துவக்கினார். சொந்த கிராமமான ருப்பூரில் துவக்கப்பட்ட ஆலையில் தயாரிக்கப்பட்ட சலவைத்தூளை, குறைந்த விலையில் சந்தையில் அறிமுகம் செய்தார். பெருந்தொழில் நிறுவனங்கள் கிலோ 15 ரூபாய்க்கு விற்றபோது, கர்சன் பாய் 3.50 ரூபாய்க்கு வழங்கினார். புதிய தொழில் நுட்பத்துடனும், மாறுபட்ட வழிமுறை களாலும் தரமான பொருட்களை அறிமுகம் செய்த கம்பெனி, பின்னர் சர்வதேச வணிகக் குறிப்பேடுகளில் இடம் பிடித்தது. 15,000 தொழிலாளர்களும் 3550 கோடி ரூபாய் விற்று வரவுமுள்ள நிர்மா உலகத்திலேயே பெரிய சலவைத்தூள் உற்பத்தியாளராக மாறியது. எட்டு லட்சம் டன். 2007 இல் அமெரிக்கன் சுத்திகரிப்பு கம்பெனியான சியர்லெஸ் வாலி மினரலை விலைக்கு வாங்கியது மற்றொரு வெற்றியானது. வெகுஜன விருப்பப் பாடல்களைப் போல நுகர்வோரில் தாளமிட்ட பல விளம்பரங்கள் நிர்மாவின் வெற்றிக்கு அடித்தளமிட்டது. ''வாஷிங் பவுடர் நிர்மா, வாஷிங் பவுடர் நிர்மா தூத் ஸி ஸபேதி, நிர்மா ஸே ஆயே, ரன்கீன் கபடே பீ, கில் கில் ஜாயே, ஸப்கி வசந்த நிர்மா... வாஷிங் பவுடர் நிர்மா'' போன்ற விளம்பரப் பாடல்கள் உருவாக்கிய சந்தைப் பரபரப்பு எடுத்துச் சொல்லப்பட வேண்டிய ஒன்று. நாட்டியமாடும் சிறுமி வழியாக அதன் புகழ் விரைவில் பரவியது. தீரேந்திரநாத் சூர் என்ற ஓவியரால் வெகு லாகவத்துடன் வரையப்பட்டது அந்த ஓவியம். அதைப்பற்றி அவரது மகள் குறிப்பிட்ட ஒரு அனுபவத்திற்கு வேதனையின் சாயல் உண்டு. மாணவியாக இருக்கும்போது அப்பாவிடமிருந்து ஒரு தொலைபேசி அழைப்பு பள்ளிக்கு வந்தது. அவள் அதைக் கவனிக்கவில்லை. பின்னர் திரும்ப அழைத்தபோது, அவரது அம்மாதான் எடுத்தார். தந்தை, இறந்ததாக வருத்தம் தோய்ந்த செய்தியுடன் அவர் பதற்றத்துடன் பேசினார். சுற்றத்தையும் நட்புகளையும் வேதனைக்கு ஆட்படுத்திய அந்த மரணத்திற்கு முன்பான தொலைபேசி அழைப்பை அவள் அறியவில்லை.

கதை சொல்லலின் ஆச்சரியங்கள் நிறைந்த தந்தை கூறிய கதைகள் எப்போதும் அவளிடம் உண்டு. அவளது குடும்ப வேர் இப்போதைய பங்களாதேஷின் குக்கிராமத்திலிருக்கிறது. மகளை, கனவுகள் காணக் கற்றுக்கொடுத்த அவர் பாரம்பரிய தொழிலான வெற்றிலை வியாபாரத்திலிருந்து விலகி கலையின், ஓவியத்தின் உலகிற்கு வந்தடைந்தார். கொல்கத்தாவை நோக்கி ஓவிய மோகத்துடன் சென்றார். பின்னர் மும்பைக்கு. அங்கேதான் நிர்மா விளம்பரத்தின் நடனமாடும் சிறுமி பிறந்தாள். மத்தியவர்க்கக் குடும்பச் சுவர்களுக்குள் இருக்கும் பெண்களின் மனம் கவர்ந்த அந்த விளம்பரத்திற்கு இணையானவற்றை நிர்மா கல்வித் துறையிலும் பரப்பியது. மகள் நிரூபமாவின் பெயரிலிருந்து கர்சன்பாய் பட்டேல், நிர்மா என்ற சுருக்கப் பெயரை உருவாக்கினார்.

அம்பானிகளும், அதானியும் சிரிபால் குழுமமும் கடிலாவும் பிறரும் குஜராத்தின் மேற்கல்வித் துறையை முழுவதுமாகக் கைப்பற்றிக் கொண்டுள்ளனர். கலை, வரலாறு, அறிவியல் துறைகளுக்கு மாற்றாக வணிகக் கல்வியை அவர்கள் வளர்த்தனர். அனில் அம்பானியின் Mudra Institute of Communications Ahmadabad (MICA) நவீன ஊடகங்களின் சாத்தியப்பாடுகளை உழுது எடுப்பதை நோக்கமாகக் கொண்டுள்ளது. Dhirubhai Ambany Institute of Information and Communication Technology-யும் அதே பாதையில்தான் செல்கிறது. 'அறிவே தலைமை' என்ற முகவரியுடன் காந்திநகரில் இயங்குகிறது. Adony Knowledge Academy-யும் சிரிபால் குழுமத்தின் சாந்தியும் கடிலாவின் கல்வி நிறுவனங்களும் அதே நோக்கத்திலேயே செயல்படுகின்றன. அகமதாபாத்தில் Indian Institute of Management -இல் இருந்து ஓய்வுபெற்ற பேராசிரியர் பாகுல் ஷர்ஷத்ராய் தொலாக்கீ என்பவர்தான் Knowledge Academy-இன் தலைவர். 2007 இல் பத்மஸ்ரீ பட்டம் பெற்ற அவருக்கு வருடத்திற்கு நான்கு கோடி ரூபாய் சம்பளமாக வழங்கப்படுகிறதாம். அதை நம்பமுடியாவிட்டாலும் பணத் தத்துவசாஸ்திரத்தின் தூதுவர் அவர். பணியிலிருந்து ஓய்வு பெற்றவுடன் தொலாக்கியை அதானி குழுமம் விலைக்கு வாங்கியது.

திருமண அழைப்பிதழும் பாலித்தானாவும்

குஜராத்தின் பல பகுதிகளும் கடுமையான வறட்சியின், தண்ணீர் பற்றாக்குறையின் பிடியில் சூழப்பட்டிருக்கின்றன. வறட்சியால் வெடித்த நிலங்களையும், சோர்ந்துபோன சாதாரண மனிதர்களையும் எங்கும் காணலாம். தகிக்கும் கொடுமையான வெயிலுக்குக் கீழே வேர்த்து வதங்கிச் சென்றது எனது பயணம். வருண பகவானை மகிழ்வடையச் செய்ய ஆலயங்களில் பிரார்த்தனைகளும் சங்கீதக் கச்சேரிகளும் நடைபெற்றன. இந்தியா - பாகிஸ்தான் எல்லைப் பகுதியில் வடக்கு குஜராத் கிராமங்கள் சவங்கள் போலக் காணப்படுகின்றன. குறிப்பாக பனஸ்கந்தா, பத்தான் மாவட்ட மக்கள். வருண பகவானின் கண்களைத் திறக்க பஜனைகள் செய்ய வாத்தியக் கருவிகளை முழக்கினர் மக்கள். 'மெஹுலோ' ஊர்வலம் அதன் ஒரு பகுதி. மஞ்சள் துணியால் தலையை மறைத்துக்கொண்டு மண்குடங்களை ஏந்திக் கொண்டு கூட்டம் கூட்டமாக செல்லும் பெண்கள், தோல் வாத்தியங்கள் ஓசையெழுப்ப கிராமக் குளத்தைச் சுற்றி நடனம் ஆடுவதே மெஹுலோ. வாவ், மவஸரி, ரஜபுரா, ஓராதஸன், நவபுரா, ஸெதவ் துவங்கிய இடங்களில் உள்ள நீர்நிலைகளும் கருணை காட்டவில்லை. பிரார்த்தனைகள் மட்டுமே செய்யப்படுவதாக Times of India (2014 - July - 10) எழுதியது.

பசுமைக்காக அழுது அரற்றிக் காத்திருந்தும் அரசு இயந்திரங்கள் கருணை காட்டவில்லை. ஆனால் பசுக்களின் தாகமகற்றவும், பசுக்களுக்கான தங்கும் விடுதிகள் அமைக்கவும் கோடிக்கணக்கான ரூபாய்கள் ஒதுக்கப்பட்டன. லக்பத் - அப்தாஸாவில் பசுக்களுக்கான நீர்த்திட்டங்களுக்கு 345 கோடி ரூபாய் அனுமதிக்கப்பட்டது. மனிதர்களின் எண்ணிக்கையைப் போல மூன்று மடங்கு பசுக்களின் எண்ணிக்கை அதிகம் என்ற கணக்கைச் சுட்டிக் காட்டி நிதி ஒதுக்கீடு நியாயப்படுத்தப் பட்டது. கட்ச் மாவட்டத்தில் 274 வறட்சி பாதித்த கிராமங்களிலும் பசு பூஜைக்கே முக்கியத்துவம் அளிக்கப்பட்டது. அந்த மாவட்டத்தின் கங்காபர் கிராமத்தில் துவக்கப்பட்ட பசுக்களுக்கான தங்கும் விடுதியும் குறிப்பிடப்பட வேண்டிய ஒன்றாகும். 'ஜனசேவா அயோக்' என்ற அமைப்பின் தலைமையிலும் பொறுப்பிலும் அமைந்த விடுதி.

விலங்குகளை நேசிப்பதற்கான இத்தகைய திட்டங்கள் வரவேற்கக் கூடியதுதான். ஆனால் மனிதர்களைவிட அவற்றுக்கு முக்கியத்துவம் அளித்து மூடநம்பிக்கையும் மதவெறியும் ஊட்டி வளர்க்கப்படுகிறது. குடிநீர் கிடைக்கச் செய்வதைத் தவிர்த்து, நதிகள் சுத்திகரிக்கப்படுவதிலும் இதைப் போன்ற செயல்கள் உண்டு. கங்கை சுத்திகரிப்பின் தொடர்ச்சியாக யமுனையும் திட்டத்தில் இணைக்கப்பட்டுள்ளது. மத்திய அமைச்சர் உமாபாரதி 2014 ஜூலையில் டெல்லியில் கூட்டிய கூட்டம் குஜராத்தையும் ஆவேசம் கொள்ளச் செய்தது. அன்று பிருந்தாவனத்திற்கு வந்த அமைச்சர் பான்கி பிஹாரி ஆலயத்தில் தொழுத பின்னர்தான் கூட்டத்திற்கு வந்தார். வணிக மயமாக்கலும், காவிமயமாக்கலும் இணை சேரும் மனோபாவத்தை, சங்பரிவார் குஜராத்தில் வெகு திறமையாக நடைமுறைப்படுத்தியது.

பசு பூஜை, சைவ உணவுவாதம், புண்ணிய நதி போன்ற சொல்லாடல்கள் பிற மதத்தினர் மேல் வெறுப்பை வளர்க்கவும், ஆக்கிரமிப்பதற்கான நியாயமாகவும் காட்டுவதில் காவிப்படை வெகுவாக வெற்றி பெற்றிருக்கிறது. சைவ உணவு உண்பவர்கள் மேன்மையான குணங்களைக் கொண்டவர்களும்,

மென்மையானவர்களும், உயர்ந்த தார்மீக நெறிகளைக் கொண்டவர்களுமாக இருப்பார்கள் என்கிற கபடவாதம் பரப்பப்படுகிறது, கோமாதா என்கிற பெயரில் உருவாக்கும் பக்தி மயம், சங்பரிவார் வாக்கு வங்கியைக் கவர முக்கிய ஆயுதமாகப் பயன்படுத்தப்படுகிறது. நரேந்திர மோடியின் 'கௌரவயாத்ரா' துவங்கியது பதீஜி ஆலயத்திலிருந்தல்லவா? வாள்தான் அங்கே வழிபாட்டுச் சின்னம். அறுவைக்காரனிடமிருந்து தப்பித்த பசுவும் வணங்கப்படுகிறது. ஜஜர் கிராமத்தில் இறந்த பசுவின் தோலைக் குறித்து உருவான சர்ச்சையில் ஐந்து தலித்துகள் மிதித்துக் கொல்லப்பட்டதை மறக்க இயலாது.

பசு பூஜை

குஜராத்திகளின் வாழ்க்கையில் நல்ல / கெட்ட நிகழ்வுகளிலெல்லாம் பசுவிற்குத் தவிர்க்கவியலாத இடமிருக்கிறது. பிறப்பின் போதும் திருமணத்தின் போதும் மரணத்தின் போதுமெல்லாம். மரணமடைந்தவரின் மகன் பசு ஏதாவது உண்ட பின்னர்தான் உண்பார். சாலையோரங்களில் கட்டப்பட்டிருக்கும் பசுக்களுக்குப் புற்களை வழங்கி ஆசீர்வாதம் பெற்றுக் கொள்ளவும், அதன்மூலம் கர்ம பலன்களிலிருந்து விடுதலை பெறவும் மக்கள் கூட்டம் கூட்டமாக நிற்பார்கள். பசுவிற்கு உரியவர், அங்கே புற்களை விற்றுக் கொண்டிருப்பார். அவரிடமிருந்து புற்களை விலைக்கு வாங்கி மக்கள் அவரது பசுவிற்கே வழங்குவர். கால்களில் செருப்பு அணியாமலும் மரியாதையுடனும் இந்நிகழ்வில் பங்கேற்பர். சில வறிய குடும்பங்களில் குடும்ப உறுப்பினர்கள் அனைவரும் வேலைக்குச் சென்றால் தொழுவத்தில் பசுவைக் கட்டிவிட்டும் செல்வார்கள். வறட்சிக் காலங்களில் வறிய விவசாயிகள், தங்களது பசுக்களை ஜமீன்தாரர்களுக்கு விற்பார்கள். அவைகளுக்காவது தீனி கிடைக்கட்டுமென்பதே முக்கியக் காரணம். நில உடைமையாளன் விலை கொடுத்து வாங்கிய பசுக்கள், மீண்டும் வளர்ப்பதற்காக வறிய விவசாயியின் வீட்டிற்கே திருப்பி அனுப்பப்படும். தீவிரமான உறவின் அறிகுறி அது. கோமியமும் சாணியும் பரிசுத்தமானதாகக் கருதப்படுகின்றன. பூணூல் அணியும் சடங்கின்போது இந்து ஆண்களும், பார்ஸி ஆண்களும் பெண்களும் கோமியம் குடிப்பார்கள். அசைவ உணவின் மீது காட்டப்படும் காரணமற்ற விலகலின்

அறிகுறி திருமண அழைப்பிதழ்களிலும் காணப்படுகிறது. தினசரி நான் சில பொருட்களை வாங்கச் செல்லும் கடைக்காரனான முஸ்லிம், தன் இருகைகளையும் நீட்டி வழங்கிய மகளின் திருமண அழைப்பிதழ் தவிர்க்க இயல்வதல்ல. இந்துக்களுக்கு தனியாக உணவு உண்ணும் இடமும், சைவ உணவுகளும் ஏற்பாடு செய்யப்பட்டுள்ளதாக அதில் அடிக்கோடிட்டுக் குறிப்பிடப்பட்டிருந்தது. நல்ல அசைவ உணவுகள் கிடைக்கும்வரை மட்டுமே குஜராத்திகள் சைவ உணவுக்காரர்களாக இருப்பார்கள் என்று பத்திரிகையாளரான நண்பர் நகைச்சுவையுடன் குறிப்பிட்டது பல அர்த்தங்கள் நிறைந்தது.

இத்தகைய பின்புலங்களைக் கடந்து பாலித்தானாவை வந்தடைந்தபோது, நிர்ப்பந்த அசைவ உணவுத் தடையையும் அதற்கு ஆதரவான உணர்வை உருவாக்குவதற்குமான நடவடிக்கைகளையும் எதிர் கொண்டேன். அஹமதாபாத்திலிருந்து இருநூறு கி.மீ தொலைவிலுள்ள அந்தச் சிறு நகரத்தில் புராதனமும், புகழ்பெற்றதுமான ஷேத்ருஞ்ஜய மலை உள்ளது. மூவாயிரம் படிகள் ஏறிச்சென்று அதன் உச்சியிலுள்ள ஆலயத்தை அடையலாம். பதினொரு நூற்றாண்டுகள் பழைமையான தொள்ளாயிரம் சிறு கோவில்களின் கூட்டம். உலகப் பிரசித்தி பெற்ற அந்த ஜைன தீர்த்தாடன மையத்தில்தான் முதல் தீர்த்தங்கரரான ஆதிநாத் ஞானம் பெற்றார் என்று நம்பப்படுகிறது. ஷாஜகானின் மகனும் அன்றைய குஜராத் ஆளுநருமான முராத் பக்ஷ், 1656 இல் பாலித்தானா கிராமத்தை ஜெயின் வணிகர் சாந்திதாஸ் ஜாவேரிக்கு தானமாக வழங்கினார். பல்வேறு காலங்களில் நிகழ்ந்த ஆக்கிரமிப்புகளால் ஆலயம் வெகுவாக பாதிப்படைந்திருக்கிறது. இப்போது இந்த ஆலயங்கள் அகதமதாபாத்தில் கஸ்தூரி பாய் லால்பாய் குடும்பத்தின் நிர்வாகத்தில் உள்ள ஆனந்த்ஜி கல்யாண்ஜி அறக்கடளைக்கு உட்பட்டவை. உச்சியிலுள்ள ஆன்கர்விர் தர்கா குழந்தைப் பேறு இல்லாத தம்பதியினரின் முக்கியமான பிரார்த்தனை ஆலயங்களில் ஒன்று. ஒருமுறையாவது மலை ஏறாத ஜைனர்கள் இல்லையென்றே சொல்லலாம். சபரிமலை போன்று நூற்றுக்கும் மேலான முறைகள் வருகை தருபவர்களும் உண்டு. மத நல்லிணக்கத்திற்கும் ஒருவருக்கொருவர் சார்ந்திருப்பதிலும்

முக்கியத்துவம் பெற்றது பாலித்தானா. மதவெறி பிரச்சாரங்களாலும், 2002-இன் படுகொலைகளாலும் அதன் ஒளியைத் தகர்க்க இயலவில்லை. ஆலயத்தில் படியேறிச் செல்ல இயலாதவர்களுக்கும், முதியவர்களுக்கும் உதவி செய்பவர்களில் பெரும்பாலானோர் முஸ்லிம்கள். குதிரைவண்டி ஓட்டுபவர்களிலும் முஸ்லிம்களே அதிகம். ஆனாலும், அசைவ உணவுத் தடையும், அதற்கு ஆதரவான முழக்கங்களும் பாலித்தானாவின் முகத்தையும் நிறத்தையும் மாற்றுமோ என்கிற சந்தேகம் பெரும்பாலானோரிடம் இருக்கின்றன. நகரத்தின் மக்கள் தொகை 65,000 பேரில் 17,000 பேர் முஸ்லிம்கள். ஜைனர்கள் 5,000 பேர். முஸ்லிம்களும் அல்லாதவர்களுமான 60 சதவிகிதத்தினர் அசைவ உணவு உட்கொள்ளும் இங்கே, புதிய ஆயுதங்களின் முனைகள் கூர் தீட்டப்படுகிறது. 2014 - ஜூன் 22 அன்று இருநூறு சந்நியாசிகள் மரணம்வரை உண்ணா நோன்பு அறிவித்தது, சட்ட ஒழுங்கு பிரச்சினையைத் தோற்றுவித்தபோது அரசாங்கம் தலையிட்டது. பசு பாதுகாப்பு அமைச்சர் தாராசந்த் சேடா உடனே வந்து பேச்சு வார்த்தை நடத்தி, ஆதரவான நிலை எடுப்பதாக உறுதி அளித்தார்.

1999 இல் சில எதிர்ப்புகள் வந்தன. அப்போது மாவட்ட நீதிபதி தலையிட்டு ஆலயம் நிலை கொள்ளும் மலையைச் சுற்றி இரண்டரை கி.மீட்டருக்கு அசைவ உணவுக்குத் தடை விதிக்கப்பட்டது. 2012 இல் நகரம் முழுமைக்குமான தடையாக அது நீட்டிக்கப்பட்டது. பல காரணங்களால் நடைமுறைப்படுத்த இயலாமலிருந்த அசைவ உணவுத் தடைக்கான குரல்கள் இப்போது ஓங்கி ஒலிக்கின்றன.

மாமிசத்தைப் பாதுகாப்பதையும், விற்பனை செய்வதையும், உண்பதையும் தடை செய்யும் அரசு உத்தரவு பாலித்தானாவின் பொது இடங்களிலெல்லாம் குஜராத்தி மொழியில் ஒட்டப்பட்டிருக்கிறது.

மறுவாழ்வுத் திட்டம்

புதிய நிபந்தனைகள், மாமிசத் தொழில் சார்ந்து பணி செய்யும் ஆயிரக்கணக்கான மக்களை நடுத்தெருவிற்கு வரவழைப்பதாக இருக்கிறது என கடுமையான விமர்சனம் எழுந்தபோது, ஜைனர்களின் ஆன்மீகத்

தலைவர் கச்சந்திபதி தௌலத் சாகர் சுரிஸ்வர்ஜி ஒரு மறுவாழ்வுத் திட்டத்தை முன் வைத்தார். இறைச்சி வெட்டுபவர்களையும் இறைச்சி, மீன், முட்டை விற்பனையாளர்களையும் தொடர்புகொண்டு நஷ்ட ஈடு வழங்கி அந்தத் தொழிலிலிருந்து விலக வைப்பதற்கான முயற்சி. இறைச்சி தொடர்பான தொழிலிலிருந்து விலகுவதாக ஒரு முத்திரைத்தாளில் எழுதிக் கொடுப்பவர்களுக்கு ஒரு லட்சம் ரூபாய் வழங்குவதாக அறிவிக்கப்பட்டது. தானும் தனது குடும்பமும் எந்தவொரு நிலையிலும் இறைச்சி தொடர்பான நடவடிக்கைகளில் ஈடுபடுவதில்லை என்று உறுதியளித்து எழுதிக் கொடுக்க வேண்டும். பாலித்தானா ஜீவ ரக்ஷா அபியான், 68 இறைச்சி வெட்டும் தொழிலாளர்களின் பட்டியலைத் தயாரித்தது. இத்தகைய மறுவாழ்வுத் திட்டத்திற்கு மூன்று கோடி ரூபாய் செலவாகும் என்றாலும் ஜைனர்கள் பாலித்தானா ஆலயத்திற்காக ஆண்டுக்கு எழுநூறு கோடிக்கும் மேலாக ஒதுக்கீடு செய்யப்படுவதுடன் ஒப்பிட்டால் இது ஒன்றுமேயில்லை. 1720 இல் அமைக்கப்பட்ட அறக்கட்டளைதான் துவக்க காலத்தில் ஆலயத்தை நிர்வகித்து வந்தது. உலகெங்கிலுமிருந்து இலட்சக்கணக்கான பக்தர்கள் வருகை தருகின்றனர். மலையை ஒருமுறை பார்த்தாலும் மோட்சம் கிடைக்கும் என்பது ஐதீகம்.

புண்ணிய நகரங்களில் ஒன்றாக அறிவித்துக்கொண்டு, பாலித்தானாவில் இறைச்சி தடை செய்யப்படுவதற்கு நியாயம் கற்பிக்கப்படுகிறது. தடையை நகரம் முழுவதும் நடைமுறைக்குக் கொண்டு வருவதுடன் மட்டும் அது நிற்கவில்லை. மிருகங்களைப் பிடிப்பதற்கும் தடை கொண்டு வரப்பட்டது. அது மட்டுமல்ல சத்ருஞ்ஜய் நதியிலிருந்து மீன் பிடிப்பதும் விலக்கப்படுகிறது. பாலித்தானாவில் 25 சதவிகிதம் இருக்கும் முஸ்லிம்களும் கோலிகளும் சிந்தி இனத்தவரும் தலித்துகளும் மெல்ல மெல்ல பாதுகாப்பற்றவர்களாக மாறிக் கொண்டிருக்கின்றனர். மதச் சடங்குகளுக்கும், திருவிழாக்களுக்கும், நோன்பு திறக்கும் மையங்களுக்கும் தடையேற்படுமோ என்று பயப்படுகின்றனர். அவித்த முட்டையும் ஆம்லெட்டும் விற்கும் பெட்டி வண்டிக் கடைகள் குறைந்திருக்கின்றன. பள்ளிகளுக்கும், மதவாதிகளுக்கும் முன்னால் நிலைகொண்ட அவற்றின் கால்கள் தள்ளாடத் துவங்கியிருக்கின்றன.

வந்தும் போயும் தன் இருப்பை அறிவிக்கும் சிறுபான்மையினரின் நம்பிக்கை, பெரும்பான்மையினரின் உணவில் மண்ணை வாரி இறைக்கிறது. ஜம்புத்தீவு ஆசிரமத்திற்கு வெளியில் ஒட்டப்பட்டிருக்கும் சுவரொட்டிகள், மிருகங்கள் கொல்லப்படுவதை புள்ளி விபரக் கணக்குடன் பெருக்கிக் காட்ட முயல்கின்றன. தினமும் இரண்டாயிரம் மிருகங்கள் கொல்லப்படுகின்றன. மாதம் அறுபதாயிரம், வருஷம் ஏழு லட்சம் என்று விளம்பரப்படுத்தப்படுகிறது.

இறைச்சி வெட்டுபவர்களின் மறுவாழ்வும் எளிதல்ல. சொந்த இடத்தையும், தொழிலையும் திடீரென கைவிடுவது இயலாத விஷயம் என்பதே அதற்கு முக்கியக் காரணம். இறைச்சி உற்பத்தி, விற்பனை ஆகியவற்றுக்கு எதிரான சகிப்பின்மைக்கு, குஜராத்தில் நிச்சயமாக மத நிறம் சேர்க்கப்பட்டுள்ளது. அரசியலில், தேர்தல் கருவியாக, நம்பிக்கைகளையும் மதங்களையும் உபயோகிப்பதன் மற்றொரு உதாரணம். பன்றிகளை வளர்த்து விற்பனை செய்து வாழும் சிக்லிகார் சீக்கியர்களையும் இது பாதிக்கிறது. குஜராத் முழுவதும் அசைவ உணவுக்கு எதிரான உணர்வை ஏற்படுத்தி ஒரு அமைப்பாக மாற்றுவதுதான் விராக்சாகர் மகாராஜா மற்றும் அவரது ஆதரவாளர்களின் திட்டம். பின்னர் இந்தியா முழுவதும் பரப்பி அகிம்சை உலகை கட்டியெழுப்புவார்களாம்! மற்றவர்களின் நம்பிக்கைகளைவிடவும் உயர்ந்தது தங்கள் நம்பிக்கை என்று வாதிப்பது பரஸ்பர மரியாதையின், மத நல்லிணக்கத்தின் அடிக்கல்லையே தகர்க்கும். ஷேத்ருஞ்ஜய மலை மேலிருக்கும் ஆலயங்களும் பிற வழிபாட்டுத்தலங்களும் வேறுபட்ட பாரம்பரியங்களுக்கு எடுத்துக்காட்டாக நிலை கொண்டிருக்கின்றன. ஒற்றுமையின், அமைதியின், சமாதானத்தின் சமிக்ஞைகளை அவை வழங்குகின்றன. பண்பாட்டின், மதத்தின் சகோதரத்துவச் சூழலைத் தகர்ப்பதாக புதிய முயற்சிகள் இருக்கின்றன. ஜைன ஆலயங்களுக்கு நிகராக ஆன்கர் பிர் போன்ற முஸ்லிம் மசூதிகளுக்கும் முக்கியத்துவம் உள்ளது. அனைத்து மதங்களிலும் உட்பட்ட மக்கட்பேறு இல்லாத தம்பதிகள் நீண்ட காலமாக ஆன்கர் பிர் மசூதிக்கு பிராத்தனைக்கு வருகின்றனர்.

ஜைனர்கள் விலங்குப் பாதுகாப்பை முக்கியமாகக் கருதுவதைப் போன்றே இந்துக்களும் முஸ்லிம்களும் மிருக பலியை, சடங்குகளாக தொன்றுதொட்டு செய்து வருகின்றனர். தாங்கள் நினைப்பதுபோலச் செயல்பட மற்றவர்களையும் பிடிவாதமாக நிர்ப்பந்திப்பது சகிப்பின்மைத் தன்மையுள்ள அடிப்படைவாதமாகும். கல்வித்துறை நிபுணர் மனிஷா மோதா பட்டேல் கூறியது போல, ஏதாவது ஒரு நகரத்தைத் தனது சொந்தச் சொத்து போலப் பயன்படுத்த ஒரு மதத்தினருக்கும் உரிமையில்லை. 1999 முதல் 250 மீட்டர் சுற்றளவில் மாமிசம் அனுமதிக்கப்படுவதில்லை. இதை ஒன்பது கி.மீ. சுற்றளவிற்கு விரிவுபடுத்த வேண்டுமென்பதே இப்போதைய முழக்கம். நாளை அந்தத் தடையை வெங்காயத்திற்கும் பூண்டுக்கும்கூட கொண்டுவர வேண்டுமென்பார்கள். இதைப்போல அஜ்மீர் பாலித்தானாவை இறைச்சி மண்டலமாக அறிவித்து ஆணை இடுவீர்களா என்று மோதா பட்டேல் வினவுகிறார்.

குஜராத் மக்கள் தொகையில் ஒரு சதவிகிதத்திற்கும் குறைவான ஜைனர்கள், பாலித்தானா அமைப்பை அதிகாரமையமாக வளர்த்தெடுத்ததைப் பற்றியும் விசாரிக்க வேண்டும். பொருளாதார அசைவைக் கட்டுப்படுத்தும் திறன் அவர்களுக்கு இருக்கிறது. அரசியல், சமூக, பண்பாட்டுத் துறைகளிலும் மக்கள் தொகைக்குத் தொடர்பற்ற, மிகுந்த செல்வாக்கைச் செலுத்துகின்றனர். ஜைன மதத்தைச் சேர்ந்த அமித்ஷாவின் அதிகாரபரப்பும் சைவ உணவு வாதத்திற்கு ஆதரவாக இருக்கிறது. தொடர்ச்சியான பொய்ப்பிரச்சாரங்களின் மூலமாக குஜராத்திகள் சைவ உணவு உட்கொள்பவர்கள் என்ற செய்தியைப் பரப்புவதில் அவர்கள் வெற்றி கண்டுள்ளனர். இறுதியாக எடுக்கப்பட்ட மக்கட்தொகை கணக்கெடுப்பின்படி மாநிலத்தின் அறுபத்தி எட்டு சதவிகிதத்தினர் இறைச்சி உண்பவர்கள். இந்த உண்மையை சந்தேகமுனையில் நிறுத்தி எளிதில் மறைத்து விட்டனர். குஜராத்தின் பல பகுதிகளிலும் சிறு தெய்வங்களுக்குப் படைக்கப்படும் மிருகபலிகளும் மறைத்து வைக்கப்படுகின்றன. குவாஹாத்தியில் கமாக்யா ஆலயத்தின் மிருகபலி திடுக்கிடும் வகையில் உள்ளதல்லவா? இருபது எருமைகள்,

மூவாயிரம் ஆடுகள், ஆயிரக்கணக்கான புறாக்கள், வாத்துகள் ஆகியன ஆண்டு இறுதியில் நடைபெறும் பூஜைக்காக 2006 இல் கொல்லப்பட்டன. நீலாச்சால் மலை உச்சியில் சதிதேவி ஆலயம் உள்ளது. துர்க்கையின் பல அவதாரங்களில் ஒன்று சதிதேவி. அந்நியப் படையெடுப்பில் தகர்ந்த கமாக்யா ஆலயம், 1665 இல் குட்ச் மன்னர் நர நாராயணன் என்பவரால் மீண்டும் புதுப்பிக்கப்பட்டது. பக்தி இயக்கத்திற்குப் பின்னர் தோன்றிய சீர்திருத்த முன்னேற்றங்கள், பெருவாரியான எண்ணிக்கையிலான பலிகளை வெகுவாகக் குறைத்தன. மகாராஷ்டிரம், உத்திரப்பிரதேசம், பீகார் போன்ற மாநிலங்களில் மிருகங்களுக்கு மாற்றாக பணமும், அரிசியும், தேங்காயும் காணிக்கைகளாக மாற்றப்பட்டாலும் கமாக்யாவில் பெரிய மாற்றம் ஏதும் நிகழவில்லை.

ஆம்லெட்டும் விலக்கப்படுமோ?

பாலித்தானாவை சைவ மண்டலமாக மாற்றுவதற்கான கோரிக்கைகளும் மிரட்டல்களும், அதிகாரபூர்வமான நடவடிக்கைகளும் சமூகத்தின் உடலிலும் மனதிலும் காயம் விளைவிக்கவல்லது. இந்த முயற்சிகளுக்கு எதிராக முஸ்லிம்கள் மட்டுமல்ல, பெரும்பாலான இந்துக்களும் குரலுயர்த்தத் துவங்கியுள்ளனர். கற்பனையென்றாலும், ஜைனர்களின் சைவ உணவுக் கொள்கையைப் பலரும் ஆதரிக்கத் தயாராக இருக்கின்றனர். ஆனால் அனைத்து மிருகங்களுக்கும், பறவையினங்களுக்கும் தடை ஏற்படுத்துவதையும் ஆம்லெட்கூட விலக்கப்படுவதையும் அவர்களாலும் ஏற்றுக்கொள்ள முடியவில்லை. நம்பிக்கையின் பெயரிலான மிருகபலியை அங்கீகரிக்க வேண்டுமெனச் சிலர் வாதிக்கின்றனர். பத்து நூற்றாண்டு காலமாக முஸ்லிம்கள் பாலித்தானாவில் வசித்து வருகின்றனர். ஏழு நூற்றாண்டுகள் பழைமையான மசூதி அங்கே இருக்கிறது. நகரம் முழுவதையும் ஆலயமாகக் கணக்காக்கிக் கொண்டுள்ள இத்தகைய தடை வறியவர்களின் தினசரி வாழ்வைப் பாதிக்கும். சைவ உணவு வாதத்தில் ஈடுபாடும் அபிமானமும் கொண்டவர்களில் பைரவ்நாத் ஆலயத்தின் முக்கிய பூசாரி ரமேஷ்பாய் சுக்லாவும் அடங்குவார். ஜைனர்களின்

கோரிக்கையை, கொள்கையடிப்படையில் ஏற்றுக் கொள்ளலாம் என்றாலும் நடைமுறையில் அதை ஏற்றுக் கொள்வதில் சிக்கல்கள் இருப்பதாக அவர் குறிப்பிடுக்கிறார். மற்றவர்களின் மனதையும் இதயத்தையும் வேதனைப்படுத்தாமல் இருக்க வேண்டும் நம்முடைய முழக்கங்கள் என்று வெளிப்படையாகக் கூறிய ரமேஷ்பாய், இயற்கை தனக்கான உணவுச் சங்கிலியைக் கொண்டிருப்பதாகவும் விவரித்தார்.

அசைவ உணவு உற்பத்தியையும், விற்பனையையும், பிரச்சாரத்தையும் கண்காணிக்க பாலித்தானாவில் காவல் முகாம்கள் இருக்கின்றன. வாகன ஆய்வுகளும் கடுமையாக இருக்கின்றன. உணவு விடுதிகளில் திடீர் பரிசோதனைகளும் நடைபெறுகின்றன. நூற்றாண்டுகளாக நிலைநிற்கும் சகோதரத்துவம் இத்தகைய செயல்களால் மதரீதியாக பிளவுபடும். 'வெந்து உருகும் சட்டியில் புகையறை' என்ற தலைப்பில் இப்பிரச்சினைகளைக் குறித்து எழுதிய நம்ரதா ஜோஷியின் ஆய்வு முடிவுகள் இவற்றைத் தெளிவாகத் திறந்து காட்டுகின்றன. சைவபட்சினி என்பது பழைய இந்தியச் சொல்லாடல் என்றும் 'கொடிய வேட்டைக்காரன்' என்றே அதன் பொருள் என்றும் கூறிய ஆண்டி ரூனியின் மனதில் என்ன இருந்தது என்று தெரியவில்லை. ஆனாலும் அது ஒரு விவாதத்திற்கு வழி திறந்து வைக்கிறது. மக்கள், பொதுவாகக் கருத்துகளையும் எண்ணங்களையும் உண்மையானதாக ஏற்றுக் கொள்வது அவை தங்களது நம்பிக்கைகளுக்கு உடன்படும் போதுதான் என்றும் அந்த அமெரிக்க ஊடகவியலாளர் வேறொரு தருணத்தில் வெளிப்படுத்தியுள்ளார். காப்ரியேல் கார்ஷ்யா மார்குவெஸின் 'நூற்றாண்டுத் தனிமை' என்ற நாவலில் 'அவர் திடீரென சைவ உணவு உண்பவர்களிடம் காணப்படும் விருப்பற்ற சாயலைக் கைக் கொண்டார்' என்றொரு சொற்றொடர் உண்டு. அடோல்ஃப் ஹிட்லர் சைவ உணவு உண்பவர் என்பது இருபதாம் நூற்றாண்டின் குரூரமான அரசியல் முரண்களில் ஒன்று. மகாத்மா காந்தியின் புன்னகையைப் போன்ற தூய வாழ்வைக் கவர்ந்த நாதுராம் கோட்சேயும் சைவ உணவு உண்பவன்தான். ஆயிரத்து அறுநூறு கி.மீ. கடற்கரை கொண்ட குஜராத்தை சைவ உணவு மண்டலமாக மாற்ற வேண்டுமென்ற பிடிவாதத்திற்குக் காரணங்களைவிடவும் நம்பிக்கை மட்டுமே உள்ளது.

'தி இந்து'விலும்

'தி இந்து' ஆங்கில நாளேட்டின் சென்னை அலுவலக உணவு விடுதியில் 2014 ஏப்ரல் 10 அன்று அசைவ உணவிற்குத் தடை விதித்தபோது நிர்வாகத்தின் முடிவை எதிர்த்து பல ஆய்வுகளும் விமர்சனங்களும் எழுப்பப்பட்டதை இதனோடு சேர்த்துப் பார்க்கலாம்.

மேம்பட்ட Liberal பாரம்பரியமும் முற்போக்குக் கருதுகோள்களும் கொண்ட அந்நிறுவனத்தின் அந்தத் தடை பல சிக்கல்களுக்கும் காரணமானது. உணவும் ருசியும் அரசியல் மயமாக்கப்படும் பின்புலத்தில், குறிப்பாக இத்தகைய நடவடிக்கைகளுக்கு முக்கியத்துவம் இருக்கிறது. வெங்காயத்தையும் பூண்டையும் தன் வளாகங்களில் தடைசெய்த Times of India, Hindustan Times, Indian Express போன்ற நிறுவனங்களைப் போல The Hindu வைக் காண இயலாது. பிராமண நம்பிக்கைகளுடன் நேருக்கு நேர் மோதும் போது பெரும்பாலோனோர் தடுமாறுவதின் சாட்சியங்களுள் அதுவும் ஒன்று. நவீனத்திற்கு முந்தைய சிந்தனைகளை அடைகாத்துக் கொண்டிருக்கும் இளந்தலைமுறையினர், தமிழ்நாட்டில் மூன்று சதவிகிதம் மட்டும் இருக்கும் புதிய மேல்ஜாதி பிரிவினரின் அசைவம் உட்கொள்ளும் தெய்வங்களுக்கு முன்பாக வணங்கி நிற்கின்றனர். அந்தத் தெய்வங்களுக்கு மிருகபலி நடத்துவதில் அணுவளவும் குற்றவுணர்வு கொள்வதுமில்லை. வேறுபட்ட உணவு வகைகளும், பொது உணவுச்சாலைகளும், சமபந்தி போஜனமும் கலப்பு உணவுகளும் சமதர்மத்தின் மெல்லிய தளங்களை உருவாக்கியதாக வரலாறு கற்றுக்கொடுத்ததெனினும் பெரும்பாலோர் அதற்கு எதிர்திசையில்தான் உள்ளனர். தங்களது உணவு முறைகளை மாற்றிக்கொண்டு பிராமண நீதிக்கு உட்பட வேண்டுமென்று நிர்பந்திக்கின்றனர். அதன் மூலம் ஜாதீய உணர்வுகள் திணிக்கப் படுகின்றன. அதன் செயல்பாடுகளும் நடைமுறைகளும் அமலாக்கமும், ஒரு பிரிவினருக்கு ஆதரவான செயல்பாடுகளும், இனம் பிரிப்பதும் சில நடைமுறைகளை விலக்குகிறது. ஜாதிப் பண்பாட்டுமயமாக்கம் என்று சொல்லும் வண்ணம் இத்தகைய செயல்களில் பல சாதி அமைப்புகளும் தங்களை வேறுபட்ட பண்பாட்டுப் பிரிவினராகக் காட்டிக் கொள்கின்றன. அதன்மூலம் சுய இருப்பையும், விருப்பு வெறுப்புகளையும் பழக்க வழக்கங்களையும் ஆச்சாரங்களையும் பொதுமைப் படுத்துகின்றனர்.

தி இந்துவில் அசைவ உணவுத் தடையைப் பற்றி எழுத்தாளர் சையத் நக்வி, The Sunday Guardian-ல் எழுதிய பத்தியின் தலைப்பு India : Non vegetarian majority with a vegetarian ruling class. ஒற்றைத்தன்மைக்கு

மாற்றாக பல்வேறு தனித்தன்மைகள் கொண்ட சாதாரண இந்தியனின் வாழ்க்கையைச் சுட்டிக்காட்டிக்கொண்டு அவர் தனது கட்டுரையைத் துவக்கினார். இந்தி பேசும் பகுதிகளில் மாட்டிறைச்சி விலக்கப் பட்டிருக்கிறது. மொரதாபாத்திலும், ராம்பூரிலும் பன்றிகள் கலவரத்தை வரவேற்பதாகலாம். ஆனால் மிசோரமின் பெரும்பாலான நுழைவுவாயில்களில் அது சின்னமாகப் பொறிக்கப்பட்டுள்ளது. சென்னையில் செய்தியாளராக இருந்தபோது, பிரபல வீணை வித்வான் வீணை பாலச்சந்தருடனான நட்பைக் குறிப்பிடுகிறார் நக்வி. தென் இந்தியாவில், 'பிராமணர்களின் மெக்கா' என்று அழைக்கப்படும் மைலாப்பூரில் தன் வீட்டில் அவர் தனக்காகக் கோழிக்கறி சமைத்துக் கொடுத்தது உட்பட பலவற்றையும் குறிப்பிடுகிறார். செம்மங்குடியின் நெற்றிச் சுளிப்பையும் பொருட்படுத்தாமல் தனக்கு விருந்தளித்ததை நினைவு கூர்கிறார். அடையாறில் Madras Club-இல் 1963 காலகட்டத்தில் காளையின் கொழுப்பைச் சமைத்துக் கொடுத்ததையும் நக்வி குறிப்பிடுகிறார். காளைச் சண்டைக்குப் பெயர் பெற்ற ஸ்பானிய நகரங்களில் கிடைக்கும் ஓக்ஸ்டைலின் சென்னைப் பதிப்பாக இருந்தது அது. குஜராத்தில் விரைந்து பரப்பப்படும் சைவ உணவுவாதத்தை உள்வாங்கிச் செயல்படுவதில் விமானக் கம்பெனிகள் முன்னிலை வகிக்கின்றன. ஆப்பிரிக்க நாடுகளுக்கான விமானங்களில் குஜராத்தி உணவு வகைகள் பரிமாறப்படும் என்ற விமானக் கம்பெனிகளின் முடிவு ஒரு உதாரணம் மட்டுமே. குஜராத்திலிருந்து தென் ஆப்பிரிக்காவிற்குச் செல்லும் விமானப் பயணிகளின் எண்ணிக்கையில் 2014 ஜூன் வரை 20 சதவிகித உயர்வைச் சுட்டிக்காட்டியே முடிவெடுக்கப்பட்டது எனினும் உண்மையில் இதற்கு உந்துதல் நம்பிக்கைதான். உலகின் பல முக்கிய நகரங்களுடன் ஒப்பிடும்போது, தென் ஆப்பிரிக்காவுக்கு மிகவும் கூடுதலான மக்களை அனுப்பும் நகரங்களின் பட்டியலில் அஹமதாபாத் மூன்றாம் இடத்தில் இருக்கிறது.

பைரானி புத்தி பானியே

குஜராத்தில் கவர்ச்சிகரமான பெயர்களுடன் அமல்படுத்தப்பட்டு தோல்வியடைந்த திட்டங்களில் பெரும்பாலானவற்றை நரேந்திர மோடியின் தலைமையிலான மத்திய அரசு 2014 இல் தனது முதல் நிதிநிலை அறிக்கையில் உட்படுத்தியிருந்தது. குஜ்னோமிக்ஸ், ரூர்பன் குரோத் போன்ற இலக்கு தவறிய அம்புகளே அதன் அம்புறாத்துணியில் இடம்பெற்றிருந்தன. குஜராத்தில், ஷியாமா பிரசாத் முகர்ஜி ரூர்பன் திட்டத்தின் கீழ் இருநூறு கிராமங்கள் உட்படுத்தப்பட்டன. மோடி 2003 இல் நடைமுறைப்படுத்திய ஜோதிகிராம் திட்டம், டெல்லியை வந்தடைந்தபோது 'தீன்தயாள் உபாத்யாயா கிராம் ஜோதி யோஜனா' என்றானது. பெண் குழந்தைகளை இலக்காகக் கொண்ட பேட்டி பச்சாவி பேட்டி வதாவோ திட்டம், 'பேட்டி பச்சாவோ பேட்டி படாவோ' என்ற முகமூடிக்குள் சென்றது. 'பெண் குழந்தைகளைக் காப்பாற்றுங்கள், அவர்களுக்கு நல்வரவு கூறுங்கள்' என்ற குஜராத் திட்டம் வெற்றுத் திட்டமாக மாறிப் போனது. பெண்கள் விடுதலை, பெண் உரிமையின் மயானம்தான் குஜராத். சம வாய்ப்பு, சமநிலை போன்ற அடிப்படையான கருதுகோள்கள் கூட நடைமுறையில் இல்லை என்பது மட்டுமல்ல, அவர்களுக்கெதிரான குற்றச்செயல்கள் படிப்படியாகப் பெருகி

STOP
DISCRIMINATION
AGAINST
MUSLIM

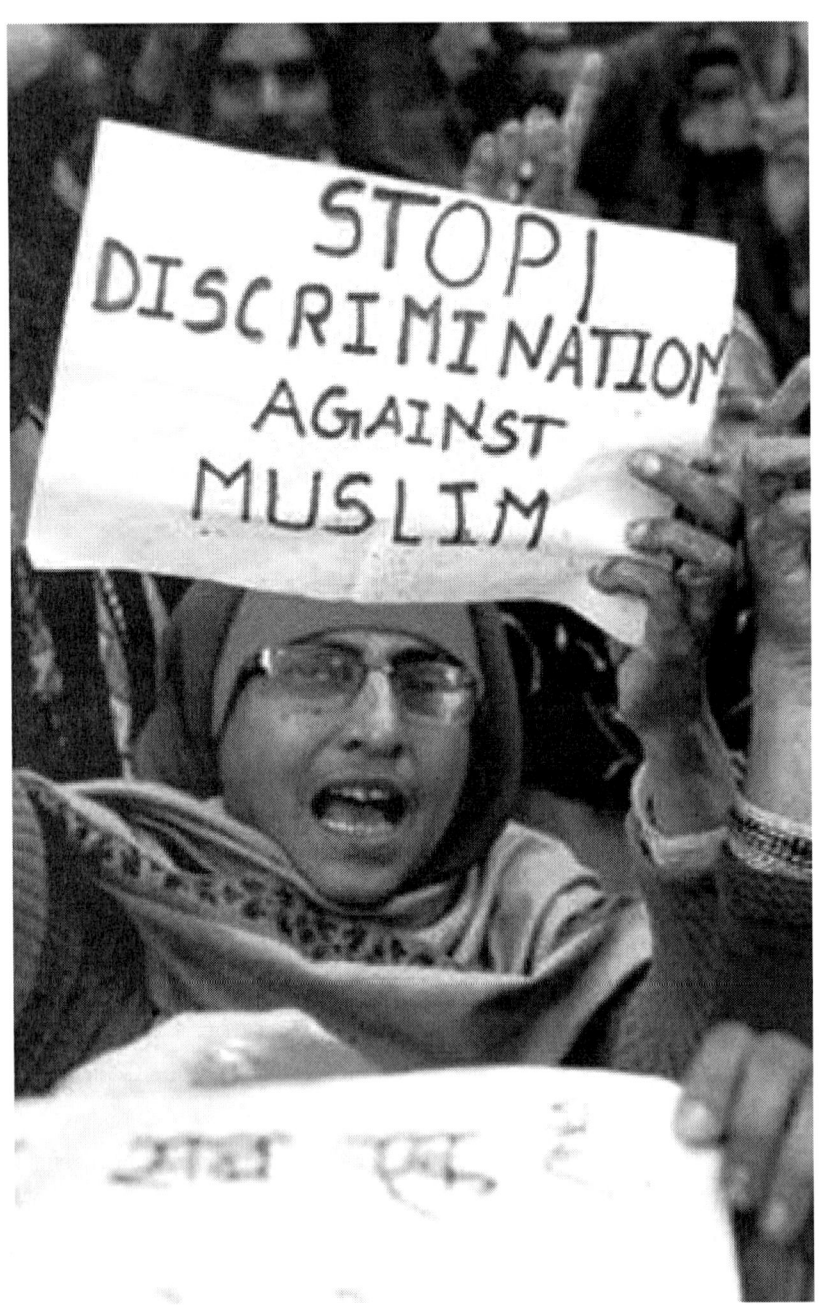

வருகின்றன. 2013 இல் பெண்களுக்கெதிரான குற்றச்செயல்கள் திடுக்கிடும் வகையில் 30 சதவிகிதம் வளர்ந்திருந்தன. நேஷனல் கிரைம் ரெகார்டு பீரோ ரிப்போர்ட்டில் குஜராத் ரத்தம் வடிய நின்று கொண்டிருக்கிறது. வயதுக்கு வராத சிறுமிகளை பலாத்காரம் செய்ததன் கணக்கும் பயங்கரம். 2012 இல் அவ்வினத்தில் 473 குற்றங்களெனில் 2013 இல் 732 ஆனது. பெரு நகரங்களில் அஹமதாபாத்தும் சூரத்தும் குற்ற எண்ணிக்கையில் முன்னிலை வகிக்கின்றன. மாநிலத்தில் மொத்த பலாத்கார வழக்குகளில் பாதிக்கப்பட்டோரில் 36.2 சதவிகிதத்தினர் 18 வயதுக்கும் குறைந்தவர்கள். இவை தவிர நாட்டின் பொதுவான குற்றச்செயல்களிலும் குஜராத் முக்கிய இடம் வகிக்கிறது. மாநிலத்தில் குற்றச்செயல்கள் 21 சதவிகிதம் பெருகியிருக்கின்றன. கொலைகள், கொலை முயற்சி, ஆள் கடத்தல், கொள்ளை, குடி ஒழிப்பு (வீடு ஆக்கிரமிப்பு), பலாத்காரம் போன்றவை அடங்கியது பொது குற்றச் செயல்கள். பல்வேறு வகையிலான 5000 திருட்டுகளில் 434.4 கோடி ரூபாய் இழப்பு ஏற்பட்டது. காதல் பிரச்சினைகளில் 156 உயிர்கள் பலியானதாக கிரைம் ரெகார்ட் குறிப்பிடுகிறது. இந்தியாவிலேயே வெகு வேகமாக வளரும் நகரமான சூரத், குற்றச் செயல்களிலும் பிற நகரங்களால் பின் தொடர்ந்து வரவியலாத விதம் முன்னிலையில் இருக்கிறது. பெண் தற்கொலைகளிலும் குஜராத் சாதனை புரிந்திருக்கிறது.

பாலியல் நிர்ணயம், பெண் கருக்கொலை, பெண் சிசுக்கொலை, வரதட்சணைக் கொலைகள், பாலியல் சிதைவு - இவ்வாறு விரிக்கப்படுகிறது குஜராத்தில் பெண்களுக்கெதிரான வலைகள். அவர்களை இரண்டாம்தரக் குடிமக்களாக மட்டுமே கருதும் பழமொழிகளும் உவமைகளும் குஜராத்தி மொழியில் நிரம்பி வழிகின்றன. பெண்புத்தி பின்புத்தி, பசுவும் பெண்களும் கட்டப்பட்ட இடம் வரை மட்டுமே போகும் என பொருள்படும் பைரானி புத்தி பானியே, பேட்டி ஆனெ காய்கோரெ த்யா காய் போன்ற பழமொழிகள் ஆழத்தில் வேரூன்றியிருக்கின்றன. கயிறால் கட்டப்பட்ட பசுவினைப் போல, பெண்களுக்கும் செல்லும் தொலைவு குறைவு என்று உணர்த்தப்படுகிறது. பிறவழிகள் அடைக்கப்படுவதால் சமூகத்தில் பெண்களின் நுழைவு

மிகவும் மெதுவாகவோ பெரும்பாலும் இல்லாமலோ இருக்கின்றன. திருமணமான பெண்கள் ஆண்டுக்கு இருமுறை மட்டுமே - ராகி கட்டப்படும் நாளிலும் தீபாவளியிலும் - பிறந்த வீட்டுக்குச் செல்ல இயலும். பெண் கருக்கொலையாலும் பிறவற்றாலும் குஜராத்தில் ஆண் - பெண் விகிதம் அதிர்ச்சி தரத்தக்க வகையில் குறைந்திருக்கின்றன. 1000/965 என்ற விகிதம், 1971 இல் 896 ஆகவும், பின்னர் 893 ஆகவும் குறைந்திருக்கின்றன. பெரு நகரங்களில் இந்த மாற்றம் 909, 851, 861 என்ற விகிதத்திலிருக்கின்றன.

தூத் பீத்தி (பாலில் மூழ்கடித்துக் கொல்லுதல்)

பெண்கருக்கொலை முறைகளில் தப்பித்து வெளியுலகிற்கு வரும் பெண் குழந்தைகளும் அபாயத்திலிருந்து விடுபடுவதில்லை. அவர்களைக் கொல்ல பல சடங்குகளும் தூக்குக்கயிறும் இருக்கின்றன. 'தூத் பீத்தி' அவற்றில் ஒன்று. அடையாளபூர்வமான பாலூட்டலின் மறைவில் பெரிய பாத்திரங்களில் பால் நிறைத்து பெண் குழந்தைகளை மூழ்கடித்துக் கொல்லும் சடங்கு. 2014 ஜூன் 27 இல் போபாலில் ஒரு பள்ளிக்கூடத்தில் மாணவர்களுடனான சந்திப்பில் மத்திய அமைச்சர் ஸ்மிருதி இராணி இதைப் போன்ற வேறொரு அனுபவத்தை வெளிப்படுத்தினார். அவர் பிறந்தபோது, அவரது தாயிடம், பெண் குழந்தை பெருஞ்சுமை என்றும் அதைக் கொல்வதுதான் நல்லதென்றும் யாரோ ஒருவர் சொன்னாராம். ஆனால் அந்தக் குருட்டு நம்பிக்கையைத் தன் தாய் தீரமாக எதிர்த்ததால் மட்டுமே தான் இப்போது உயிரோடிருப்பதாகவும் இப்போது உங்களிடம் உரையாடிக் கொண்டிருப்பதாகவும் ஸ்மிருதி இரானி குறிப்பிட்டார். 'நெருக்கடிகளில் ஆண்கள் மன்னிப்புக் கோருகிறார்கள், ஆனால் பெண்களுக்கு நெருக்கடிகள் சக்தியை வழங்குகிறது' என்ற லூயிஸ் வைஸெவின் வாக்கு மிகச் சரியானது என குஜராத் நிரூபிக்கிறது. தொழில், காதல், குடும்பம் என்ற தலைப்புகளில் அந்த அமெரிக்கப் பெண் பத்தி எழுத்தாளர் எழுதிய Love prem for the very married கவிதைத் தொகுப்புடன் 'The Rose mary touch' "Good house keeping' 'The way we are, You don't look like a grand mother' போன்ற நாவல்களும் பிரசித்தி பெற்றவை. 'நாம் அதிகமும் உரையாடவில்லையென்றால் உறவுகள் மேலும் மேலும் செயலற்றதாகும். உரையாடுவதில் மிகவும் தோல்வியுற்றால் அது மேலும் சிக்கலான நிலையை ஏற்படுத்தும்' எனக்கூறும் லூயிஸ் வைஸெ 'How do say what you mean to Some one you love' எனக் கவிதை எழுதினார். குஜராத்தில் பெண்களின் நிலை, நாக்குகள் தொண்டையில் சிக்கித் துடிக்கும் வாழ்க்கை போல இருக்கிறது. சந்தையின் தேவையை மீறிய தனித்துவம் இப்போதும் அவர்களுக்கில்லை என்பதே உண்மை.

பெண்களின் நிலைபற்றிய சமூகக் குறிப்பீடுகளிலெல்லாம் குஜராத்தின் நிலை மிகவும் பரிதாபமானது. பணியிடங்களில் பெண்களிள் பங்கு, அதை நிரூபித்துக் காட்டுகிறது. அமைப்பு சார் தொழிற்துறையில் 22 முக்கிய மாநிலங்களில் குஜராத் 14 ஆம் இடத்தில் இருக்கிறது. 2011 அக்டோபர் முதல் 2012 ஏப்ரல் வரையான காலகட்டத்தில் நடத்திய கணக்கெடுப்பில் அது சமூகரீதியாக மிகவும் பின்தங்கிய மாநிலங்களுக்கும் பின்னால் இருக்கிறது. 16931 தொழிற்சாலைகளில் 6.34 லட்சம் நேரடித் தொழில்களில் பெண்களின் எண்ணிக்கை 33,456 மட்டுமே. இத்துறையில் மொத்தத் தொழிலாளர்களில் 5.27 சதவிகிதம் மட்டுமே பெண்கள். சட்டீஸ்கர் (2.51%) பீகார் (4.24%) ஹரியானா (4.13%) பஞ்சாப் (4.71%) ராஜஸ்தான் (2.61%) மத்தியப்பிரதேசம் (5.1%) போன்ற பின்தங்கிய மாநிலங்களுக்கு முன்னால் மட்டுமே குஜராத்தின் தலை சற்று உயர்ந்து நிற்கிறது. நேரடிப் பணிகள் மூலம் உருவாகும் தேசியத் தொழிலாளர் எண்ணிக்கையில் பெண்களின் விகிதம் 18.78 என்ற நிலையுடன் ஒப்பிட்டாலே குஜராத்தின் உண்மைநிலை தெளிவாகும். கேரளம் மிகவும் முன்னிலை வகிக்கும் இப்பட்டியலில் தமிழ்நாடும் கர்நாடகமும் சிறப்பான நிலையில் இருக்கின்றன. அஸ்ஸாம் (7.47) இமாச்சலப் பிரதேசம் (8.86) ஜம்முகாஷ்மீர் (6.55) ஜார்கண்ட் (6.01) உத்தரகாண்ட் (8.74) போன்ற மாநிலங்கள்கூட குஜராத்தை வெட்கப்பட வைத்து முன்னிலை வகிக்கின்றன. ஒப்பந்தமுறை வேலைகள் மூலமாக குஜராத் மாநிலப் பெண்கள் நாட்டிலேயே மிக அதிகமாகச் சுரண்டப்படுகின்றனர். ஒப்பந்த முறை வேலைகளில் 35.06% பணிகள் குஜராத்தில்

மேற்கொள்ளப்படுகின்றன. தமிழ்நாட்டில் 19.95% கர்நாடகத்தில் 21.13% என்ற அளவில் இருக்க Gender Development Index (GDI)-இல் 1996 இல் பதினேழாம் இடத்திலிருந்து பத்தாண்டுகளுக்குள் இருபத்தொன்றாம் இடத்திற்கு குஜராத் பின் தள்ளப்பட்டிருந்தது. முப்பத்தைந்து மாநிலங்களின் கணக்கெடுத்தலின்போது இந்நிலை. நீடித்த வாழ்வும் ஆரோக்யமும் உள்ள வாழ்நிலை (பொது நலம்), படிப்பறிவு, வருமானம் ஆகிய மூன்று அளவு கோல்களே GDI-இன் அடிப்படைகள். பொதுநலத் துறையில் பெயரளவிலான ஒதுக்கீடுகள், குஜராத் பெண்களையே மிகவும் பாதித்தது. ஆந்திரப்பிரதேசம், மகாராஷ்டிரா, தமிழ்நாடு போன்ற மாநிலங்களுக்கும் பின்னால்தான் குஜராத்தின் ஆரம்ப சுகாதார மருத்துவ மையங்களின் நிலை. 2013-14 ஆம் வருடத்தில் 4.9 சதவீதத் தொகை ஒதுக்கப்பட்டிருந்ததென்றால் 2014 - 2015 இல் 4.7 சதவிகிதமாகக் குறைந்தது. பொதுச் சுகாதாரத்துறையில் அரசின் ஈடுபாடு குறைந்து வருவதால் மருத்துவத்துறை, தனியார் துறைக்கு மற்றுமொரு சுரண்டலுக்கான வாய்ப்பாக மாறியது. UNISEF-இன் தற்போதைய ஆய்வின்படி, குஜராத்தில் பெரும்பாலான பெண்கள் சத்தான உணவுக்கு வழியின்றி அவதிப்படுகின்றனர். மூன்று தாய்மார்களில் ஒருவர் அபாயகரமான நிலையிலும் இதில் 50 சதவிகிதப் பெண்கள் கடுமையான அனிமியாவாலும் பாதிக்கப்பட்டுள்ளனர். கர்ப்பகாலங்களிலும், பிரசவவேளைகளிலும் பாலூட்டும் காலங்களிலும் இது பெரும் பிரச்சினைகளை உருவாக்குகிறது. ஆறுமாதம் மட்டுமே பெரும்பாலான தாய்மார்களால் தங்கள் குழந்தைகளுக்குப் பாலூட்ட முடிகிறது. இது குழந்தைகளின் நோய் எதிர்ப்புச் சக்தியைத் தகர்த்து பலவிதமான நோய்கள் அவர்களைத் தாக்குகின்றன. முறையான வடிகால் வசதிகளும், கழிப்பறைகளும் இல்லாததால் ஏற்படும் கேடுகளும் மிகவும் அதிகம்.

பலாத்காரத்தின் நரக நாடு

2014-ஜூன் வரையான கணக்கெடுப்பின்படி பலாத்காரத்தாலும், ஆள் கடத்தலாலும் நரகநாடாக மாறியிருக்கிறது குஜராத். இத்தகைய குற்றச்செயல்களில் அதற்கு இணையாக வேறு எந்த மாநிலமும் இல்லை.

மிகவும் இறுதியாக வெளிவந்த அறிக்கையின் படி, குஜராத்தில் பலாத்கார வழக்குகளின் வளர்ச்சி 54.8 சதவிகிதமாக உயர்ந்திருக்கிறது. பலாத்கார வழக்குகள் பீகாரில் 21.7%. ஆள் கடத்தல் பீகாரில் 15.9% ஆகவும் உத்தரப் பிரதேசத்தில் 26% ஆகவும் வளர்ந்தபோது, குஜரத்தில் 55 சதவிகிதமாக இருக்கிறது. இது இயல்பான குணக்கேட்டைத் தவிர, அரசியல், சமூக பின்புலம் உள்ளவர்களின் செயற்பாட்டுக் களமாகவும் மாறியிருக்கிறது. 2002-இன் நரவேட்டை, பலாத்காரத்தை முனைதீட்டிய ஆயுதமாக மாற்றியது. அனைத்துப் பெண்களும் தங்களுடைய சொத்தென்றும் அதைக் கையகப்படுத்துவது தங்கள் உரிமையென்றும் அவர்கள் அறிவித்தனர். அதைத்தொடர்ந்து, பலாத்கார நிகழ்வுகள் பன்மடங்கு அதிகரித்தன. இத்தகைய பின்புலங்கள் அவற்றை நிறுவனமயமாக்கின. நரவேட்டையின் கருத்தியல்களும், வன்முறைகளும் அவற்றிற்கு அங்கீகாரம் அளித்தன. இதன் மறுவிளைவாக பெண்கள், முக்கியமாக முஸ்லிம் பெண்கள் சிவப்பு விளக்குப்பகுதிகளில் அடைக்கலம் தேட நிர்ப்பத்திக்கப்பட்டனர். மூன்று முக்கிய நிகழ்வுகள் - நூற்பாலைகளின் வீழ்ச்சி, எண்ணற்ற இனக்கலவரங்களும் 2002-இன் நரவேட்டையும், உலகமயமாக்கல் என்ற பெயரில் நடைமுறைப்படுத்தப்பட்ட அமைப்பு சார்ந்த செயல்பாடுகள் - சமூக நிர்ப்பந்தங்களாக நிலைபெற்றன. மத்தியதர வர்க்கத்தினரின் Value System இல் ஏற்பட்ட மாற்றங்களும், பொருளாதார நெருக்கடிகளும் பாலியல் தொழிலை எளிமையாக ஏற்கும்படிச் செய்தன என்று பிரபல சமூக ஆய்வாளர் சௌரங் ஜானி குறிப்பிடுகிறார். குஜராத் பல்கலைக்கழகத்தில் தன் அறையிலிருந்த அவருடன் உரையாடியபோது பல உண்மைகளை விவரித்தார். நூற்பாலைகள் திடீரென மூடப்பட்டவுடன் தடுமாறிய வாழ்க்கையை நிலைநிறுத்த உடல் விற்பனை ஏற்புடையதாக மாறியது. தெருவில் வீசியெறியப்பட்ட குடும்பப்பெண்களும், அவர்களது பெண்களும் அங்கே அடைக்கலம் தேடினர். ஹர்ஷத் மேத்தா ஊழலும், பலூன் போல ஊதப்பட்ட பங்குச் சந்தை வெடிப்பும் ஆண்களின் வருமானத்தைத் தகர்த்தபோது, பெண்கள், இத்தகைய வழிமுறைகளில் பணம் கண்டடைந்தனர். 1995-க்குப் பின்னர் தொழில்கள், அமைப்பு சார்துறைகளை மையம் கொண்டன. அதைத் தொடர்ந்து அமைப்பு சாராத்

துறைகள் தகர்ந்தன. இது பெண்களை மிகவும் பாதித்தது. அவர்களில் சிலரும் மூலதனம் தேவைப்படாத பாலியியல் தொழிலின் ஒரு பகுதியானார்கள். 2002-இன் நரவேட்டை, இத்தகைய நிகழ்வுகளை விரைவுபடுத்தியது. முஸ்லிம்களுக்கிடையில் இது வெளிப்படையாக நிகழ்ந்தது. குடும்பச் சூழ்நிலைகளே அவர்களை அத்தகைய ஓடைகளில் தள்ளியதைக் காணலாம். பல இடங்களிலும் கணவனின் அனுமதியுடன் குடிசைத் தொழிலாக பாலியல் தொழில் நடைபெறுகிறது.

பாலியல் தொழில்

கலவரக்காலங்களில் மூன்று இஸ்லாமிய பாலியல் பெண் தொழிலாளிகள் கொல்லப்பட்டதாகவும் சௌரங்ஜானி குறிப்பிட்டார். பாலியல் தொழிலாளிகளும், குற்றவாளிகளும் அடங்கிய சமூகத்தின் இருண்ட பாகம், முஸ்லிம்களின் செயற்பாட்டுக்களம் என்ற வாதத்தை உயர்த்தி, தார்மிகரீதியில் இக்கொலைகளை அரங்கேற்றுவதாக வன்முறையாளர்கள் சொல்லிக் கொண்டனர். 1934 இல் காந்திஜி ஏற்படுத்திய ‘ஜோதிசங்க்’, ‘சகி ஜோதி’ போன்ற தன்னார்வ அமைப்புகள் மேற்கொண்ட விசாரணைகள், சில உண்மைகளை வெளிக்கொணர்ந்தன. அஹமதாபாத் நகரத்தில் மட்டும் தற்போது நாலாயிரத்திற்கும் மேற்பட்ட பாலியல் தொழிலாளிகள் இருக்கின்றனர். ஆறு வகையான உடல் விற்பனை முறைகளை ஜானி வகைப்படுத்தினார். வருமானம் குறைந்த நுகர்வோரை, தெருவில் நின்று அழைப்பது முதல் வகை, விபச்சார நிலையங்கள் இரண்டாம் வகை, Call Girls- என்றழைக்கப்படும் அழைத்தால் வருவோர் மூன்றாம் வகை, தொலைவிலிருந்து நகரத்திற்கு வந்து ஒப்பந்த வேலைபோலச் செய்பவர்கள் நான்காம் வகை, அழகு நிலையங்களின் மறைவில் பாலியல் தொழில் செய்வோர் ஐந்தாம் வகை, சொந்தக் குடியிருப்பிலேயே பாலியல் தொழில் செய்யும் குடும்பப் பெண்கள் ஆறாம் வகையினர். ஏறக்குறைய பாதுகாப்பும், சட்டத்தின் கோரப்பிடிகளுக்குள் அகப்படாமலிருக்கவும் உதவுகிறது இத்தகைய முறை. Mobile and Automobile என்பதை பாலியல் தொழிலாளிகளின் சின்னமாக்கியிருக்கிறது நடுத்தர வர்க்கம்.

பயமுறுத்தலின், அதிகார வெளிப்பாட்டின், ஒருவகையான உரிமை கோரலின், அடிமைப்படுத்தலின் முனை தீட்டிய முழுமையான ஆயுதமாக பலாத்காரத்தை குஜராத் நரவேட்டையின் போது சங்பரிவாரம் மாற்றியது. 1992 டிசம்பர் 6 பாபர் மசூதி தகர்ப்பின் தொடர்ச்சியாக நடந்த சூரத் கலவரத்தில்தான் அது அரங்கேறியது. குஜராத் பல்கலைக்கழக வளாகத்திற்கு அருகிலுள்ள துளசி ரெஸ்டாரெண்ட்டை 2002 இல் காவிப்படை தீயிட்டுக் கொளுத்தியதன் காரணம் என்னவென முதலில் பலருக்கும் தெரியவில்லை. அதன் உரிமையாளர்கள் முஸ்லிம்கள் என்பதே உண்மைக் காரணம். துளசி என்ற பெயரில் இருந்தும் ரெஸ்டாரெண்ட் வன்முறைக்கு இலக்கானது. அமைதித் தீவாக இருந்த சூரத், 1992 - டிசம்பரில் நடுங்க வைக்கும் ரத்த வெள்ளத்திற்குக் களமானது. ஜவுளித் தொழிலில் இந்துக்களும் முஸ்லிம்களும் கைகோர்த்து இணைந்து பணிபுரிந்தது மத நல்லிணக்கத்திற்கு அடித்தளம் அமைத்துக் கொடுத்திருந்தது. குஜராத்தின் பிற இடங்களில் கேள்விப்பட்டிராதபடி, பணக்கார இந்து வசிப்பிடங்களில் முஸ்லிம்களும் ஒன்று கலந்திருந்திருந்தனர். ஆனால் பாபர் மசூதி தகர்க்கப்பட்ட பின்னர், நான்கு நாட்கள் ரத்தவெள்ளம் புரண்ட கலவரங்கள் நிகழ்ந்தன. 2002-இல் நடந்ததன் ரிகர்சல் படுகொலைகள், கும்பல் பலாத்காரங்கள், மனிதர்களின் மீதான தீவைப்பு ஆகியவை பீதியூட்டும் வகையில் அதிகரித்தன. சூரத்தில் ஏராளமான முஸ்லிம் குடியிருப்புகளில் மட்டுமல்ல மனித ரத்த வெறியாட்டம்; முஸ்லிம்கள் என எப்போதும் அடையாளம் காணப்படாதவர்களின் வீடுகளும் பெண்களும் ஆக்கிரமிக்கப்பட்டனர். இந்துக்களைப் போன்று ஆடை அணிந்த முஸ்லிம்களும் வேட்டையாடப்பட்டனர். பெரும்பாலான வீடுகளில் ரகசிய அடையாளம் இடப்பட்டிருந்தது. குறிப்பிட்ட மூலைகளில் காவி அடையாளம், அனுமன் படம், ஸ்வஸ்திக் சின்னம் என அடையாளமிட்டு அடையாளம் காண்பதை வெகு சுலபமாக்கினர். சூரத் கலவரத்திற்குப் பின்னணியாகச் செயல்பட்ட அரசியல் மூளை நரேந்திரமோடிதான் என்பது நிரூபிக்கப்பட்ட ஒன்று.

பத்தாண்டுகளுக்குப் பின்னர் 2002-இல் கூட்டு பலாத்காரங்களும் படுகொலைகளும் இதே சூரத் கலவரத்தை முன் மாதிரியாகக்

கொண்டுதான் நிகழ்த்தப்பட்டன. இது அத்துடன் நிற்கவில்லை. 2007-08இல் ஒடிசாவில் கந்தமலிலும் 2013 செப்டம்பரில் உத்திரப் பிரதேசத்தில் முசவ்பர்பூரிலும் தொடர்ந்தன. இந்து இளம்பெண்ணைப் பலாத்காரம் செய்தார்கள் எனப் பொய்ப் பிரச்சாரம் அவிழ்த்துவிடப்பட்டு வன்முறையின் ஒரு பகுதியாக முஸ்லிம் பெண்கள், ஆக்கிரமிக்கப்பட்டு பலாத்காரம் செய்யப்பட்டனர். அதன் மூலம் இந்து பெண்களின் உணர்ச்சிகளும் தூண்டிவிடப்பட்டன. அந்நேரத்தில் முதல்வராகவும் உள்துறை அமைச்சராகவும் இருந்த மோடி இந்தக் கலவரக்காரர்களுக்கிடையில் காவல்துறையினரை கலவரக்காரர்களுக்கு ஆதரவாகவும் துணையாகவும் செயல்படத் தூண்டினார். அதனால் பாதிக்கப்படவர்களுக்கு நீதி கிடைக்கவேயில்லை. பில்க்கிஸ் பானுவைக் கூட்டு பலாத்காரம் செய்த வழக்கை, குஜராத் நீதிமன்றம் எந்தக் காரணமுமின்றி மூட முயன்றது. அவளது குடும்பத்திலுள்ள 14 உறுப்பினர்களைப் படுகொலை செய்த பின்னர் அவள் பலாத்காரத்திற்கு இரையானாள். இறுதியில் உச்ச நீதிமன்றம் தலையிட்டு வழக்கு சி.பி.ஐ.க்கு மாற்றப்பட்டு, விசாரணை குஜராத்துக்கு வெளியே நடத்தப்பட்டது. கந்தமலில் கிறிஸ்துவர்களுக்கெதிரான படுகொலைகளும் கூட்டு பலாத்காரங்களும் இதைப் போன்றே செயல்படுத்தப்பட்டன. ஆளும் அரசு இயந்திரத்தின் முழுமையான ஆதரவைப் பெற்ற கலவரக்காரர்கள் கன்னியாஸ்திரிகளிடம் கூட இரக்கம் காட்டவில்லை. சகோதரி மீனா கலவரத்தில் இரையாக்கப்பட்டது ஒரு உதாரணம் மட்டுமே. முஸிஃபர்பூர் நகர கலவரத்திற்கு ஆறு மாதம் முன்பு மோடி, அமித்ஷாவை நியமித்தார். இந்துப் பெண்ணை அவமானப்படுத்தினார்கள் என பொய்ப் பிரச்சாரம் அவிழ்த்து விடப்பட்டே கலவரங்கள் இங்கேயும் தூண்டிவிடப்பட்டன. முஸ்லிம் பெண்களைப் பலாத்காரம் செய்யுமாறு அறைகூவல் விடுக்கப்பட்டு இந்துக்கள் தூண்டிவிடப்பட்டனர். இத்தகைய கலவரங்களின் போதெல்லாம், முஸ்லிம் பெண்கள் சுயஉரிமையுள்ள தனி மனுஷியாகப் பார்க்கப்படுவதேயில்லை. தங்களது மத அந்தஸ்த்தின் சின்னமாகவே பார்க்கப்படுகிறாள். அதை மலினப்படுத்தவோ, தகர்க்கவோ, நிர்மூலமாக்கவோ இந்துத்துவக் காலிகளுக்கு அறைகூவல்

விடுக்கப்படுகிறது. பெண்களின் அந்தரங்க உறுப்புகள் வலுக்கட்டாயமாக, பகிரங்கமாக பொது இடங்களில் காட்சிப் பொருளாக்கப்படுகின்றன. இன அழிப்பின் நாஜி மாதிரிகள். சிறுபான்மை இனப் பெண்கள், அடித்து நொறுக்கப்பட்ட தங்கள் சொந்த வீட்டிற்குச் செல்லவும் அனுமதிக்கப்படவில்லை. இந்து மதத்தில் சேர்ந்தால் கண்ணியமாக நடத்துவோம் என நிர்ப்பந்திக்கபடுகின்றனர். பெண்களைப் பற்றிய பார்வையில் சங் பரிவாரத்திற்கு எப்போதும் இரட்டை நாக்குதான். 2012 இல் டெல்லி கூட்டு பலாத்கார வழக்கில் குற்றம் சாட்டப்பட்டவர்களுக்கு மரண தண்டனை அவசியமானது என்று நிலைப்பாடு எடுத்த சுஷ்மா சுவராஜ், 2013 ஆகஸ்டில் மும்பை சக்திமில் கூட்டு பலாத்கார வழக்கிலும் இதே நிலைபாட்டை எடுத்தார். ஆனால் சத்தீஸ்கரில் ஆதிவாசிப் பணியாளரும், ஆசிரியையுமான சோனி சோரி பலாத்காரப்படுத்தப்பட்டபோது அவர் வாயே திறக்கவில்லை. காவல்துறை கண்காணிப்பாளர் அங்கித் கார்க்கின் மௌன அனுமதியுடன் அந்தப் பலாத்காரம் நிகழ்த்தப்பட்டது. ஆனால் அவர் குடியரசுத் தலைவரால் பதக்கம் வழங்கப்பட்டுக் கௌரவிக்கப்பட்டார்.

ஆசாராம் பாபு

மைனர் பெண் பலாத்கார வழக்கில் குற்றவாளியும் சாமியாருமான ஆசாராம் பாபுவின் விஷயத்தில் பி.ஜே.பி. தலைவர்களான உமாபாரதியும், கைலாஸ் விஜய் வர்கியாவும் பிரபாத்ஜாவும் ஆசாராம் பாபுவிற்கு ஆதரவாகச் செயல்பட்டனர். போலிச் சாமியாருக்கு எதிராக லஷ்மி தேவியும் அவரது மகள் பாரதி தேவியும் ஆதாரங்களைச் சமர்ப்பித்த பின்னரும் பலாத்காரக் குற்றவாளிக்கு ஆதரவு வழங்கிய சுப்பிரமணியன் சுவாமியின் புகைப்படம் பொறிக்கப்பட்ட சுவரொட்டிகள் குஜராத்தின் வீதிகளெங்கும் நிறைந்து காணப்பட்டன. ஆசாராம் பாபுவிற்கெதிரான வழக்கு ஆதாரமற்ற பொய் வழக்கு என சுப்பிரமணிய சுவாமி வாதிட்டார். 1941 ஏப்ரல் 17 இல் பிறந்த அஸுமல் தௌமல் ஹர்பலானி இருபத்தொன்பதாம் வயதில் ஆசிரமம் ஒன்றை அமைத்த பின்னர் ஆசாராம் பாபு என அழைக்கப்பட்டார். இப்போது இந்தியாவுக்கு

உள்ளேயும் வெளியேயும் 400-க்கும் மேற்பட்ட ஆசிரமங்கள் உண்டு. தேசப் பிரிவினையைத் தொடர்ந்து அவரது குடும்பம் அஹமதாபாத்தை வந்தடைந்தது. மாஜிஸ்திரேட் நீதிமன்றத்திற்கு முன்னால் தேநீர் விற்றுக் கொண்டிருந்த ஆசாராம், தந்தையின் மரணத்திற்குப் பின்னர் ஆன்மிக வியாபாரத்தை நோக்கித் திரும்பினார். 2012 இல் டெல்லி பலாத்கார வழக்கில் பாதிக்கப்பட்டவரைக் குற்றம் சுமத்தி ஆசாராம் வெளியிட்ட அறிக்கை மிகவும் விவாதிக்கப்பட்ட ஒன்று. 'சம்பவத்திற்குப் பின்னால் உள்ள ஆறு பேர் மட்டுமல்ல குற்றவாளிகள்; அவர்களைச் சகோதரர்களே என அழைத்து கை தொழுதிருந்தால் அவளது மானமும் உயிரும் காப்பாற்றப்பட்டிருக்கும். ஒரு கை கொண்டு ஓசை வருமா? நான் அவ்வாறு எண்ணவில்லை' என்று நீண்டது அவரது அறிக்கை. 2013 ஆகஸ்டில் ஜோத்பூரில் தனது ஆசிரமத்தில் 16 வயது மைனர் பெண்ணை பலாத்காரம் செய்ததாக அவர்மீது தொடுக்கப்பட்ட வழக்கு, அவரை மீண்டும் பிரபலப்படுத்தியது. பேயை விரட்டுகிறேன் என்று கூறி அப்பெண் பலாத்காரப்படுத்தப்பட்டார். கைது செய்வதற்காக வந்த காவல் துறையினரையும், செய்தி சேகரிப்பதற்காகச் சென்ற பத்திரிகையாளர் களையும் காவிப்படையினரைக் கொண்டு எதிர்க்க ஆசாராம் முயன்றார்.

இருபதாண்டு கால இந்துத்துவமயமாக்கல், குஜராத்தில் பெண் இனத்தையும் அச்சுறுத்தும் விதத்தில் மிருக குணம் படைத்தவர்களாக மாற்றியிருக்கிறது. ராமஜென்ம பூமி அமைப்பு என அழைக்கப்பட்ட பல்வேறு அடிப்படைவாதக் குழுக்களின் ஒருங்கிணைப்பின் வழியாக துவக்கப்பாடங்கள் கற்பிக்கப்பட்டன. உதிரிப் பிரிவினரை விடவும், கல்வியறிவு பெற்றவர்கள்தான், ராமஜென்ம பூமி இயக்கத்தின் கொள்கைகளை ஏற்றுக்கொண்டு செயல்பட்டனர் என சில ஆய்வுகள் நிரூபித்திருக்கின்றன. நோனிகா தத்தாவின் ஆய்வு (Gujarat and majority women) அவற்றில் முக்கியமானது. இனப்படுகொலையின் முதல்நாள் அஹமதாபாத் நகரத்தில் பற்றி எரிந்து கொண்டிருக்கும் பிணங்களுக் கிடையில், எவ்விதப் பதற்றமுமின்றி நடந்துசெல்லும் பெண் டாக்டரின் திடுக்கிடும் காட்சியுடன் அந்த ஆய்வு விரிகின்றது. முஸ்லிம் பெண்களை நரகத்தில் தள்ளிவிட்ட காட்சிகளில் அவர் பெருமிதம் கொண்டிருந்தார்.

பாதிக்கப்பட்டவர்களிடம் ஒரு அணுவளவும் தயவு காட்டாமல் இந்துத்துவ வன்முறையின் பிரதிநிதியாக அந்த மகப்பேறு மருத்துவர் இருந்தார். பாலியல் வன்முறைக்கு உட்படுத்தப்பட்டு நடைபிணங்களாக காணப்பட்டவர்களிடம்கூட அனுதாபம் கொள்ளவில்லை. அதுமட்டுமல்ல அனைத்துக் கொடுஞ்செயல்களையும் பல்வேறு விதத்தில் நியாயப் படுத்திக் கொண்டிருந்தார். இந்துப் பெண்கள் அச்சுறுத்தும் வகையில் மத அடிப்படைவாதிகளாக மாற்றப்பட்டுள்ளனர் என்பதன் சாட்சியங்கள் இவை.

எண்பத்தெட்டு வயதான ஜாட் இனத்தைச் சார்ந்த சுபாஷிணியைப் பற்றியும் நோனிகா தத்தா விவரித்திருக்கிறார். ஹரியானாவில் ஆரிய சமாஜ செயல்பாடுகளால் இளம் வயதிலேயே கவரப்பட்ட சுபாஷிணி, 1920களில் டேராடூனில் கன்யா குருகுலத்தில் துவக்கக் கல்வி பெற்றார். 1942இல் கான்பூர் கிராமத்தில் அத்தகைய பாரம்பரிய கல்விக்கூடத்தைத் துவக்கினார். 1930களில் காந்திய வழியிலான எதிர்ப்பியங்களில் இணைந்து செயல்பட்டாரெனினும் இந்துத்துவமயப்படுத்தப்பட்ட ஜாட் அடையாள அரசியலே அவரைக் கவர்ந்தது. தூய்மைச் செயல்பாடு, மதமாற்றம், சங்கச் செயல்பாடுகள், நால்வகை வேதப் பிரச்சாரம், பசு பாதுகாப்பு போன்றவை அவரது முக்கிய செயற்பாட்டுக் களங்களாக விளங்கின. தேசியம், இந்து சமூகம் ஆகியவற்றிற்கு தொண்டாற்ற அவர் பல சீடர்களையும் உருவாக்கினார். முஸ்லிம்களுக்கு எதிராக எப்போதும் தொடரும் வகையில் பயம் எனும் மனோதத்துவத்தை சுபாஷிணியும் சீடர்களும் உருவாக்கினார்கள். இஸ்லாமின் கற்பனைகளில் ஒன்றான குடியேற்றம் என்பதை முன்னிலைப்படுத்தி சீடர்களுக்கு ஆயுதப்பயிற்சியும் வழங்கினார். இந்துப் பெண்களை கடத்திக்கொண்டு செல்ல முஸ்லிம்கள் திட்டமிடுவதாகவும் உணர்த்தினார்.

தேசப் பிரிவினையைத் தொடர்ந்து நடைபெற்ற வன்முறையை சுபாஷிணி ஆர்ப்பாட்டத்துடன் கொண்டாடினார். தனது பகுதியிலிருந்த முஸ்லிம்கள் வேரோடு களையப்பட்டதில் எல்லையற்ற பெருமிதம் கொண்டிருந்தார். இது தனிப்பட்ட நிகழ்வல்ல. குஜாராத்திலெங்கும்

இந்துத்துவ நடைமுறைத் திட்டங்கள் மற்றும் முஸ்லிம் விரோத மனப்பான்மையில் பெண்களின் பங்கு சர்வ சாதாரணமாக இருக்கின்றன. மத அடிப்படைவாதத்தையும் பிற மத வெறுப்புணர்வையும் தன்மயப்படுத்தி குடும்பத்திலும், தன் சமுதாயத்திலும், சமூகத்திலும் உயர்நிலையை அடைகின்றனர். காலனிய எதிர்ப்பு தேசிய முன்னேற்றத்திலும் முற்போக்கு மதச்சார்பின்மை செயல்பாடுகளின் போதும் கைவராத பெருமித உணர்விற்கு மிக எளிதாகச் சென்றடை கின்றனர். அவர்களுடைய கற்பிதமான எதிரி உருவாக்கத்தை அமைப்பு ரீதியான இந்துத்துவ அமைப்புகள் ஏற்றெடுத்து, கலவரத்துக் கான காரணமாக்கி வன்முறையைக் கட்டவிழ்த்து விடுகின்றனர். தேசியக் களங்கத்தைத் துரத்தவும், அழித்தொழிக்கவும் பொய்ச் செய்திகளையும் வதந்திகளையும் உருவாக்கிப் பரப்புகின்றனர். அரியான ஹஃபிங்டன் கூறியதுபோல, 'ஆயுதத்தை மறைத்துக் கடத்த முயன்ற நிர்வாண மனிதனை போலிஸ் கைது செய்தனர்' என்ற வகையில். நிர்பயம் என்றால் பயமின்மை அல்ல, பயத்தைக் கீழ்படியச் செய்வதுதான். விழுவதற்கு முன்பு கிடைக்கும் ஒரு வாய்ப்பு என்றும் பத்தி எழுத்தாளரும் கிரேக்க அமெரிக்கப் பெண் எழுத்தாளருமான ஹஃபிங்டன் மேலும் குறிப்பிட்டார். பயத்தைக் கீழ்ப்படியச் செய்ய இயலாமல் நடுங்குபவர்களை, தெளிவற்றதும் நிச்சயமற்றதுமான தீக்கடலுக்குள் எறிகிறது குஜராத்.

சுகாதார உணர்வு

முஸ்லிம்களின் குறிப்பாக முஸ்லிம் பெண்களின் குறைந்தபட்ச இருப்புக்கூட சுகாதாரமற்றது என்கிற பொதுவான உணர்வு குஜராத்தில் எங்கும் காணப்படுகிறது. முஸ்லிம் குழந்தைகள் பெரும்பான்மையாக உள்ள கல்விக்கூடங்களில் இந்து மதத்தைச் சார்ந்த பெற்றோர்கள் தங்கள் குழந்தைகளை அனுப்ப மறுக்கின்றனர். திருவிதாங்கூரில் முன்பு நடந்த ஒரு நிகழ்வு நினைவிற்கு வருகிறது. மேல்சாதியினர் படித்த ஒரு பள்ளிக்கூடத்தில் சில ஈழவக் குழந்தைகள் கல்வி கற்க வந்தவுடன், ஜாதிய உணர்வால் பீடிக்கப்பட்ட மேல்ஜாதியினர் தங்கள் குழந்தைகளைக் கல்விக்கூடத்திற்கு அனுப்ப மறுத்துவிட்டனர். அதைப்போன்றே பின்னர், ஹரிஜனக் குழந்தைகள் கல்வி கற்க வந்தவுடன், ஈழவர்களும் தங்கள்

குழந்தைகளை நிறுத்திவிட்டனராம். முஸ்லிம் பாலியல் வன்முறையாளர்கள், இந்து மதத்தைச் சார்ந்த பெண்களைக் குறி வைத்திருப்பதாகச் சொல்லப்படும் பொய், முஸ்லிம் பெண்களுக்கெதிரான இந்துத்துவ பாலியல் வன்முறைகளை நியாயப்படுத்துவதற்காகத்தான். கிராமியப் பகுதிகளில் முஸ்லிம் தீவிரவாதிகள், ஆதிவாசிப் பெண்களைப் பாழ்படுத்துவதாகப் பிரச்சாரம் செய்கின்றனர். ராமஜென்மபூமி அமைப்பு செயல்பாடுகளின் வழியாக பழைய பிரம்மச்சரியப் பெண்களைப் போல சந்நியாசினிகளையும், சாதுப் பெண்களையும் வளர்த்தெடுத்தனர்.

சிறுபான்மையினப் பெண்களின் துக்கமோ, கையறுநிலையோ பயமோ இந்துத்துவ வீராங்கனைகளுக்கு ஒரு பிரச்சினையே அல்ல. பெரும்பான்மை என்ற கருதுகோள் மட்டுமே எவ்வித வன்முறை களையும் நிகழ்த்தும் உரிமையை வழங்குகிறது. அவர்கள் நாங்கள் என்பது போன்ற பிரிவினைகளின் வழியாக அதற்கு ஒரு தத்துவச் சார்பையும் வழங்கினர். இனப் பெருமிதத்தையும், வரலாற்றுப் பாரம்பரியத்தையும், பராக்கிரம மொழியையும், அறிவையும், தனிமனித சுதந்திரத்தையுமெல்லாம் இணைத்துக் கட்டி வன்முறை வெறியாட்டத்திற்குக் களம் அமைக்கின்றனர். இத்தகைய ஜோடனைகளெல்லாம் கட்டவிழ்த்தால் அவர்களும் முஸ்லிம் பெண்களைப் போல ஆதரவற்றவர்களே.

மோடியின் மென்கெலா

ஜான்சி ராணிக்கும் டாக்டர். மாயாபென் கோத்நானிக்குமிடையில் இடம் பிடித்த பாரம்பரிய நவீன வரலாற்றின் வழியாகவே குஜராத்தில் இத்துத்துவத்தின் பெண் வாழ்வு கடந்து செல்கிறது. பெண் ஹிட்லரைப் போல, கோத்நானியால் சிதறடிக்கப்பட்ட வாழ்க்கை ஏராளம். 2002 பிப்ரவரியில் நரோதகாம் - நரோதபாட்யா படுகொலைகளின்போது அவர் தொன்னூற்றைந்து முஸ்லிம்களை வெட்டிப் படுகொலை செய்தார். ஆக்ரோஷமாக முழங்கிக்கொண்டு கலவரம் நடந்த இடத்திற்குச் சென்ற கோத்நானி, காவிப்படையினருக்கு வாட்களையும் பிற ஆயுதங்களையும் வழங்கினார். ஒரு தருணத்தில் துப்பாக்கியை எடுத்து குண்டுமழை

பொழியவும் செய்தார். Mobile location அதற்கான ஆதாரமாக இருந்தாலும் மோடியின் காவல்துறை அதையெல்லாம் மூடி மறைத்தது. 2004இல் நானாவதி கமிஷன்தான் பின்னர் அவற்றைக் கண்டுபிடித்தது. 2008இல் உச்சநீதிமன்றத் தலையீட்டைத் தொடர்ந்து சிறப்பு விசாரணைக்குழு தன் விசாரணையைத் தீவிரப்படுத்தியது. நரோதபாட்யா படுகொலை வழக்கில் 2012 ஆகஸ்ட் 31 அன்று அவருக்கு 28 ஆண்டு சிறைத்தண்டனை கிடைத்தது.

பனஸ்கந்தா மாவட்டத்தில் தீஸாவில் துவக்கக்கல்வி பெற்ற மாயாபென் கோத்நானி, பரோடா மருத்துவக் கல்லூரியில் எம்பிபிஎஸ் பட்டமும் மகப்பேறு மருத்துவப் பட்டமும் பெற்றார். நரோதாவில் குபேர் நகரில் சிவம் மெட்டர்னிட்டி மருத்துவமனை துவங்கி மருத்துவப்பணி செய்தார். நரோதா தொகுதியிலிருந்து மூன்றுமுறை சட்டப்பேரவை உறுப்பினராகத் தேர்வு செய்யப்பட்டார். 1998இல் எழுபத்தைந்தாயிரம் வாக்குகள் வித்தியாசத்தில் வென்ற அவர் 2002இல் இனப்படு கொலைகளுக்குப் பின்னர் ஒரு லட்சத்துப் பத்தாயிரம் வாக்குகள் பெரும்பான்மை பெற்றார். 2007இல் அது ஒரு லட்சத்து எண்பதாயிரமாக உயர்ந்தது. மோடி அமைச்சரவையில் பெண்கள் குழந்தைகள் நல அமைச்சரானார். ஜெர்மனியில் ஹிட்லர், டாக்டர் ஜோலஃப் மென்கெலா உறவிற்கிணையான குஜராத் மாதிரியாக இருந்தது மோடிக்கும் டாக்டர். மாயாபென் கோத்நானிக்குமிடையில் உள்ள உறவு. விஷ வாயு சேம்பர்களுக்கு இரைகளைத் தேர்ந்தெடுத்தவரும், கைதிகளை மனித விரோதப் பரிசோதனைகளுக்கு ஆட்படுத்தியவருமான ஜோலஃப் மென்கலா இரண்டாம் உலகபோரின் இறுதியில் விசாரணைக்குப் பயந்து தென் அமெரிக்காவிற்கு மாறு வேடத்தில் ஓடி, பின்னர் அர்ஜைன்டைனா, பராகுவே, பிரேசில், மேற்கு ஜெர்மனி, இஸ்ரேல் ஆகிய நாடுகளிலெல்லாம் வசித்தார்.

'மனித வம்ச அறிவியல் மரபணு ஆய்வுகள்' என்ற பெயரில் அறிவியலுக்குப் புறம்பான செயல்கள் மென்கெலாவின் தலைமையில் நடைபெற்றன. ஆஸ்விச்சில் துவங்கி பிற கான்ஸன்டிரேசன் கேம்ப்களுக்கு எல்லாம் அந்த நரவேட்டை படர்ந்தது. ஹிட்லர் அதற்கெல்லாம் தனி நிதியுதவி அளித்தார். அந்த நிதியுதவி பெற்று ஆஸ்விச் மயானத்திற்கருகில் சிறப்பு பத்தோலஜி ஆய்வகமும் திறந்தார். ஹங்கேரியைச் சேர்ந்த டாக்டர். மிதிலோஸ் நியஸ்வி மனித உடல்களை அறுத்து ஆய்வு செய்தார். ஆரிய வம்ச மேன்மைத் தத்துவத்தை நிலைபெறச் செய்ய அத்தகைய நடவடிக்கைகள் மேற்கொள்ளப்பட்டன. கைதிகளின் பாதுகாப்போ உயிரோ கவனத்தில் கொள்ளப்படாதவையாக அத்தகைய நடவடிக்கைகள் இருந்தன. சோவியத் செம்படை முன்னேறியபோது மென்கெலா

அர்ஜெண்டைனாவிற்குத் தப்பியோடினார். மனைவி இரானே ஷோன் பெய்னெவை அழைத்தாரெனினும் அவர் உடன் செல்லவில்லை. மனைவிக்கும்கூட அவரது குரூரங்கள் தாங்கவியலாததாக இருந்தனவென்பதே உண்மை. பியூனர்ஸ் அயோர்ஸில் வின்செட்டின் லோபெஸ் பகுதியில் இருக்கும்போது உணவிற்காகத் தச்சுவேலை செய்தார். நியூரம்பர்க் விசாரணைகளுக்கிடையில் மென்கெலா பலமுறை குறிப்பிடப்பட்டார். சுய அடையாளங்களையெல்லாம் இழந்து வோல்ஃஃப்காங் ஜெராட் என்ற பெயரில் அவர் மரணமடைந்தார்.

The voive from Brasil என்ற திரைப்படத்தின் முக்கிய கதாபாத்திரம் மென்கெலா. பிரேஸிலில் மருத்துவமனையில் அவர் ஹிட்லரின் குளோனை உருவாக்கினார். இராலெவின் எழுதிய நூலை ஆதாரமாகக் கொண்டு ஃஃபிராங்களின் ஜெஷாஃஃப்னர் அப்படத்தை இயக்கினார். கிரிகிரி பெக், லோரன்ஸ் ஆலிவர் ஆகியோரும் முக்கியப் பாத்திரத்தில் நடித்த அப்படத்தின் திரைக்கதையை ஹெய்வுட் கால்ட் எழுதினார். ஆஸ்திரேலியா, இங்கிலாந்து, அமெரிக்கா ஆகிய இடங்களில் படப்படிப்புகள் நடைபெற்றன. காயங்கள் குணமடைந்த லிபர்மான், அமெரிக்க நாஜி வேட்டைக்காரன் டேவிட் பென்னட் ஆகியோரிடமிருந்து தூண்டல் பெறப்பட்டு உருவான திரைப்படம், டாக்டர். மென்கெலாவின் ரகசியத் திட்டங்களை உலகிற்கு வெளிப்படுத்துவதாக இருந்தது. ஃஃபாஸிஸ்ட் அமைப்பை நோக்கிய பயணம், மக்கள் ஆதரவைப் பெற்ற மாயம், துவேஷப் பிரச்சாரம், வன்முறை இரத்த வேட்டைகள், கைது செய்யப்பட்டபோதான பரிதவிப்பு, சித்தபிரமை, எதிரிகள் கூட விரும்பாத வீழ்ச்சி, மறைந்து வாழ்தலின் வெறுமையை அனுபவித்த தனிமை - மென்கெலாவைப் போல மாயாபென் கோத்நானியும் திரைப்படக் கதாபாத்திரமாக மாறும் வாய்ப்பு இருக்கிறது.

ஜெய்ஸ் புளூ குர்த்தா, மொவாடோ கைக்கடிகாரம்

வட்நகரிலுள்ள நரேந்திரமோடியின் வீட்டிலும் அலுவலக அறையிலும் நம் கவனத்தை ஈர்க்கும் இரண்டு ஓவியங்கள் இருக்கின்றன. முதலாவது சுவாமி விவேகானந்தருடையது. மற்றது ஏழாம் நூற்றாண்டின் சீனப் பயணியும் புத்தமதப் பண்டிதனுமான யுவாங் சுவாங்கினுடையது. மோடியின் உலகப் பார்வையை உருவாக்கியதில் ஆழ்ந்த செல்வாக்கைச் செலுத்தியவர் யுவாங் சுவாங். எண்ணெய் வியாபாரக் குடும்பத்தில் பிறந்த அவரது கிராமமான வட்நகருக்கு தனது இந்தியப் பயணத்திற்கிடையில் அந்த சீனப்பயணி இருமுறை வருகை புரிந்தார். குஜராத் வணிக சமுதாயத்தினருக்கு ரோம், பெர்ஷியா, சீனா, எகிப்து, கிரீஸ், தென்ஆப்பிரிக்கா, போன்ற நாடுகளுடன் பழங்காலத்திலேயே வியாபார உறவுகள் இருந்தன. இன்றைய குஜராத்தின் ஒரு பகுதியான சௌராஷ்டிராவில் மௌரிய ஆட்சிக்காலத்தில் ஒரு பார்ஸி இனத்தவரை கவர்னராக நியமிக்கவும் செய்தார்கள். ஒன்பதாம் நூற்றாண்டில் பெர்ஷியாவில் மதரீதியான துன்புறுத்தல்களுக்கு ஆளான பார்ஸிகள் குஜராத்தின் சன்ஜனில் அடைக்கலம் தேடினர். வியாபாரத்திற்காகத் திறக்கப்பட்ட கப்பல் செல்லும் பாதைகள் அவர்கள் வருகையைச் சுலபமாக்கியது. பரிகாஸ, காம்பே போன்ற துறைமுகங்களைப் பற்றியும்

DI
TA

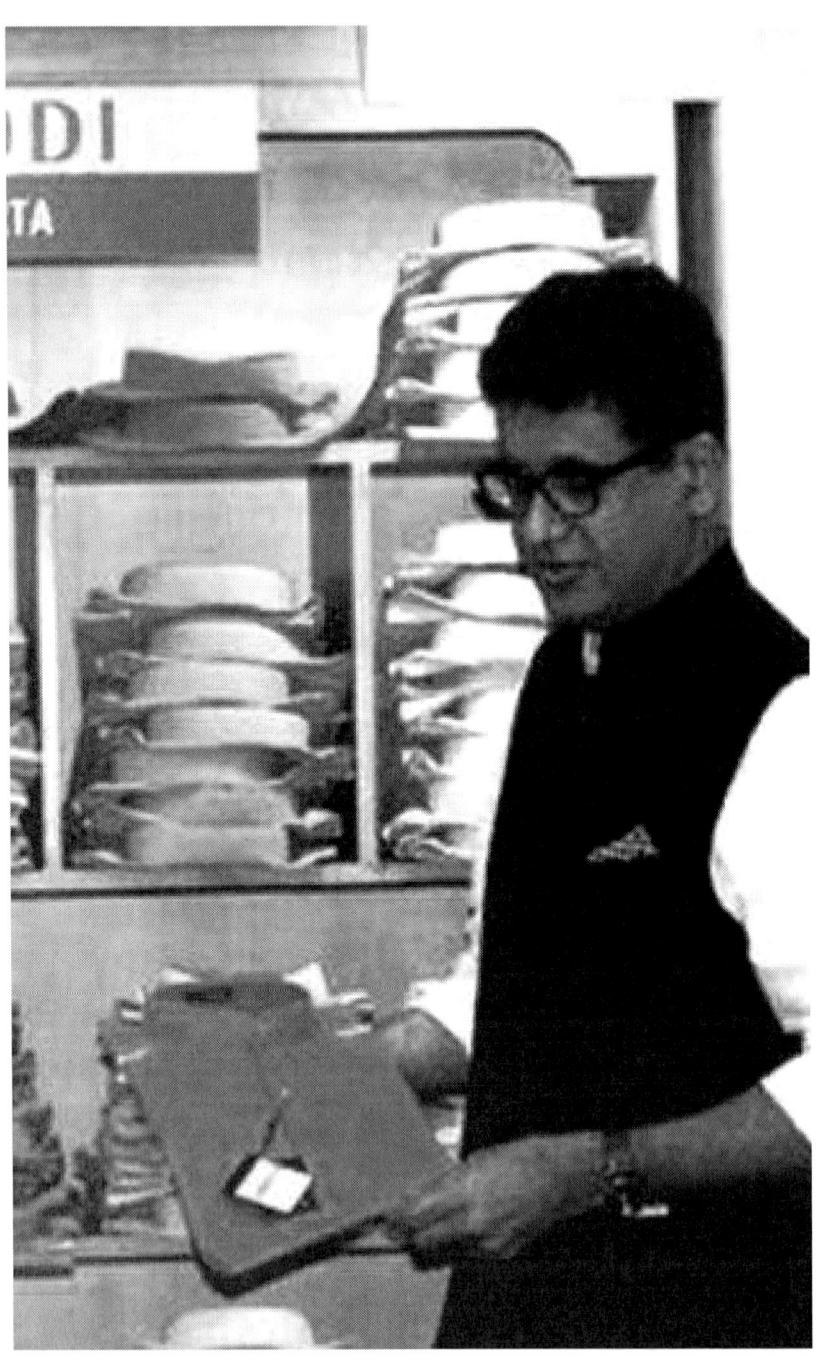

அவர்கள் அறிந்திருந்தனர். 2014 ஏப்ரல் 24 அன்று பதினான்காம் பாராளுமன்றத்திற்கான வேட்புமனு தாக்கல் செய்த பின்னர் மோடி நிகழ்த்திய சிறு உரையில் யுவான் சுவாங்கை ஆதரவுடன் நினைவு கூர்ந்தார். குஜராத்தின் பட்டுச்சாலையுடன் அவருக்கு இருந்த உறவையும் குறிப்பிட்டார். புத்த மதத்தின் இதயத்தைத் தேடிச் சென்ற யுவான் சுவாங்கின் பயணங்களை விடவும் மோடியை ஈர்த்தது அவரது வணிகத் தொடர்புகளாக இருக்கலாம்.

வரலாற்றுக்கு முந்தைய காலத்திலிருந்தே குஜராத்தின் சில துறைமுகங்கள் உலகில் அறியப்பட்டவையாக இருந்தன. லோதல், தொலவிரா, வெராவில், துவாரகா, புரோச் போன்றவை உதாரணங்கள். மேற்கண்ட இடங்களில் வசித்தவர்கள் தீர சாகசங்களிலும், பயணத்திலும், வியாபாரத்திலும் ஈடுபாடு கொண்டவர்களாக இருந்தனர். Mountains of the moon என ஆப்பிரிக்க மலைத்தொடர்களும் ஆறுகளும் புராணங்களில் குறிப்பிடப்பட்டுள்ளமை மற்றொரு உதாரணம். கி.பி. ஆறாம் நூற்றாண்டில் கிழக்கு ஆப்பிரிக்காவுடன் குஜராத்திகள் வணிகத் தொடர்பு கொண்டிருந்தனர். அங்கு தேங்காயை அறிமுகப் படுத்தியவர்கள் குஜராத்திகள்தான். கப்பல் பயணங்களில் தமது தேர்ந்த அனுபவங்களால் குஜராத் இந்தியாவின் பிற பகுதிகளை விடவும் முன்னிலை பெற்றிருந்தது. பெரிய கப்பல்களும் தேர்ந்த மாலுமிகளும் அதைச் சாத்தியப்படுத்தினர். இந்தியப் பெருங்கடலின் அனைத்து வழிகளையும் அவர்கள் நன்கு அறிந்திருந்தனர். இருப்பிடக் (நாவிகேஷனல்) கருவிகளைக் கண்டுபிடித்து அதற்கொரு அறிவியல் தன்மையையும் அளித்தனர். கட்ச் பகுதியைச் சார்ந்தவர்களின் பயண வழிகாட்டு அட்டைகள் ஐரோப்பாவைப் பின்தள்ளச் செய்யும் வண்ணம் மேன்மை மிகுந்ததாக இருந்தன. கிழக்கு ஆப்பிரிக்காவின் மாவிந்தியிலிருந்து வாஸ்கோடகாமாவைக் கோழிக்கோட்டுக்கு வந்தடையச் செய்த வழிகாட்டி குஜராத்துக்காரனான கான்ஜி மலாம். கட்ச் பகுதியில் முதன்மையான ஜவுளி மற்றும் இண்டிகோ சாய வியாபாரியாக இருந்த அவர், ஆப்பிரிக்கக் கடற்கரையை வந்தடைந்தார். தனது பொருட்களை பார்ட்டர் முறையின்படி கைமாற்றி, தங்கத்தையும்

யானைக்கொம்புகளையும் பிறவற்றையும் குஜாரத்துக்குக் கொண்டுவந்தார். கான்ஜி 1498 ஏப்ரல் 24 முதல் ஒன்பது நாட்கள் ஓய்வுக்காகத் தங்கிய காமாவில் அவர்தான் புதிய ஆய்வுகளைத் தோற்றுவித்தார். வியாபாரப் பண்பாட்டுடனான குஜராத்தின் உறவுக்கு மேலும் பல சான்றுகள் இருக்கின்றன. அத்தகைய பாரம்பரியத் தொடர்ச்சி தற்போது கூடுதல் வழமையாக இருக்கின்றன. அமெரிக்கா, கனடா, பிரிட்டன், போர்ச்சுக்கல், ஸ்ரீலங்கா, ஃபிஜி, மலேயா, மொரீஷியஸ், மடகாஸ்கர், ஆப்பிரிக்கா, அரபு நாடுகளிலெல்லாம் குஜராத் தன் உறவைச் செழுமைப்படுத்தியிருக்கிறது. அமெரிக்காவில் மொத்தமுள்ள இந்தியர்களில் 30 சதவிகிதத்திற்கும் அதிகமாக குஜராத்திகள் உள்ளனர். இவ்வாறான வணிகப்பார்வை குஜராத்திகளின் தொழில் முறைகளிலும், மொழியிலும், தினச்செயல்பாடுகளிலும் ஆழ்ந்த முத்திரைகளைக் கொண்டுள்ளது. அறிவையும், தத்துவச்சிந்தனையையும்விட நடைமுறைகளுக்குப் பண முக்கியத்துவம் கொடுக்கும் ஒரு ஜனக்கூட்டம். சமூக சிந்தனையாளர் அச்சுத் யக்னிக் கூறியது போல, வேதங்களை இதயத்தில் கொண்டு நடப்பவர்களை புத்தகப்புழுக்கள் என்று பொருள்படும்படி வேதியோ என்று கிண்டலாக அழைப்பார்கள். தத்துவச் சிந்தனையுடன் உரையாடுபவர்களை சூஃபியானா என்பார்கள். அதற்கு தொடர்பின்மை, குப்பை என்றெல்லாம் பொருளுண்டு. பனியா பிரிவினர்களிடம் மட்டுமல்ல இத்தகைய வணிக மனப்பான்மை, குஜராத்தின் அனைத்து வகையான மக்களும் இத்தகைய மனப்பான்மைக்கு அடிமைப்பட்டவர்களே.

ஆடம்பரத்தின் கொண்டாட்டம்

தேசியவாதம் மற்றும் சுதேசியின் ஆரவாரங்களுக்கிடையிலும் மோடியின் தனிமனித வாழ்வு, தாராள மனப்பான்மை, வீணடித்தல் மற்றும் ஆடம்பரத்தின் கொண்டாட்டம்தான். வணிகச் சிந்தனையின் 'தர்ம சித்தாந்தத்தால்' அவர் தன்னை அலங்கரித்துக் கொள்கிறார். சில வணிகப் பெயர்களின் சின்னமாகவும் பிரச்சாரகராகவும் நடைமுறைத் தூதனுமாக அவர் இருக்கிறார். ஜெய்ட் புளூ குர்த்தாவும் மொவிடோ கைக்கடிகாரங்களும் பபுள்காரி கண்ணாடி பிரேம்களும் அவற்றில்

முக்கியமானவை. நீலாஞ்சன் முகோபாத்யாயாவின் Narendra Modi : The Man and Times என்ற ஆய்வுரையில் பதினேழு பக்கங்கள் நீண்ட ஒரு அத்தியாயம் முழுவதும் மோடியின் குர்த்தாவைப் பற்றியதுதான். ஆயத்த ஆடை விற்பனையகங்களுக்கு வெளியில் இருந்து சட்டைகளுக்குப் பொத்தான் தைத்துக் கொண்டிருந்த பிபின் சவுகானும் அவரது மூத்த சகோதரர் ஜிதேந்திராவும் தங்கள் வாழ்க்கையை நடத்த மிகவும் பாடுபட்ட ஒரு காலமிருந்தது. 1981-இல் சுப்ரிமோ என்றொரு கடையைத் திறந்த பின்னரும் அவர்கள் துயரம் தீரவில்லை. காந்தியவாதிகளுக்கான குர்த்தாவும் பைஜாமாவும் அக்கடையில் முதன்மையானவையாக இருந்தன. அத்தகைய ஆடைகள் மெல்ல மெல்லக் கவனிக்கப் படாமையின், வெட்கக்கேட்டின் சின்னங்களாக மாறிய சமூக காலநிலையில்தான் மோடி குர்த்தாக்கள் சவுகானின் எதிர்காலத்தை மாற்றி அமைத்தன. ஆர்எஸ்எஸ் தலைமையுடனான துவக்ககாலம் முதலான தொடர்பு, ஒருவகை வியாபார வெற்றியாக மலர்ந்தது. ஆஸ்திரேலிய இசைக்கலைஞர் நிக்கெய்வ் ஒருமுறை, ‘மரியாதைக்குரியவர்கள் அவர்களது தையல்காரர்களைப் பற்றி எப்போதும் பேசுவதில்லை’ என்று குறிப்பிட்டார். ஆனால் மோடி அளவு கொடுக்கவும் துணியைத் தேர்ந்தெடுக்கவும் வடிவமைப்பைக் கவனிக்கவும் சவுகானின் கடைக்கு வருவதை வழக்கமாகக் கொண்டிருந்தார். மோடி முதலமைச்சர் ஆனபின்னர்தான் சவுகான் முதல்வரின் அலுவலகத்திற்குச் செல்வதை வழக்கமாக்கிக் கொண்டார். ஒவ்வொரு முறை காணும்போதும் ஜார்ஜ் பெர்னாட்ஷாவின் தையல்காரரைப் போல அளவெடுப்பார். ‘தன்னுடன் அறிவார்ந்த முறையில் நடந்து கொள்வது தனது தையற்காரர் மட்டும்தான்’ என ஷா குறிப்பிட்டுள்ளார். நேரில் பார்க்கும் போதெல்லாம் அவரது தையற்காரர் புதிய அளவெடுப்பார். மற்றவர்களெல்லாம் பழைய அளவு தங்களுக்கு இப்போதும் சரியாக இருக்கும் என்று உறுதிபடக் கூறியதாகவும் பெர்னாட் ஷா குறிப்பிட்டுள்ளதைக் காணலாம். டோரத்தி எல்சலயேர்ஸின் மர்மங்கள் இழையோடிய நாவல் ‘The nine tailors’ இல் Teller என்பது Tailor என்று மாறுவதைப் பின்புலமாகக் கொண்டிருந்தது. ‘It takes nine tailors to make a man’ என்ற சொற்றொடர் அந்த நாவலைத்

தொடர்ந்துதான் பிறந்தது. லன் நகரத்தில் ஒரு ஏழைச்சிறுவன் தேர்ந்த தையல்காரரிடம் வேலை தேடிச் சென்றான். ஒன்பது தையற்காரர்கள் அவனுக்குத் தையலின் நுணுக்கங்களைக் கற்றுக்கொடுத்தனர். அவனும் தன் திறமையை நிரூபித்து நன்கு வேலைசெய்து பின்னர் பணக்காரன் ஆனான். தனது சொந்த குதிரைவண்டியில் வண்டிக்கு முன் பகுதியில் ஒன்பது தையற்காரர்கள் ஒரு மனிதனை உருவாக்கினார்கள் என ஒரு சொற்றொடரை எழுதி வைத்தான். ஒரு பெண் இறந்தபோது ஒன்பது முறை முழங்கிய தேவாலய மணியோசை டெல்லர் என்று அறியப்பட்டிருந்தது. 'The nine tellers mark a man' மெல்ல மெல்லச் சில கிராமிய மொழிகளில் tailors என மாறியதாம். ஆங்கில நாடகக் கலைஞன் ஃபிலிப் மாலிஞ்சர், 'உங்களது தையற்காரர் உங்களை எவ்வளவு நல்ல மனிதர்களாக ஆக்கியுள்ளார்' என்று எழுதியது போல பிபின் சவுகான் நரேந்திர மோடியை அழகுபடுத்தினார். பணம் செலவு செய்யாமல் மிகுந்த விளம்பரத்தையும் தேடிக்கொண்டார். பிரதமரான பின்னர் கார் மாற்றியபோது புதிய கார் கம்பெனியும் இதே வகையில் பலன் பெற்றது. தெருவோரத்தில் பொத்தான் தைப்பதில் துவங்கிய பிபின் சவுகானும் அவரது சகோதரர் ஜிதேந்திராவும் 150 கோடி வருமானம் பெற்றனர் என்பது மட்டுமல்ல வருடத்திற்கு முப்பதாயிரம் மோடி குர்த்தா விற்பனை என்ற சாதனையும் படைத்தனர்.

கண்கள், குரல், ஆடைகள், ஆகிய மூன்று விஷயங்களில் எவ்விதமான உடன்பாட்டிற்கும் தான் தயாராக இல்லையென்று மோடி, சவுகானிடம் தெளிவுப்படுத்தியுள்ளார். வெண்ணிற பாலிகதரில் இருந்து அவருடைய குர்த்தாக்கள் கடுமையான நிறங்களுக்கு மாறின. முதலில் வண்ணம் நிறைந்த ஜாக்கட்டுகளுக்காக பகல்பூரிலிருந்து பட்டு கொண்டு வரப்பட்டன. பல நண்பர்களும் மோடிக்கு வழங்கிய பரிசுப்பொருட்களில் முதன்மையானது பலவிதமான துணிகள்தாம். அவற்றையும் பயன்படுத்தினார். ஒரு காலத்தில் மிகவும் செல்வாக்கு செலுத்திய நேரு ஜாக்கெட்டுகளை விடவும் இன்று மோடியின் ஆடைகளே விரும்பப்படுகின்றன. அவரைத் தவிர காங்கிரஸ் தலைவர் அஹமது பட்டேல், அதானி குழுமத்தின் கௌதம் அதானி, நிர்மாவின் கர்சன்பாய்

பட்டேல், ஸைடஸ் கடிலாவின் பங்கஜ் பட்டேல், பகவதி குழுமத்தின் நரேந்திர சோமானி போன்றவர்களும் ஜெய்ட் புளூவின் பிராண்ட் தூதுவர்களைப் போன்றவர்கள்தான். வன்கொள்ளை எனப் பொருள்படும் big loot என்கிற விளம்பரச் சொற்றொடர் இங்கு நினைவு கூரத்தக்கது. சூழலுக்கேற்ப மாறும் திறனுள்ளவன் நீடித்து வாழ்கிறான் (Survival of the fittest) என்பது ஜீன்ஸ் விளம்பரத்தில் (Arrival of the fittest) என்று மாறியது மற்றொரு அறிகுறி. சமூக டார்வினியத்தின் கருதுகோள்கள் கனவு விற்பனையின் ஆகாயங்களாகின்றன. ஜெய்ட்புளூ நிறுவனம் தற்போது தனது வருமானத்தின் மூன்று சதவீதத்தை விளம்பரத்திற்காகச் செலவு செய்கிறது. அந்த நிறுவனம் இருக்கும் சி.ஜி ரோடு ஆயிரத்து தொள்ளாயிரத்து அறுபதுகளில் தேசிய அளவில் பிரபலமான வணிகர் சிமன்லால் கிரிதர்லால் என்பவரை நினைவுகூரும் வகையில் பெயரிடப்பட்டது. அஹமதாபாத்தின் முக்கியமான வியாபார முனையம் என்று அறியப்படும் அது மிகவும் விலையேறிய சில்லரை விற்பனை மையமாகவும் இருக்கிறது. 1990களில் மறு உருவாக்கம் செய்யப்பட்ட அந்தச் சாலை 2010இல் உலகத்தின் முக்கிய சாலைகளுள் ஒன்று எனப் புகழ்பெற்றது. ரியல் எஸ்டேட் நிறுவனமான குஷ்மான் அண்ட் வெய்க் ஃபில்டின் ஆய்வில் ஆசிய பசிபிக்கில் வெகுவிரைவில் வளர்ச்சியடையும் இடங்களில் மூன்றாம் இடத்தைப் பெற்றது. மும்பையின் லிங்க்கிங் சென்ட்ரல் சாலையும், ஹாங்காங்குமாக முதல் இரு இடங்களாக இருந்தன. சி.ஜி சாலையின் முன்னேற்றம் அக்கால அளவில் 18.2 சதவிகிதமாக இருந்தது.

கைக்கடிகாரமும் கண்ணாடியும்

நரேந்திர மோடியின் கையை அலங்கரிப்பது மொவாடோ ஆடம்பர கைக்கடிகாரம். ஐம்பதாயிரத்திற்கு மேல்தான் அதன் துவக்க விலை. நூறு பேடண்டுகளும் 200 சர்வதேச அங்கீகாரங்களும் பெற்ற அந்த ஸ்விஸ் கம்பெனி 1881-இல் தோற்றுவிக்கப்பட்டது. ஆனால் ஜெடாலியோ கிரின்பெர்க், கியூபாவிலிருந்து தப்பி ஓடி அமெரிக்காவின் மியாமியை வந்தடைந்த பின்னர்தான் அந்த நிறுவனம் நவீனத்தைக் கைவசப்படுத்தியது. பதினைந்தாம் வயதில் சொந்த நாட்டில் பதினெட்டு

டாலருக்கு கடிகாரம் விற்றுக்கொண்டு தன் வாழ்க்கையைத் துவக்கினார் கிரின்பெர்க். வான்ஸெ பக்கார்டின் 'The Statud Seekers' (1959) என்ற புத்தகம் அவரது வாழ்க்கையை மாற்றியமைத்தது. கையில் அணியும் கடிகாரம், கடிலாக் கார் ஓட்டுவதை விடவும் மதிப்பை உருவாக்க வேண்டும் என்ற பார்வையை உட்கொண்டு ஆடம்பரக் கைக்கடிகாரங்கள் தயாரிக்கப்பட்டன. உலகத்தில் மிகவும் விலையேறிய கைக்கடிகாரம் என்று விளம்பரம் செய்யப்பட்டது. இரண்டாம் உலகப் போருக்குப் பின்னர் உருவான புதிய பெரும் பணக்காரர்களை இலக்காகக் கொண்டிருந்தது. நதான் ஜார்ஜ் ஹோர்விட், ஆன்ஸி வால்ஹோல் போன்ற ஆளுமைகள் நவீன வடிவமைப்பை உருவாக்கினர். 1960 ஆகஸ்ட் 16 அன்று மியாமியை வந்தடைந்தபோது ஆங்கிலம் அறியாதவராக இருந்தார் கிரின்பெர்க். அது வியாபாரத்திலும் தடையேற்படுத்தியது. சோனியா க்ரிக்ளியாக் என்பவரைத் திருமணம் செய்ததும் மெக்ஸிகோ நகரத்தில் தேன்நிலவும் புதிய வியாபாரத் தொடர்புகளை உருவாக்கின. அங்குதான் பிரபல விற்பனை நிறுவனமான ஒமேகாவுடன் தொடர்பு ஏற்பட்டது. நியுயார்க் நகரத்தில் லிங்கன் மையத்தில் டான்டே பூங்காவில் மொவாடோ வடிவமைத்த காலச்சிற்பம் மிகவும் அழகானது. பதினெட்டு அடி உயரமுள்ள அதை வடிவமைத்த சிற்பி ஃபிலிப் ஜான்ஸன். கியூபாவிலிருந்து தப்பியோட்டம், 'எப்போதும் அசைவது' என்ற 'மொவாடோ'வின் பொருள், அமெரிக்க ஆதரவு நிலைப்பாடு, புதிய பணக்கார வர்க்கத்தினரின் அந்தஸ்து, வான்டெ பக்கார்டின் புத்தகம் துவங்கி ஜெடாலியோ கிரின்பெர்க்கின் குறியீடுகளெல்லாம் நரேந்திர மோடியின் வணிக விழுமியங்களை நன்கு திருப்தி செய்வனவாக இருந்திருக்கலாம். ஏதேனும் கைக்கடிகாரத்துடனான காதலையும் பெருவிருப்பையும் விடவும் தனது சுய பொருளாதாரத் தத்துவத்தின் அடையாளச் சின்னம் அது. மோடி தன் பையில் செருகும் பேனா மோண் பிளாங்க் என்ற நிறுவனம் தயாரித்தது. ஜெர்மன் எழுதுகோல் தயாரிப்பாளர்களின் உயர்ந்த உலகத்தரமான நிறுவனங்களுள் ஒன்றான மோண் பிளாங்க் ஹம்பர்க்கிலுள்ள ஷோஸன் என்னுமிடத்தில் தனது உற்பத்தியைத் துவங்கியது. கிளாஸ் ஜொஹான்ஸ் வோஸ், ஆல்பிரட்

நெஹெமியாஸ், ஆகஸ்ட் எபேர்ஸ்டேயின் ஆகியோர் இணைந்து 1906-இல் முதல் மோண் பிளாங்க் பேனா வெளியிட்டார்கள்.

பழைய இத்தாலிய ஆபரணத் தயாரிப்பாளர்களான பபுள்காரி நிறுவனத்தின் கண்ணாடி பிரேம்கள்தான் மோடிக்கு மிகவும் விருப்பமானது. 1884-இல் ஸோடிரியோ வவுல் காரிஸ் என்பவர் ஆபரண விற்பனையகத்தைத் துவக்கினார். கிரீஸில் இருந்து இத்தாலிக்குக் குடியேறிய அவரது பெயரில் உள்ள வவுல்காரிஸ் என்பதுதான் மெல்ல பபுள்காரி என மாற்றம் பெற்றது. 1880-இல் மிகவும் சிறுவயதில் ரோமை அடைந்தபோது, அந்தச் சுறுசுறுப்பான சிறுவனிடம் பதினெட்டு சென்ட் நாணயம் மட்டுமே இருந்தது. சிறிய அளவில் துவங்கிய ஆபரண விற்பனை வெகுவிரைவில் விரிவையும் புகழையும் அடைந்தது. கைப்பை, கைக்கடிகாரம், வாசனைத் திரவியங்கள், சுற்றுலாத் தொழில், ஆடம்பரக் கண்ணாடி - துவங்கி அனைத்து நிலைகளிலும் வளர்ச்சி பெற்றது. உலகத்தின் முதல்தர நடிகையருள் முக்கியமானவரும் ஹாலிவுட்டின் மின்னும் நட்சத்திரமுமாக இருந்த எலிஸபெத் டெய்லர், பபுள்காரி தயாரிப்புகளின் ரசிகராக (Fan) இருந்தார். அதைப் பற்றி அவர் கூறிய நகைச்சுவை பெரும் கவனம் பெற்றது. தான் அறிந்த ஒரேயொரு இத்தாலியச் சொல் பபுள்காரி என்பதுதான் என்றார் அவர். அந்த வியாபாரக் குடும்பத்திலிருந்து மயிர் கூச்செரியச் செய்யும் கதைகளையும் உலகம் கேட்டது. இரண்டாம் உலகப்போர் நடைபெற்ற காலம். கோன்ஸ்டான்டினோ பபுள்காரி என்பவர் தலைமைப் பொறுப்பில் இருந்தார். ரோம் நகரின் கென்டோக்கள், ஃபாஸிஸ்ட்டுகளால் திடீர் சோதனை (ரெய்டு) செய்யப்பட்டபோது பயந்து வெருண்ட மூன்று பெண்கள், கோன்ஸ்டான்டினோவின் வீட்டு முன் வாசற்கதவைத் தட்டினர். அவர் வாசற்கதவைத் திறந்து அவர்களை வரவேற்றார். பெனிட்டோ முஸோலினியின் கொடுங்கோன்மைக்கெதிராக தீரத்தின், மனித நேயத்தின் கொடியை உயர்த்திப் பிடித்த அந்தப் பாரம்பரியத்தை நரேந்திர மோடி அறிந்திருக்க வாய்ப்பில்லை.

பாத்திரம் சூடாக்கி இஸ்திரியிடல்

இந்திய ஊடகங்கள் தவிர்த்தும், தி நியூயார்க டைம்ஸ், வாஷிங்டன் போஸ்ட் போன்ற வெளிநாட்டு ஊடகங்களும் நரேந்திர மோடியின் உருவத்தோற்றத்தை முன்னிறுத்தி செய்திகளையும் கட்டுரைகளையும் வெளியிட்டிருக்கின்றன. சமகால இந்தியாவில் மிகவும் தேர்ந்த விளம்பர வாசக (Copy Writer) எழுத்தாளர் அவர்தான் என்றும் பட்டப் பெயரிட்டு குறிப்பிட்டுள்ளன. எந்தவொரு விளம்பர முகமை நிறுவனத்தைவிடவும் நன்றாக தனது கருத்துகளை பாவனையுடன் விவரிக்கவும் நிகழ்த்தவும் செய்கிறார் மோடி. அவரது கருத்துகள் நூதன பிராண்டுகளையும் புதிய மனிதர்களையும் நிகழ்வுகளையும் உருவாக்கும் வகையில் பலனையும் அளிக்கிறது. பின்னர் புதிய உற்பத்திப் பொருட்களையும் கருதுகோள்களையும் இலக்காகக் கொண்ட மறு ஆக்கங்களும். ஒரு மாடலைக் (Model) கூட வெட்கம் கொள்ளச் செய்யும் வகையில் தோன்றும் அவர் எப்போதும் கண்ணாடியைக் காதலிக்கிறார். தன்னுடைய பிரச்சார அலுவலகத்திலிருந்து அனுப்பப்படும் சிறிய புகைப்படங்களிலும் கவனம் செலுத்துகிறார். எப்போதும் சீப்பு வைத்திருக்கும் மோடி தனிச்சிறப்பான ஷேவிங் சீப்பையும் கொண்டு செல்கிறார். காரின் பின்புற இருக்கையில் அடர் நிறத்திலுள்ள ஆறு ஆடைகளையும் உடன் கொண்டு வருகிறார். நிகழ்ச்சி நிரலும், பங்கேற்பாளர்களின் தரமும் அறிந்தபின்னர் அதிலிருந்து ஒன்றைத் தேர்வு செய்கிறார்.

சுருக்கமற்ற இரும்புமுனை போன்ற பலம் கொண்டவையாக அவரது ஆடைகள் இருக்கின்றன. சிறுவயதில் அத்தகைய வழக்கம் அவரிடம் துவங்கியது. பித்தளைப் பாத்திரத்தில் சூடாக்கிய நீரை நிறைத்து ஆரம்ப காலங்களில் தானே இஸ்திரி செய்திருக்கிறார். பதினேழு வயதுவரை தனிமைச்சிறை என்பது போலத் தனியாக இருந்தபோதும், தனக்கான பிரத்யேக மரபான இஸ்திரியிடலைத் தொடர்ந்து செய்தார். மோடி குர்த்தாவுக்கு இந்தியா முழுவதும் ரசிகர்கள் உள்ளனர் என்பது மட்டுமல்ல, NRI ரசிகர்களும் ஏராளமாக உள்ளனர். பிரிட்டன், அமெரிக்கா, தென்கிழக்கு ஆசியா துவங்கிய பகுதிகளுக்கும் அது படர்ந்திருக்கின்றது. இந்திய அரசியல் தலைவர்களுக்கும் அவர்களது ஆடைகளுக்கும்

இடையிலுள்ள பொருத்தம் இவ்வளவு மிகப்பெரிய வெற்றியடைந்ததற்குப் பிறிதொரு உதாரணம் இல்லை. சொந்த ஆடைகளை நுட்பமான கருத்துப் பரிமாற்ற கருவியாக்குவதில் பிறர் பொறாமைப்படும் விதத்தில் தனது திறமையை நிரூபித்த மோடி ஒரு பிராண்டாகவே (Brand) மாறியிருக்கிறார். தேசிய எல்லை கடந்து அதற்கு சர்வதேசப் புகழையும் அடைந்திருக்கிறார். புரோகித மேலாடையின் புண்ணியமாக அதைக் கருதுபவர்களும் பெருமளவில் உள்ளனர். நூறு சதவிகித தேசியம், ஜனநாயகத்துவம், உள்நாட்டுத் தொழில், அரசியல் எதிரிகளிடமிருந்து வேறுபாடு, இந்திய மேல்தட்டினரின் ஆக்ஸ்பிரிட்ஜ் ஆடைகளிலிருந்து முற்றிலும் தொடர்பற்றதும், தனியானதும், தனது எளிமையான துவக்கத்தின் குறியீடு எனப் பல கபடமான ஆதர்ச (idol) வெளிப்பாடுகளைத் தைத்து நல்க முயற்சிக்கும் விவரணங்களும் அதன் தொடர்ச்சியாக இருக்கின்றன.

2014-இல் குஜராத் வரவுசெலவு அறிக்கையில் நிதியமைச்சர் சௌரவ் பட்டேல் தந்திரத்துடன் திருகி நுழைத்த சில யோசனைகள் பாரம்பரிய ஆடைத் தயாரிப்புத் தொழிலைத் தகர்ப்பவையாக இருந்தன. சிந்தடிக் (செயற்கை இழை) முதலாளிகளுக்கு ஆதரவான அவை கிராமியப் பொருளாதாரத் தற்சார்பை மீண்டும் சிக்கலுக்குள்ளாக்குபவை. 2013-இல் இந்திய ஜவுளி ஏற்றுமதி 4000 கோடி டாலராக இருந்தது. ஒன்றாமிடத்திலிருக்கும் சீனா 27,400 கோடி டாலர் ஏற்றுமதியுடன் மிகவும் முன்னிலை வகிக்கிறது. மொத்த உலக ஜவுளி வியாபாரமான 78,000 கோடி டாலருடன் ஒப்பிடும்போது இந்தியாவின் ஏற்றுமதி ஒளிவீசக் கூடியதல்ல. இங்கிருந்து கடல் கடந்து செல்லும் துணிவகைகளில் 68 சதவிகிதம் பருத்தியாடைகளும் 32 சதவிகிதம் சிந்தடிக்ஸும் ஆகும். இருப்பினும் குஜராத்தில் அரசு இயந்திரத்தின் ஆதரவு, அமைப்பு சார்ந்த மூலதனத் துறையினருக்குத்தான். கையால் நெய்யப்படும் சேலைகளுக்கும் துணிவகைகளுக்கும் 2014 ஆகஸ்ட் ஒன்றுமுதல், 10 சதவிகிதம் விலை ஏறியது சிக்கலை மேலும் தீவிரமாக்கும்.

மின்சாரம், நிலக்கரி, லிக்னைட், இரசாயனங்கள், சாயம் போன்றவற்றின் விலையும் தாங்க முடியாத உயரத்திற்குச் சென்றுவிட்டன. இவற்றில்

ஒன்றையும் கவனத்தில் கொள்ளாமல் குஜராத் அரசு கைத்தறி - கைத்தொழில் தொழிலாளர்களுக்கு, தத்தோபாந்த் டேங்கடியின் பெயரில் பிரச்சாரத்தை மட்டுமே மையமாகக் கொண்ட திட்டத்தை அறிவித்தது முற்றிலும் வஞ்சனை. ‘தத்தோபாந்த் டேங்கடி கரிகார் வ்யாஜ் ஸஹாய் யோஜனா’ திட்டத்தின்படி கைத்தொழிலுக்கு ஒரு இலட்சம் வரை கடன் வழங்கப்படுமாம். நரேந்திர மோடியின் அறிவுறுத்தலின்படி இத்திட்டத்திற்கு இந்தப் பெயர் வைக்கப்பட்டுள்ளது. சுதேசி ஜாக்ரன் மஞ்ச், பாரதிய மஸ்தூர் சங்க், பாரதிய கிஸான் சங்க் ஆகியவற்றின் நிறுவனராக இருந்த டேங்கடி, மோடியைக் கைப்பிடித்து உயர்த்துவதை உற்சாகமாகச் செய்தார்.

துவக்க காலத்தில் அத்தகைய ஆதரவு தகுதிக்கு மீறிய பதவிகளையும் முன்னுரிமைகளையும் தேடிக் கொடுத்தது. நெருக்கடிநிலைக் காலத்தில் மோடி, டெல்லியை அடைந்தது அவ்வாறுதான். அந்நிகழ்வுதான் மேல்மட்டத் தலைவர்களுடனான உறவின் துவக்கம். அளவுக்கு அதிகமான மேல்நாட்டு மயமாக்கல், மூலதன அடிமைத்துவம், பன்னாட்டு நிறுவனங்களின் மீதான காதல், கிராமியப் பொருளாதார நிலை தகர்ப்பு இவற்றிற்கு ஊடேயும் சுதேசி சின்னங்களும் சுதேசி தொடர்பான மறைந்த தலைவர்களும் குஜராத்தில் இறக்கி வைக்கப்படுகின்றன. உலகமயமாக்கலின் பிற்போக்குத் திசையை ஆதரிப்பவர்கள், இப்போது இவ்வாறு தேசிய பொருளாதார நிலையைப் பற்றி மீண்டும் கூக்குரலிடுகின்றனர். சுதேசி ஜாக்ரண் மஞ்ச்சின் பல்விழுந்த சிங்கங்கள் மீண்டும் புதிய வேடம் பூண முயற்சிக்கின்றன. 2014 ஜூலை 3 அன்று மத்தியப்பிரதேசத்தின் தர் நகரில் கூடிய ஆர்.எஸ்.எஸ். தலைமைக் குழுக்கூட்டம் அதற்கு அறிகுறி. ஆர்.எஸ்.எஸ். தலைவர் மோகன் பகவத்தின் தலைமையில் நடைபெற்ற கூட்டத்தில் சுதேசி ஜாக்ரண் மஞ்ச், கிஸான் - மஸ்தூர் சங்க் ஆகியவற்றின் பொறுப்பாளர்களும் பங்கேற்றனர். மோடியின் சாம்ராஜ்ய ஆதரவு நிலைப்பாட்டுக்குத் திரையாக சுதேசி வெற்று முழக்கத்தின் ஓசையை அதிகரிக்க, தர் நகரில் கூடிய தலைமைக்குழுக் கூட்டம் தீர்மானித்தது. அதற்கு ஏற்ற அரங்காக குஜராத்தைக் கருதியது. ராம் மாதவையும் சிவ் பிரகாசையும் பி.ஜே.பி.

பொறுப்பாளர்களாக நியமித்த ஆர்.எஸ்.எஸ். தீர்மானமும் அதன் ஒரு பகுதிதான். ஊடகங்களை எல்லைக்குள் நிறுத்துவதில் நல்ல திறமை பெற்ற ராம் மாதவ், ‘அகில பாரதிய சஹ்-சம்பர்க் பிரமுக்’ பொறுப்பில் இருந்து புதிய பொறுப்புக்கு வந்தார். சிவ் பிரகாஷ், மேற்கு உத்திரப்பிரதேசத்தில் ஆலயப் பிரச்சாரகராக இருந்தார். 2014-இன் துவக்கத்தில் வித்யார்த்தி பரிஷத் தலைவர் சுனில் பன்சாலி, கட்சிப் பொறுப்பிற்கு மாற்றப்பட்டார். இவர்கள் அனைவரும் குஜராத் கபடங்களின் மறைப்புத் திரைகளே. சுதேசியிலிருந்து சந்தை நட்புறவை நோக்கி அறிந்து கொள்ளவியலாத வண்ணம் உருவம் மாறிய போதும் சங்பரிவாரம் பழைய தார்மீகம் பற்றிப் புலம்புகின்றன. டோனி பிளேயரின் ‘நியூ லேபர்’ மார்க்கரட் தாட்சரின் தனியார் மயமாக்கல் போன்ற தாராளவாதத்தின் பி.ஜே.பி. பாடநூலாக குஜராத் இருக்கிறது. நாட்டிலுள்ள புதிய பணக்கார வர்க்கத்தினரையும் 70 கோடி அதிருப்தியில் உழலும் மத்தியவர்க்கத்தினரையும் பக்குவப்படுத்தி எடுப்பதற்கான மந்திரக்குழல் மோடிக்குக் கிடைத்ததும் குஜராத்தில்தான். எண்ணெய் உணவுப் பொருட்களின் விலைகள் ராக்கெட்டுகளுக்குப் பின்னால் பறக்கும் போதும், ரயில்வே கட்டணங்கள் புல்லட் ரயிலின் வேகத்தில் உயர்ந்தபோதும், சமையல் எரிவாயு உருளையின் விலை கர்ப்பம் தரித்து உடையும் போதும், நாட்டில் வரிக்கும் உள்நாட்டு உற்பத்திக்கும் இடையிலுள்ள விகிதம் உலகிலேயே மிகவும் குறைவு என்ற (10.7 சதவிகிதம்) நகைப்பிற்கு இடமளிக்கும் வகையில் பசப்புகின்றனர் குஜராத் ஆதரவாளர்கள். நார்வேயில் அது 27.3 சதவிகிதம் என்றும் ஸ்வீடனில் 21.5 சதவிகிதம் என்றும் வீம்படிப்பது மக்களுக்கு விடுக்கப்படும் சவால்தான். மகாத்மா காந்தி தேசிய கிராமிய வேலை உறுதித் திட்டத்தைப் பற்றி எழுபது சதவிகிதத்திற்கும் அதிகமான குடும்பங்கள் அறியாத நாட்டில் நார்வேயுடனும் ஸ்வீடனுடனும் ஒப்பிடுவது சவால் அல்லாமல் வேறென்ன? பொய்மைகளுக்கும் கபடங்களுக்கும் தார்மீக வஞ்சனைகளுக்கும் இணையாக குஜராத் சவால்களையும் கற்பிக்கிறது.

ஆயுதக் குவியல்

நரேந்திர மோடி பிரதமரான பின்னர் குத்தகை நிறுவனங்களும் (monopoly) பன்னாட்டு நிறுவனங்களும் நிதித்துறை முகவர்களும்

குஜராத்தில் விரித்த கம்பளத்தின் வழியாக டெல்லியையும் வந்து அடைந்தனர். அமெரிக்கா, பிரிட்டன், ஃபிரான்ஸ் ஆகிய நாடுகளிலிருந்து தான் முதலில் வந்தனர். ஆயுதபலத்தை அதிகரிப்பதற்கான மோடியின் ஆவலை அறிந்தே அனைவரும் வந்தனர். இந்தியாவின் ராணுவபலத்தை அதிகரித்தும் தயாரிப்புச் சாத்தியங்களை நவீனமாக்கியும் உலகத்தில்

பெரும் ஆயுத ஏற்றுமதியை, காவிப்படையின் அறிவுமையங்கள் இலக்காகக் கொண்டிருக்கின்றன. உலகின் பிற பகுதிகளில் ராணுவ செலவு குறைந்துவரும் நிலையில் ஆசியப்பகுதிகளில் அதிகரிக்கும்போது இத்தகைய செய்கைகள் கவனம் கொள்ளப்பட வேண்டியதொன்று. ராணுவச்செலவுகளில் சீனாவுக்கும் தென்கொரியாவுக்கும் இணையாக இந்தியாவும் முன்னிலை வகிக்கிறது. முதல் உலகப் போர்க் காலத்து ஐரோப்பிய மாதிரியைப் பின்பற்றுகிறது இந்தியா. பிரான்ஸ் வெளியுறவுத்துறை அமைச்சர் லாரன்ட் ஹாபியஸ் டில்லிக்கு முதலில் பறந்து வந்தது 126 ரஃபெய்ல் ஃபைட்டர் ஜெட் விற்பனையின் இடைநிலைக்காரராகத்தான். டஸோல்ட் ஏவியேஷன் எனும் நிறுவனத் தயாரிப்பான அதன் விலை 1500 கோடி டாலராம். அமெரிக்க செனட் உறுப்பினர் ஜான் மெக்கெய்ன் இந்தியாவின் பொருளாதார ராணுவ வளர்ச்சியை ஆதரித்துக் கொண்டு முதலில் அரங்கிற்கு வந்தார். 2014 ஜூன் 25 அன்று செனட் உறுப்பினர்களை வரவேற்கும்போது அவ்வாறு குறிப்பிட்டார். ஆயுதக்குத்தகைகளான போயிங் மற்றும் ரய்த்தியோனி நிறுவனங்களின் தயாரிப்புப் பட்டியலுடன் அவர் வந்தார். மோடியையும், நிதி மற்றும் ராணுவ அமைச்சர் அருண் ஜெட்லியையும் காண நிதி அமைச்சர் ஜார்ஜ் ஆஸ்போன், வெளியுறவுச் செயலாளர் வில்லியம் ஹேஹ் ஆகியோரை பிரிட்டன் அனுப்பியது. பேச்சுவார்த்தைகளில் அனைவரும் மிகுந்த எதிர்ப்பார்ப்பை வெளியிட்டனர். 2013-இல் இந்தியா ஆயுத இறக்குமதிக்கு 600 கோடி டாலர்களை ஒதுக்கியுள்ளது என்றாலும் பயமுறுத்தும் வகையில் ஒதுக்கீடு உயரும் என்பது நிச்சயம். இந்தத் துறையில் வெளிநாட்டு நிறுவனங்களுக்கான மூலதனச் சாத்தியம் 26 சதவிகிதமாக இருப்பதை 49 சதவிகிதமாக்குவதாக பி.ஜே.பி தலைமை உறுதியளித்துள்ளது. இப்போதே இந்தியக் கூட்டுறவு ஆயுத உற்பத்தித் திட்டங்களில் 26 சதவிகித அந்நிய மூலதனப் பங்கு இருக்கிறது.

பிரிட்டிஷ் கோட்டும் ஃபிரன்ச் ஷூவும் அணிந்து அமெரிக்க ஏவுகணை சுமந்து நடக்கும் நரேந்திரமோடி ஆங்கிலத்தை உரையாடும் மொழியாகக் கொண்டிருக்கிறார். நான்கு பத்தாண்டுகள் நீண்ட அரசியல்

வாழ்வு முழுவதும் தாய்மொழியான குஜராத்தியிலும் இந்தியிலும் பொது உரையை நடத்திய மோடி, திடீரென ஆங்கிலத்திற்கு மாறியது ஒரு சிந்தனைச் செயல்பாட்டின் பகுதியாகத்தான். 2014 ஜூன் 30 அன்று ஸ்ரீஹரிகோட்டா அதன் பயிற்சிக்களமாக இருந்தது. புன்னகை படர்ந்த முகத்துடன் ஐந்தரை நிமிடம் ஆங்கிலத்தில் உரையாற்றிய பிரதமர், இந்திய வான்வெளி ஆய்வுகள் முக்கியமான திருப்பத்தை அடைந்திருப்பதாகக் குறிப்பிட்டதுடன், சாட்டிலைட்டுகளை சைக்கிளில் சுமந்து கொண்டு சென்ற பழைய காலத்தையும் நினைவு கூர்ந்தார். தனிநபர்த்திறனை வெளிப்படுத்துவது மட்டுமல்ல அந்த ஆங்கில உரை. அது அரசியல் உள்நோக்கத்தையும் கொண்டிருப்பதாகப் பத்தி எழுத்தாளர் நீலாஞ்சன் முகோபாத்யாயா (Why Modi chohse to speak in English) என்ற தன் கட்டுரையில், ஆராய்ந்து குறிப்பிட்டுள்ளார். 2013-இன் மத்தியில் மோடி தேர்தல் பிரச்சாரங்களைத் துவக்கியபோது, ஆங்கிலத்தில் உரையாற்ற இயலாத நிலை நமோ ஆதரவாளர்களுக்கு இடையிலும் விரும்பப் படாமலிருந்தது. அயல்நாட்டுத் தலைவர்களுடனான பேச்சு வார்த்தைகளின் போது மொழிபெயர்ப்பாளர்களைச் சார்ந்திருப்பதை விமர்சகர்களும் சுட்டிக் காட்டினர். பி.ஜே.பி. பொதுச்செயலாளராக இருந்த 1990-களில் தொலைக்காட்சி நேர்முக விவாதங்களில் ஆங்கிலத்தில் உரையாற்றத் துவங்கும் மோடி இடையில் இந்திக்கு மாறுவதை வழக்கமாகக் கொண்டிருந்தார். சமூக ஊடகங்களில் தேசிய மொழியான இந்தியைத்தான் பயன்படுத்த வேண்டும் என்று உள்துறை அமைச்சர் ராஜ்நாத்சிங்கின் அறிக்கை வெளிவந்த இரண்டு வாரங்களுக்குள் மோடியின் ஸ்ரீஹரிகோட்டா ஆங்கிய உரை நிகழ்ந்தது என்பதையும் நினைவில் கொள்ள வேண்டும்.

அனாதையான காந்திஜி

''இவ்வாறு எலும்பும் சதையும் கொண்ட ஒருவர் இப்பூவுலகில் வசித்ததாக வரும் தலைமுறையினர் நம்பமாட்டார்கள்'' என காந்திஜி படுகொலை செய்யப்பட்டு மரணமடைந்தபோது உலகின் சிறந்த அறிவியல் அறிஞர் ஆல்பர்ட் ஐன்ஸ்டீன் தனது துயரத்தைப் பகிர்ந்து கொண்டார். மனிதகுல வரலாற்றின் நினைவடுக்குகளில் மிகவும் வேதனையளித்த காயங்களுள் ஒன்றாக அவரது மரணம் இருந்தது. கலப்படமற்ற அன்பு, போலித்தனமற்ற கருணை ஆகியவற்றின் நிறைகுடமாக அவர் இருந்தார். ஜாதி - மத - பொருளாதாரப் பிரிவினைகளைப் புறந்தள்ளி அனைத்து விதமான மக்களையும் காந்தம் போலத் தன்னை நோக்கி ஈர்த்தார். ஏழை எளிய தீண்டத்தகாதவர்களாகக் கருதப்பட்டவர்களை மனிதர்கள் என்ற மகத்தான நீரோட்டத்திற்குக் கைப்பிடித்து உயர்த்தினார். சுதேசி, தற்சார்புக் கண்ணோட்டத்தை அவர்களிடம் விளைத்து சலனமற்ற நிலையில் இருந்த கிராமிய இதயங்களை ரத்த ஓட்டம் உள்ளவையாக மாற்றினார். சமையற்காரரும்கூட அரசில் பங்குபெறும் ஜனநாயக நடைமுறைகளைப் பின்பற்றிய லெனினைப் போல காந்திஜி, இறுதி வரிசையில் நிற்கும் இறுதிக் குடிமகனையும் தொட்டு உணர்வு பெறச் செய்தார். நானூற்றுக்கும்

அதிகமான வாழ்க்கை வரலாறுகளும் சுமார் எண்பது பகுதிகள் கொண்ட சுய படைப்புகளையும் சேர்த்து வைத்தாலும் எட்டாதது சபர்மதி ஆசிரமத்தின் புகழ். அவையெல்லாம் வரலாற்றின் மறதியில் அருங்காட்சியகங்களில் வைக்கப்பட்ட வெறும் புராதனச் சின்னங்கள் போல அலங்கோலமாகக் கிடக்கின்றன. குஜராத்தின் இன்றைய வாழ்க்கையில் தேசத்தந்தை முற்றிலும் அனாதைதான். உடல்வலிமை அரசியலும், பிறமத வெறுப்பும், தலித் சமூகத்தின் மீதான கொடுமைகளும் தினசரிச் செயல்பாடுகள் போல விதைக்கப்படுகின்றன. அங்கிருந்து தனிமனித சமத்துவம், சகிப்புத்தன்மை, ஒருங்கிணைவு ஆகியவற்றின் காவல்காரனான மகாத்மா விரட்டியடிக்கப்பட்டார் என்று கூறுவதுதான் உண்மை.

குஜராத்திலுள்ள போர்பந்தரில் பிறந்த மோகன்தாஸ் கரம்சந்த் காந்தி ராஜ்கோட்டில் துவக்கக்கல்வி பெற்றார். வாசிப்பின் பரந்தவெளி வளராமலிருந்த இளமைப்பருவத்திலும் பாடப்புத்தகங்களைத் தவிர அவர் நாடகங்களின்பால் ஈர்க்கப்பட்டார். தந்தை வாங்கிக் கொடுத்த ஒரு புத்தகத்தை நோக்கி அவரது கண்கள் பாய்ந்தன. சிரவணனின் பெற்றோர் பக்தியைப் பற்றிய நாடகமாக இருந்தது அது. ‘சிரவணனின் பெற்றோர் பக்தி’ என்ற புத்தகத்தில் சிரவணன் தனது தாய்தந்தையரைச் சுமந்துகொண்டு ஆன்மிகச்சுற்றுலா செல்லும் ஓவியம் இடம்பெற்றிருந்தது. பின்பற்ற வேண்டிய முன்மாதிரியாக அந்தப் புத்தகமும் அந்த ஓவியமும் பள்ளி நாள்களிலேயே அவர் மனதைக் கவர்ந்தது. அரிச்சந்திரன் நாடகம் காணச் சென்றது மற்றொரு சலனத்தை உருவாக்கியது. அதில் இடம்பெற்ற காட்சிகளைப் பலமுறை மனதிற்குள் நிகழ்த்திய மோகன்தாஸ், அனைவரும் ஏன் உண்மையானவர்களாக நடந்து கொள்ளக்கூடாது என நினைத்தார். மெல்லப் பிற மதங்களையும் சகிப்புத்தன்மையுடன் அணுகிய அவர் தார்மக அறம்தான் அனைத்திற்கும் அடிப்படையென்றும் வாய்மைதான் அனைத்து அறங்களுக்கும் மூலம் எனவும் உணர்ந்தார். அக்காலத்தில் ஒரு குஜராத்திக் கவிதை, அவரது சிந்தனையிலும் இதயத்திலும் ஆழ்ந்த சலனத்தை உருவாக்கியது. ‘தீமை செய்தோருக்கும்

நன்மை செய்' என்ற அதன் செய்தி, தத்துவத்தைப் போல அவரை ஆவேசம் கொள்ளச் செய்தது.

'ஒரு மொந்தை நீர் தந்தவர்களுக்காக
ஒரு நல்ல விருந்து தரவேண்டும்
ஒருவர் உனக்கு முன் தலைகவிழ்ந்தால்
அவரது காலில் நீ விழவேண்டும்

வெறுமொரு நாணயம் உனக்குத் தந்தால்
மாறாக நீ தங்க நாணயம் தரவேண்டும்
ஒருவன் உன் உயிரைக் காப்பாற்றினால்
அவனுக்காக நீ உன்னுயிரைத் தர வேண்டும்

தன் எண்ணம் பேச்சு செயல் முழுவதையும்
சிறியதொரு சேவை செய்தவர்களுக்காக
பன்மடங்காகத் திருப்பிச் செய்பவனே
அறிவுடையோன்

மேன்மக்கள் அனைத்து மனிதர்களையும்
சரி நிகராகக் காண்பதால்,
அறியாதவன் செய்யும் தீமைக்கும் மாற்றாக
நன்மை மட்டுமே திருப்பிச் செய்ய வேண்டும்.

மோகன்தாஸுக்கு மிகவும் மேன்மையான வாக்காகத் தோன்றிய இந்த வரிகள், பல சோதனைகளைத் தாங்கும் சக்தியையும், ஊக்கத்தையும், தன்னார்வத்தையும், மனவலிமையையும் அளித்தன.

இங்கிலாந்துக்கு

பள்ளிக்கல்வியை நிறைவுசெய்த மோகன்தாஸ் மேற்படிப்பிற்காக சமன்தாஸ் கல்லூரியில் சேர்ந்தார். முதல் பருவம் முடிந்தவுடன் அங்கிருந்து வீட்டிற்குத் திரும்பினார். அந்நேரத்தில் விடுமுறையின்போது குடும்ப நண்பர் மாவ்ஜி தவே வீட்டிற்கு வந்தார். அவர் இங்கிலாந்துக்குச் சென்று கல்வி கற்பதைப் பற்றிக் குறிப்பிட்டார். இந்நிகழ்வே மோகன்தாஸ் லண்டன் செல்லக் காரணமாக அமைந்தது. சீர்திருத்தத்துடன் கூடிய எளிமையையும் அந்த அயல்நாட்டு வாசம் கற்றுக் கொடுத்தது. அங்கே இரண்டாம் வருடப் படிப்பு நிறைவுறும் தருவாயில் பிரம்மவித்யா சங்கத்தைச் சேர்ந்த இரு சகோதரர்கள் பகவத் கீதையை அறிமுகப்படுத்தினர். சர் எட்வின் ஆர்னால்டின் ‘The Song of Selestian’ என்ற கீதை மொழிபெயர்ப்பை அவர்கள் அறிமுகப்படுத்தினர். அச்சகோதரர்கள் ஆர்னால்டின் மற்றொரு நூலான ‘The Light of Asia’வையும் வாசிக்குமாறு கேட்டுக்கொண்டனர். அவையெல்லாம் ‘தியாகம்தான் மதத்தின் மிகவும் உன்னதமான வடிவம்’ என்ற கண்ணோட்டத்தை அளிப்பவையாக இருந்தன. தேர்வில் வெற்றிபெற்று 1891 ஜூன் 10 அன்று மோகன்தாஸ் பாரிஸ்டர் ஆகி உயர்நீதிமன்றத்தில் வழக்கறிஞராகப் பதிவுசெய்து கொண்டார். பன்னிரண்டாம் தேதி இந்தியாவுக்குத் திரும்ப கப்பல் ஏறினார். ராஜ்காட்டில் முதலில் வழக்கறிஞராகத் தனது பணியைத் துவக்கினார். உயர்நீதிமன்றத்தில் அறிமுகம் கொள்ளவும், இந்தியச் சட்டங்கள் பற்றிப் படிப்பதற்காகவும் பம்பாய் சென்றார். அந்நேரத்தில் போர்பந்தரில் உள்ள மேமன் வணிக நிறுவனத்திடமிருந்து மோகன்தாஸின் மூத்த சகோதரருக்கு ஒரு கடிதம் வந்தது. அதில், தங்களுக்கு தென்னாப்பிரிக்காவில் பெரும் வணிக நிறுவனம் இருக்கிறது. அங்குள்ள நீதிமன்றத்தில் தங்களுக்குச் சேரவேண்டிய நாற்பதாயிரம் பவுனுக்காக ஒரு வழக்கு தொடுத்திருப்பதாகவும் நெடுநாட்களாக வழக்கு தொடர்வதாகவும், மிகச் சிறந்த வழக்கறிஞர்களையும் பாரிஸ்டர்களையும் வாதாட நியமித்திருப்பதாகவும், அவர்களுடன் மோகன்தாஸையும் அனுப்பி வைத்தால் அது தங்களுக்கும் அவருக்கும் உதவிகரமாக இருக்கும் என்றும்

குறிப்பிடப்பட்டிருந்தது. மேலும், உலகத்தின் புதியதொரு பகுதியைக் காணவும் வித்தியாசமான மனிதர்களை அறிந்துகொள்ளவும் அது ஒரு வாய்ப்பாக அமையும் என்றும் குறிப்பிடப்பட்டிருந்தது. அது மிகவும் சரியென்பதை அங்கே கிடைத்த அனுபவங்கள் நிரூபித்தன. டர்பனிலும் பிரிட்டோரியாவிலும் காந்தி வசித்த நாட்கள் விதவிதமான நிகழ்வுகள் நிறைந்தவையாக இருந்தன. பிரிட்டோரியாவில் வசித்ததற்கிடையில் டிரான்ஸ்வாலிலும் ஆரஞ்சு ஃபிரீஸ்டேட்டிலும், இந்தியர்களின் சமூக - பொருளாதார - அரசியல் நிலைகளை ஆழ்ந்து உணரமுடிந்தது. டிரான்ஸ்வாலுக்கு வருகை தரும் இந்தியர்கள் மூன்று பவுன் வீதம் நுழைவுக்கட்டணம் செலுத்த வேண்டியதாக இருந்தது. குறிப்பிட்ட இடங்களைத் தவிர வேறெங்கும் நிலங்கள் வாங்கக்கூடாது. அதற்கும் உடைமை உரிமை வழங்கப்படாது. உடைமை உரிமை இல்லாததால் வாக்குரிமையும் வழங்கப்படவில்லை. இத்தகைய நிபந்தனைகளின்படி இந்தியர்களுக்குப் பொதுவழிகளைப் பயன்படுத்தவோ, அனுமதியின்றி இரவு ஒன்பது மணிக்குப் பின்னர் வீட்டைவிட்டு வெளியில் செல்லவோ தடை விதிக்கப்பட்டிருந்தது. நேட்டாலில் விவசாய வளர்ச்சிக்காக இந்தியாவிலிருந்து ஏராளமான விவசாயத் தொழிலாளர்கள் இறக்குமதி செய்யப்பட்டனர். அவ்வாறு வந்தவர்களின் செல்வாக்கும் பொருளாதாரமும் வளர்ந்தவுடன் ஐரோப்பியர்களின் சந்தேகப் பார்வை கோபமாகப் படர்ந்தது. வாக்குரிமைத் தடைச் சட்டம், இந்திய ஒப்பந்தத் தொழிலாளர்களுக்கான வரிச்சட்டம் போன்றவற்றால் அவர்கள் பெருந்துயர் அடைந்தனர். இத்தகைய சட்டங்களை எதிர்த்து காந்தியின் தலைமையில் பெரும் போராட்டங்கள் நடத்தப்பட்டன. அதற்குள் அவர் தென்னாப்பிரிக்காவுக்கு வந்து மூன்று வருடங்கள் கடந்திருந்தன. மனைவியையும் குழந்தைகளையும் தென்னாப்பிரிக்காவுக்கு அழைத்து வருவதற்காக காந்தி, இந்தியா திருப்பினார். பம்பாயில் இறங்கி விரைந்து ராஜ் காட்டிற்குச் சென்றார். தென்னாப்பிரிக்க நிலவரங்களைப் பற்றிய சிறு வெளியீடுகள் தயாரிப்பதில் மூழ்கினார். ஒரு மாதத்தில் நிறைவடைந்த அவ்வெளியீடு பச்சை நிற மேலட்டையைக் கொண்டிருந்ததால் 'பச்சை நிற அறிக்கை' என அழைக்கப்பட்டது. அதில் இடம்பெற்றிருந்த

பிரச்சினைகளைப் பற்றி பல நகரங்களில் விளக்கக் கூட்டங்கள் நடத்தப்பட்டன. கல்கத்தாவில் இருந்தபோது டர்பனிலிருந்து தந்தி வந்தது. ''பாராளுமன்றக் கூட்டம் ஜனவரியில் துவங்குகிறது; உடனே வருக''. அவ்வாறு மீண்டும் தென்னாப்பிரிக்கா பயணம், டர்பன் நகர வெள்ளையர்கள், இந்தியர்களைத் திருப்பி அனுப்புமாறு அப்போது பேரணிகள் நடத்திக் கொண்டிருந்தனர். அதைத் தொடர்ந்து போவர் போர்க் கலவரங்கள். போர்க்களச் சேவை நிறைவு பெற்றவுடன் காந்தி மீண்டும் இந்தியாவுக்குத் திரும்பினார். இந்தியா வந்தடைந்ததும் நெடும் பயணங்கள் மேற்கெண்டார். 1901-இல் கல்கத்தாவில் நடைபெற்ற காங்கிரஸ் மாநாட்டிலும் பங்கேற்றார். தின் ஷா வாச்சாவின் தலைமையில் நடைபெற்றது அம்மாநாடு. பம்பாயில் வசித்து. பாரிஸ்டராகப் பணியாற்ற வேண்டுமென்றும் பொதுச்சேவையில் தனக்கு உதவியாக இருக்க வேண்டுமென்றும் கோபால கிருஷ்ண கோகலே விரும்பினார். பம்பாயில் வசிக்கத் துவங்கிய தருணத்தில் மீண்டும் தென்னாப்பிரிக்காவிலிருந்து எதிர்பாராத செய்தி. சேம்பர்லைன் அங்கே வர இருப்பதாகவும் உடனே நீங்கள் வர வேண்டும் என்று குறிப்பிடப்பட்டிருந்தது. அவ்வாறு மீண்டும் தென்னாப்பிரிக்கா செல்ல நேர்ந்தது. ஒரு நண்பர் பரிசளித்த ஜான் ரஸ்கினின் 'Undo this lost' என்ற புத்தகம் காந்தியை கீழ்ப்படுத்தி அவரது வாழ்க்கைக் கண்ணோட்டம் மாறக் காரணமாக அமைந்தது.

1906 ஆகஸ்ட் 22 அன்று ட்ரான்ஸ்வால் அரசு வெளியிட்ட அசாதாரணமான கெஜட்டில் இந்தியர்களின் மீதான வெறுப்பு நிறைந்து வழிந்தது. அங்கு வசிக்கும் இந்தியர்கள், தங்களைப் பதிவு செய்து கொள்வதுடன் சான்றிதழ் பெறுவதையும் கட்டாயமாக்கினர். அதற்கு விண்ணப்பிக்காதவர்கள் மீது அபராதம் விதிக்கப்பட்டது. செப்டம்பர் 11 அன்று இந்தியர்கள் சேர்ந்து ஒரு கூட்டம் நடத்தி கீழ்ப்படிய மறுத்து அறிக்கை வெளியிட்டனர். அது ஒரு இயக்கமாக விரைவில் வளர்ந்தது. அதற்கு ஒரு பெயர் தேவையாக இருந்தது. நல்ல செயலுக்காக உறுதியுடன் நிலைகொள்வது என்று பொருள்படும்படி மகன்லால் காந்தி 'சதாக்ரஹ' என்ற பெயரைக் குறிப்பிட்டார். அந்தப் பெயர், விரும்பத்தக்கதேயெனினும் தான் நினைத்த கருத்தை முழுவதுமாக

உட்கொள்ளவில்லை என எண்ணிய மோகன்தாஸ், 'சத்யாக்கிரஹம்' என்று மாற்றினார். மக்கள் முன்னேற்றத்தைத் தணிக்க, அவர் உட்பட சிலர் இரண்டுவார காலத்திற்கு சிறையில் அடைக்கப்பட்டனர். மக்களைப் பிரித்தாளும் சட்டத்தைத் திரும்பப் பெறாதவரை சான்றிதழ்களைத் தீவைத்து எரித்துப் போராடுவோம் என்று முன்னறிவிப்பு செய்த இந்தியர்கள், எதையும் எதிர்கொள்ளத் தயாராக இருந்தனர். சத்தியாக்கிரகம் மேற்கொள்பவர்களுக்கும் அரசுக்கும் இடையில் பேச்சுவார்த்தை நடத்த 1912 அக்டோபரில் கோகலே தென்னாப்பிரிக்கா வந்தார். கருஞ்சட்டத்தை ஒரு வருடத்திற்குள் இரத்து செய்து விடுவதாகவும் மூன்று பவுன் வரியை நிறுத்துவதாகவும் ஜெனரல் போத்தா வாக்குறுதி அளித்தாரெனினும் அது நிறைவேற்றப்படவில்லை. ஆனாலும் எட்டு வருடத்திற்கு பின் சத்தியாக்கிரகப் போராட்டம் (ஒத்துழையாமை) வெற்றிபெற்றது. தென்னாப்பிரிக்காவில் இந்தியர்களுக்கு அமைதி திரும்பக் கிடைத்ததாகத் தோன்றிய தருணத்தில் 1914 ஜீலை 18 அன்று காந்தி இங்கிலாந்து வழியாக இந்தியாவுக்கு கப்பல் பயணம் மேற்கொண்டார்.

கோச்ரப் ஆசிரமம்

நீண்டகால அயல்நாட்டுவாசத்திற்கும் வாழ்க்கைக்கும் வெற்றிகரமான சத்தியாக்கிரகத்திற்கும் பின்னர் நாட்டிற்குத் திரும்பிய காந்தி தனது ஃபீனிக்ஸ் குடும்பத்துடன் வசிக்க ஒரு ஆசிரமம் தேவையென்றும் அது குஜராத்தில் இருக்க வேண்டுமென்றும் ஆவல் கொண்டார். அவ்வாறுதான் 1915 மே 25 அன்று அஹமதாபாத்தில் கோச்ரப்பில் சத்தியாக்கிரக ஆசிரமம் நிறுவப்பட்டது. சில மாதங்களுக்குள் அம்ருத்லால் தாக்கூரிடமிருந்து எதிர்பாராமல் ஒரு கடிதம் வந்தது. ஏழைகளும் உண்மையானவர்களுமான தாழ்த்தப்பட்ட குடும்பம் ஆசிரமத்தில் இணைய ஆவல் கொண்டிருப்பதாக அதில் தெரிவிக்கப்பட்டிருந்தது. அவர்களுக்கு ஆசிரமத்தில் வசிக்க அனுமதியளித்தது ஆசிரமத்திற்கு உதவி செய்தவர்களிடம் சங்கடத்தை உருவாக்கியது. கிணறு பொதுவாகப் பயன்படுத்தப்படுவதுதான் முக்கிய சிக்கல். ஆசிரமம் அமைந்த

பங்களாவின் உரிமையாளரும் அந்தக் கிணற்றையே பயன்படுத்திக் கொண்டிருந்தார். இத்துடன் காந்திக்கும் ஆசிரமத்திற்கும் கிடைத்துக் கொண்டிருந்த அனைத்து நிதியுதவிகளும் நின்றன. அரிஜனங்களிடமிருந்து விலகியிருந்த மூத்த சகோதரி ரலியாத் பென்னை ஆசிரமத்திலிருந்து வெளியேற்றவும் காந்தி தயங்கவில்லை. அங்கே வசித்த பேரக்குழந்தைகளிடமும் கட்டணம் வசூலிக்கப்பட்டது மற்றொரு கதை.

சபர்மதி அருங்காட்சியகத்தை நோக்கிய எனது பயணம் வரலாற்றின் உள்ளிருப்பை உணர்த்துவதாக இருந்தது. காந்தியின் சொந்தக் குடிலான ஹிருதயகுன்ச்சில் அது நிகழ்ந்தது. உலகப்பிரசித்தி பெற்ற கட்டடக் கலைஞர் சார்லஸ் கோரியாவால் வடிவமைக்கப்பட்ட குடில் 1963 மே 10 அன்று பிரதமர் ஜவஹர்லால் நேருவால் திறந்து வைக்கப்பட்டது. நகர ஏழைகளின் தேவைகளை உணர்ந்துள்ள கட்டுமானங்களில் நிபுணத்துவம் கொண்டிருந்த கோரியா, பாரம்பரிய கட்டட முறைகளையும் கட்டுமானப் பொருட்களையும் சிறந்த முறையில் பயன்படுத்துபவர். மும்பையில் கஞ்சன்ஜங்கா குடியிருப்புக் கோபுரம், ஜய்ப்பூரில் ஜவஹர் கலா கேந்திரம், பாஸ்டனில் MIT Brain and Cognitis Science Central, Centre for the unknown in lisbun, மத்தியப்பிரதேசச் சட்டசபைக் கட்டடம். டெல்லியில் National Craft Museum ஆகியனவெல்லாம் அவரது கைத்திறனால் ஒளி வீசிக் கொண்டிருக்கின்றன. 1972 இல் பத்மஸ்ரீயும் 2006 இல் பத்மவிபூஷனும் நல்கி நாடு ஆதரித்த அந்த மகாமேதை ஏராளமான சர்வதேசய விருதுகளும் பெற்றிருக்கிறார். 1984 இல் கிடைத்த Royal Institute of British Architects-இன் தங்கப்பதக்கம் அவற்றில் ஒன்று.

சபர்மதி அருங்காட்சியகம்

காந்திஜியும் கஸ்தூரிபாயும் 15 ஆண்டுகள் வசித்த சபர்மதி ஆசிரமத்தை, அருங்காட்சியகமாக மாற்றியபோது தேசிய விடுதலைப் போராட்டத்தின் எழுச்சி அலைகள் வீசிக்கொண்டிருந்த சூழலிருந்தது. நந்தினி கெஸ்ட் அவுஸ், வினோபா குதிர், உபாசனா மந்திர், மகன் நிவாஸ், ஆக்கைவ்ஸ் துவங்கிய பகுதிகள் அதற்குச் சாட்சியங்களாக இருந்தன.

ஆச்சார்ய வினோபாபாவே வசித்ததின் நினைவுகள் படர்ந்த வினோபா குதிர், மீராபென் தங்கியதன் நினைவாக மீரா குதிர் என்றும் அழைக்கப்படுகிறது. திறந்தவெளி பிரார்த்தனை மண்டபம்தான் உபாசனா மந்திர். தனிமனித குடும்பப் பிரச்சினைகள் விசாரிக்கப்பட்டு அதற்கான பரிகாரங்களும் அவ்விடத்தில் வழங்கப்பட்டுக் கொண்டிருந்தன. மகன் நிவாஸ் ஆசிரமத்தின் பெயர். ஆசிரமத்தின் ஆன்மா என்று காந்தி ஆதரித்த மகன்லால் காந்திதான் அதன் மேலாளர். 'எனது வாழ்க்கையே எனது செய்தி' -காலரியில் காந்திஜியின் எட்டு முழுஉருவ ஓவியங்களும் அவரது வாழ்வில் நடைபெற்ற நிகழ்வுகள் கொண்ட 250 பெரிய புகைப்படங்களும் இருக்கின்றன. மேலும் எண்ணெய்வண்ண ஓவியக் கண்காட்சி தனியாக அமைக்கப்பட்டிருக்கிறது. மகாத்மாவின் பொன்மொழிகளும், அவர் அனுப்பியதும் அவருக்குக் கிடைத்ததுமான 34,117 கடிதங்களின் ஒரிஜினலும், புகைப்படப்பிரதிகளும் காட்சிப்படுத்தப்பட்டுள்ளன. ஹரிஜனிலும், ஹரிஜன் சேவக்கிலும், ஹரிஜன் பந்துவிலும் காந்தி பிரசுரித்த கட்டுரைகளின் கையெழுத்துப் பிரதிகளின் 8781 பக்கங்கள். காந்திஜி மற்றும் அவரது இணைச் செயல்பட்டாளர்களுடைய ஆறாயிரம் புகைப்படங்களும் ஓவியங்களும் வைக்கப்பட்டுள்ளன. காந்திய இலக்கியங்கள் நிறைந்த புத்தகச்சாலையும் குறிப்பிடப்பட வேண்டியதொன்று. அவரைப் பற்றியும் அவர் எழுதியதுமான 35,000 புத்தகங்கள், கிடைத்தற்கரிய எண்பது இதழ்கள் ஆகியனவும் காட்சிப்படுத்தப்பட்டுள்ளன.

அஹமதாபாத்தின் தினசரி சலனங்களிலெல்லாம் முத்திரை பதிப்பித்து, பல்வேறு பிரிவினரான மக்களைத் தன்மீது காந்தம்போல ஈர்த்து, போராட்ட வடிவங்களின் சோதனையை அறிமுகப்படுத்திய காந்தியின் வாழ்க்கையில் நிகழ்ந்த அனைத்து ஏற்ற இறக்கங்களையும் அருங்காட்சியகத்திலிருந்து நன்கு உணர முடிகிறது. மிகவும் வறியவர்களும் தாழ்த்தப்பட்டவர்களுமான மனிதர்களுடனான நட்பு, அக்கறை, சம வாய்ப்பு ஆகியவற்றின் பற்பல உதாரணங்கள். தொழிலின் மேன்மையையும், தற்சார்பையும் சாட்சிப்படுத்தும் உத்யோக்மந்திர் என்ற 'தொழில்கோவில்' மாற்றுப் பொருளாதார முறை மற்றும் தேசியப்

பொருளாதார மனோபாவத்தின் சின்னமாக இருக்கிறது. அங்கே பாதுகாக்கப்பட்டிருக்கும் காந்தி பயன்படுத்திய சர்க்கா (தக்கி) அதைத் தன் போக்கில் அறிவித்துக் கொண்டிருக்கிறது. கைகளால் தயாரிக்கப்படும் காகிதத் தயாரிப்பு மையமான கலம்குஷ் (Happy Pen) சுற்றுச்சூழலுக்கு இணங்கிய கண்ணோட்டத்தின் நேரடிக்காட்சி. திறனையும் நீரையும் பாழாக்காமல், வனநாசத்திற்கு இடமளிக்காமல்... சர்க்காக்களும், வேம்பு சோப்புகளும். 'A paper journey travels among the village paper makers of India and Nepal' என்ற புத்தகம் கலம்குஷ்ஷின் வேர்களைத் தேடியுள்ள விசாரணையாகும். 1848-இல் அஹமதாபாத்தில் எண்ணூறுக்கும் மேற்பட்ட போரா முஸ்லிம்கள், இத்தகைய காகிதம் தயாரிப்பதை மேற்கொண்டிருந்ததாக அப்புத்தகம் குறிப்பிடுகிறது.

இந்தியாவின் ஆன்மா உருவாக்கிய நகரமென்று புகழ்பெற்ற அஹமதாபாத், காந்தியின் வாழ்க்கையில் ஓயாத பிரவாகம்போல ஒலித்துக் கொண்டிருந்தது. அந்நகரத்தின் மீதான ஈர்ப்பு, சத்தியசோதனை உட்பட காந்தியின் பல கட்டுரைகளிலும் வெளிப்படுகிறது. ஒரு குஜராத்தி என்ற நிலையில் அஹமதாபாத் மீது தனக்கு தனி ஈடுபாடும் விருப்பம் நிறைந்த நட்பும், நெருக்கமும், மனச்சாய்வும் இருப்பதாக காந்தி எழுதியுள்ளார். அங்கேயிருந்து குஜராத்தி மொழி வழியாக நாட்டிற்கு மிகவும் மகத்தான சேவையைச் செய்ய வேண்டுமென்றும் விரும்பினார். கைத்தறியின் பாரம்பரிய மையமான அஹமதாபாத், குடிசைத் தொழிலையும், கைத்தறியையும், எழுச்சியடைச் செய்வதற்கான மிகவும் வாய்ப்பான இடமாக இருக்குமென காந்தி எண்ணினார். குஜராத்தின் அந்தத் தலைநகரப் பெரும்பணக்காரர்களிடமிருந்து பிற இடங்களைவிடவும் நிதியுதவியையும் எதிர்பார்த்தார். பிரபல வரலாற்றாசிரியர் பிபன் சந்திரா கணித்த தேசிய அமைப்பில் 'பல வர்க்க உள்ளடக்கத்தின் துவக்கம்' அஹமதாபாத்திலிருந்துதான் வந்தது. தீண்டத்தகாதவர்களையும் பெரும் பணக்காரர்களையும், தொழில் வணிக பிரமுகர்களையும், வழக்கறிஞர்களையும் மருத்துவர்களையும் ஒற்றை நூலில் கோர்த்து ஒரே உணர்விற்குப் பின்னால் அணி திரட்டினார் காந்திஜி. பதிப்பகங்களைத் துவக்கியும், தின - மாத இதழ்களில் எழுதியும்

பிரிட்டிஷுக்கு எதிரான கருத்துலகைக் கட்டினார். அதன் களம் சபர்மதி ஆசிரமம். சத்தியாக்கிரகம் நிறைவடைந்தவுடன் கைத்தறி இயந்திரங்களைக் கொண்டு வந்தார். முழுமையாகச் சொந்தக் கரங்களால் தயாரிக்கப்பட்ட ஆடைகளை அணிவது என்ற லட்சியத்துடன் ஆலைத்துணிகள் உபயோகிப்பதைத் தவிர்த்தார். 1917 இல் ப்ரோச் கல்வி மாநாட்டிற்குத் தலைமை வகிக்கச் சென்றபோது காந்திஜி கங்காபஹன் மஜூம்தார் என்ற பெண்ணைக் கண்டது திருப்பத்திற்குக் காரணமாக அமைந்தது. சர்க்கா, எங்கும் கிடைக்காததைப் பற்றி அவர் காந்தியிடம் குறிப்பிட்டார். குஜராத் முழுவதும் இடைவிடாமல் தேடி அலைந்து இறுதியில் கங்காபஹன், பரோடாவில் விஜாப்பூரில் சர்க்காவைக் கண்டடைந்தார். அங்கு பல வீடுகளில் அவை இருந்தாலும் பயனற்ற பொருட்களுடன் மாடியில் கைவிடப்பட்ட நிலையில் இருந்தன.

மகாகவி ரவீந்திரநாதத் தாகூரைப் போன்ற உயிர் நண்பர்கள் கல்கத்தாவில் ஆசிரமம் அமைக்க சாந்திநிகேதன் உட்பட பல பகுதிகளில் இடமும் வசதிகளும் செய்து தருவதாக வாக்குறுதியளித்தாலும் காந்திஜி அஹமதாபத்தில் அமைப்பதில் உறுதியுடன் இருந்தார். ஜவுளித்துறை பெரும்பணக்காரர் சேட் மங்கல்தாஸ் கிரிதர்தாஸும், பிரபல அறுவை சிகிச்சை நிபுணர் டாக்டர் ஹரிபிரசாத் தேசாயும் பிறரும் அந்நகரில் இதயம் கனிந்த வரவேற்பை அளித்தனர். அஹமதாபாத்துடனான ஆத்ம உறவு விரிவடைந்ததில் டாக்டர். ஹரிபிரசாத் தேசாய் பெரும் உந்துசக்தியாக இருந்தார். தென்னாப்பிரிக்காவிலிருந்த காந்திக்கு அதைப் பற்றி அவர் பலமுறை கடிதம் எழுதினார். அங்கிருந்து திரும்பி வந்து ராஜ்கோட்டில் வசிக்கத் துவங்கியபோது காந்தியைக் காண டாக்டரும் வந்தார். சரங்பூர் விஸாமாவில் தேசாயியின் மருத்துவமனை அப்பகுதியில் மிகவும் பிரபலமாக இருந்தது. சில விவாதங்களுக்காகவும் பேச்சு வார்த்தைகளுக்காகவும் காந்தி அங்கு பலமுறை வந்திருக்கிறார். சுதேசி இயக்கத்தின் முக்கிய செயல்பாட்டாளர்களில் ஒருவராக இருந்த டாக்டர் தேசாய், நாட்டிலேயே முதன்முதலாகக் கூட்டுறவு வீட்டுவசதிச் சங்கத்தைத் துவக்கியவர். நகரத்தின் மேற்குப்பகுதியில் ப்ரீதம்நகரில் சங்கம் துவக்கப்பட்டது.

குஜராத்தி சாகித்ய பரிஷத்

குஜராத்தி மொழியின், பண்பாட்டின் விளக்கு அணையாமல் காக்க, அகமதாபாத்தின் பண்பாட்டு வாழ்வில் தலையிட்டுக் கொண்டு காந்தி மிகவும் பாடுபட்டார். 1915 முதல் குஜராத்தி சாகித்ய பரிஷத்துடன் தொடர்பு ஏற்படுத்திக் கொண்டார். 1936-இல் அதன் தலைமைப் பொறுப்பையும் வகித்தார். குஜராத்தி இலக்கியத்தையும் மொழியையும் வளர்ப்பதற்காக 1905இல் ரஞ்சித்திரம் வாவாபாய் மேத்தாவால் தோற்றுவிக்கப்பட்டது பரிஷத். ஆசிரமம் சாலையிலுள்ள கோவர்த்தன் பவன்தான் அதன் தலைமையகம். கோவர்த்தன்ராம் திரிபாடி, ரமண்பாய் நில்காந்த், கணையாலால், எம் முன்ஷி, உமாசங்கர் கோஷி, யஷ்வந்த் சுக்லா, திருபென் பட்டேல், நாராயணன் தேசாய், போலாபாய் பட்டேல், வர்ஷ அதல்ஜா, திருபாய் பரீக் ஆகியோரும் தலைவர்களாக இருந்தனர். 'பரத்' என்ற மாத இதழையும் பரிஷத் வெளியிட்டுக் கொண்டிருந்தது. காந்திஜியின் தலைமையில் 1929 முதல் குஜராத்தி நிகண்டுகளின் தரத்தை உயர்த்தி வரிசைப்படுத்தி மேன்மையுறச் செய்ய முயற்சி மேற்கொள்ளப்பட்டது குறிப்பிட்டுச் சொல்லத்தக்கது. கல்விப்புலம் சார்ந்தவர்களையும் கலைஞர்களையும், தத்துவச் சிந்தனையாளர்களையும் பரிஷத்துடன் பெருமளவில் ஈடுபாடு கொள்ளச் செய்தார் காந்தி. இது விடுதலை இயக்கத்திற்கு குறிப்பிடத்தக்க சக்தியை வழங்கியது. 1919 செப்டம்பர் 21 அன்று காந்திஜி துவக்கிய நவஜீவன் க்ளப் என்ற இதழ் வாசிப்பாளர்களின் குழுவும் தாக்கத்தை ஏற்படுத்தியது. அதன் உறுப்பினர்கள் நாள்தோறும் கூடி அரசியல் - கலை - பண்பாட்டுப் பிரச்சினைகளைப் பற்றி விவாதித்தனர். படிப்பறிவு இல்லாதவர்களுக்காக செய்தித்தாட்களை உரத்த குரலில் வாசிக்கும் நடைமுறையும் இருந்தது. திருமண நிகழ்வுகள் தொடர்பாக வரும் விருந்தினர்களுக்கு காதியை (கதர்) கட்டாயமாக்கி காந்தி ஓரடி முன்னால் சென்றார். 1921இல் துவங்கிய அதைப் பின்னர் பொதுநிகழ்ச்சிகளுக்கும் கட்டாயமாக்கினார். நாற்சாலைகளில் அவர் சமூகப் பண்பாட்டு நிகழ்வுகளையும் நடத்தினார். உடல்நலம், குழந்தைகள் கல்வி, தீண்டாமையின் அநீதி ஆகியவற்றை முன்னிறுத்தி உரைகள் நிகழ்த்தினார். நகரத்தில் நேஷனல் மியூசிக்

அஸோஸியேஷனின் கூட்டங்களிலும் தவறாமல் பங்கேற்றார். இத்தகைய பண்பாட்டு நிகழ்வுகள் அளித்த புதிய உற்சாகத்தாலும் திரண்ட மக்கள் கூட்டத்தாலும் பெற்ற சக்தியைக் கலவரங்களை எதிர்கொள்வதற்கு காந்தி பயன்படுத்தினார். இருபதாம் நூற்றாண்டின் துவக்கம் அஹமதாபாத் மூன்று பெருங்கலவரங்களுக்குச் சாட்சியாக இருந்தது. அத்தகைய ஒரு கலவரத்திற்குப்பின் அமைதி திரும்பியவுடன் 1941 மே மாதத்தில் அவர், கலவரங்களுக்குக் காரணம் மதம் அல்ல பொருளாதாரம்தான் என்று வெளிப்படையாக அறிக்கைவிட்டார்.

1919 இல் ரௌலட் சட்டம் நடைமுறைப் படுத்தப்பட்டபோது முதல் கலவரம் நடைபெற்றது. ஜவுளி ஆலைத் தொழிலாளர்கள் 51 அரசுக் கட்டங்களுக்குத் தீ வைத்தனர். இந்தச் சிக்கலான சூழலில் காந்தி, நாடு முழுவதும் சத்தியாகிரகப் போராட்டத்தை அறிவித்தார். பஞ்சாப் செல்லும்போது பயணத்திற்கிடையில் அவர் கைது செய்யப்பட்டது மீண்டும் குழப்பங்களுக்குக் காரணமானது. 1919 ஏப்ரல் 13-இல் ஜாலியன் வாலாபாக் படுகொலை பெரும் எதிர்ப்பைத் தோற்றுவித்தது. மூன்று ஐரோப்பியர்கள் கொல்லப்பட்டனர். தந்தி அலுவலகமும், மாவட்ட ஆட்சித்தலைவர் அலுவலகமும், ரயில்வே நிலையமும் தீக்கிரையானது. தொடர்ந்து காந்தி, மூன்று நாட்கள் சத்தியாக்கிரகத்தைத் துவக்கினார். சபர்மதி ஆசிரமத்தில் கூட்டுப் பிரார்த்தனைக் கூட்டம் நடத்தி பத்தாயிரத்திற்கும் மேற்பட்டவர்களை வாழ்த்திய பின்னர், சத்தியாக்கிரகம் திரும்பப் பெறப்பட்டது. அதற்குள் பிரிட்டிஷ் அரசு ரயத்துவாரி வரியை அறிமுகப்படுத்தியது.

1941 மே 5 அன்று மிகச்சாதாரணமான காரணத்தைச் சொல்லி ஓரளவு தீவிர இனக்கலவரம் வெடித்தது. கலவரத்தை முடிவுக்குக் கொண்டுவர காந்திஜி 48 மணிநேர உண்ணாவிரதமிருந்தார். 1946 ஜூலையில் ஹாஹெர் கோட்டையில் ரதயாத்திரை வன்முறையாக மாறியதைத் தொடர்ந்து இந்துக்களும் முஸ்லிம்களும் மீண்டும் நேருக்குநேர் மோதிக் கொண்டனர். அப்போதும் அவர் மதநல்லிணக்கத்தை உயர்த்திப் பிடித்து சத்தியாக்கிரகம் மேற்கொண்டார். காந்தியின் நெருங்கிய அனுதாபிகளான

வசந்த்ராவும் ரஜப் அலியும் தங்கள் உயிரை ஈந்தது இப்போதும் சங்கடம் தரும் நினைவாகும்.

மஸ்தூர் மஹாஜன் சங்க்

அஹமதாபாத்தில் ஜவுளி ஆலை உரிமையாளர்களுடன் ஏற்பட்ட நட்பின், நெருக்கத்தின் மற்றொரு ஏடாக அங்கேயுள்ள தொழிலாளர்களிடமும் காந்திக்கு நட்பும் நெருக்கமுமிருந்தன. 1918 பிப்ரவரியில் 50,000 மில் தொழிலாளர்கள் போராட்டக்களம் கண்டனர். தொழில்துறையின் அந்தப் போராட்டம் பேச்சு வார்த்தைகளின் வழியாகத் தீர்க்கப்பட்டது. 35 சதவிகிதம் கூலி உயர்வு கோரிய அந்தப் போராட்டத்தை நடத்தியது காந்திதான். பிப்ரவரி 22 அன்று துவங்கிய அந்தப் போராட்டம் 22 நாட்கள் நீண்டு நின்றது. ஆலை உரிமையாளர்கள் 20 சதவிகித கூலி உயர்வு வழங்கத்தான் தயாராக இருந்தனர். போராட்டம் நடைபெற்ற அனைத்து நாட்களிலும் காந்திஜி சபர்மதி ஆசிரமத்தின் நதிக்கரையில் தொழிலாளர்களை வாழ்த்தினார். நகரத்தில், பேரணிகளில் பத்தாயிரத்திற்கும் மேற்பட்டவர்கள் அமைதியான முறையில் அணி திரண்டனர். மார்ச் 12 அன்று காந்திஜி மரணம்வரை உண்ணாவிரதம் இருக்கப் போவதாக அறிவித்தவுடன் போராட்டம் வெற்றியை அடைந்தது. தொடர்ந்து தொழிலாளர் யூனியன் அமைப்பதைப் பற்றி மில் உரிமையாளர் அம்பாலால் சாராபாய் காந்தியின் முன்பாக ஒரு யோசனையை முன் வைத்தார். 1920 பிப்ரவரி 25 அன்று மஸ்தூர் மஹாஜன் சங்க் அவ்வாறு துவக்கப்பட்டது. 16,400 உறுப்பினர்கள் அக்காலத்தில் இருந்தனர். 1978 இல் உறுப்பினர் எண்ணிக்கை வரலாறு காணாத அளவில் உயர்ந்தது. 65 மில்களிலிருந்து சுமார் 1,50,000 தொழிலாளர்கள் உறுப்பினர்களாக இணைந்தனர். 1980களின் மத்தியில் ஜவுளித் தொழில் நசிந்தது. 2011 இல் உறுப்பினர்களின் எண்ணிக்கை எட்டாயிரமாகச் சுருங்கியது.

அரைநிர்வாண பக்கிரி என்று வின்ஸ்டன் சர்ச்சிலால் அழைக்கப்பட்ட காந்திஜியின் அனைத்துப் போராட்ட வழிமுறைகளின் பரிசோதனைக் களமாக இருந்தது சபர்மதி ஆசிரமம். அரிஜன மயமாக்கல் உட்பட

தீண்டாமைக்கு எதிரான பிரச்சாரங்கள், மத ஒற்றுமை, சுதேசி இயக்கம், குஜராத்திப் பண்பாடு மீதான காதல், தற்சார்பு கிராமியப் பொருளாதாரச் சிந்தனை ஆகியவற்றின் அடிப்படையான தக்கிளியும் கதரும் சட்டமறுப்பு போராட்டத்தில் ஒளிமயமான பக்கமான உப்பு சத்தியாக்கிரகம் ஆகியனவாக இருந்தன அவரது காலடிச்சுவடுகள். அகிம்சை தத்துவம் அனைத்திற்கும் அடையாளமாக இருந்தது. தென்னாப்பிரிக்காவில் சத்தியாக்கிரகப் போராட்டங்களுக்கிடையில்தான் குடிமைச் சட்ட மறுப்பு ஆயுதத்தைக் கையில் ஏந்தினார். காந்திஜியின் மாற்றுப் போராட்ட முறைகளில் மிகவும் ஒளிவீசியது 'சுதேசி'யாக இருந்தது. தக்கிளி மற்றும் கதரின் மறு வரவு, அதன் ஒளிமயமான மற்றொரு பக்கம். அவை ஒரு புதிய கருதுகோளாக இல்லாவிடினும் அதற்கு அவர் வித்தியாசமான ஈர்ப்பை வழங்கினார். சுதேசிய இயக்கத்தின் அடித்தளமாக அஹமதாபாத் இருந்தது. 1870களிலேயே அந்நகரத்தில் 2 வித்தியாசமான பிரிவினர்கள் சுதேசி உற்பத்திப் பொருட்களை ஆதரித்து வந்தனர். காந்திஜியின் நண்பரும் கல்விச் செயல்பாட்டாளருமான அம்பாலால் சகர்லால் தேசாய் மற்றும் அவரது நண்பர்கள் அதன் தலைமைப் பொறுப்பில் இருந்தனர். 'சர்வஜனிக் சபை' அமைக்கப்பட்டதன் வழியாக 'சர்வஜனிக் காக்கா' என்று அழைக்கப்பட்ட ஜி.வி.ஜோஷியின் அரசியல் சீடர்களாக தேசாயும், அவரது நண்பர்களும் இருந்தனர். 1903 இல் பிரேமாபாய், ஹிமாபாய், ரச்சோத்லால் சோட்டாலால், ஹர்கோவிந்த்தாஸ் கந்தவாலா ஆகியோர் சேர்ந்து அமைத்த 'சுதேசி உத்யம் வர்த்தக் மண்டலி'யைப் பற்றியும் குறிப்பிட்டுச் சொல்ல வேண்டும். 1930 இல் ஏற்பட்ட உலகப் பொருளாதார வீழ்ச்சியின் போதான மாபெரும் குழப்பமான நிலையிலும் சுதேசி இயக்கம் பலம்பெற்றது. மந்தநிலைக்கிடையிலும் இங்கிலாந்திலிருந்து இந்தியாவுக்கு வந்த துணிவகைகள் மக்களால் நிராகரிக்கப்பட்டது இருநிலைகளில் இழப்பை ஏற்படுத்தியது. உள்நாட்டிலிருந்து குறைந்த விலைக்கு துணிவகைகள் கிடைக்கச் செய்ய வேண்டும் என்ற இலட்சியத்துடன் சில மில் உரிமையாளர்கள் சுதேசிக் குழுமத்தை அமைத்ததையும் மறக்க இயலாது. அப்பொருளில் காந்திஜியின் தக்கிளி ஒரு நூற்புக்கருவியாக மட்டும் இருக்கவில்லை. சமூக, அரசியல்

எழுச்சியின் அடையாளமாகவும் இருந்தது. தக்கிளியின் வழியாக தற்சார்பு, தன்னிறைவு கிராம உருவாக்கம்தான் அடிக்கோடிட்டுக் காட்டப்பட்டது. தக்கிளிக் கருவியில் பொறிக்கப்பட்ட முதல் தேசியக்கொடிக்கு 1920 இல் அவர் அனுமதி வழங்கவும் செய்தார். 1925 செப்டம்பர் 24 அன்று அது சபர்மதிக்கரையில் ஏற்றப்பட்டது. அவ்வாறு தக்கிளி, எளிமையின், தற்சார்பின், மனக்கட்டுப்பாட்டின், ஒற்றுமையின் கொடி அடையாளமாகவும் இருந்தது. சுதேசி இயக்கத்திற்கு பாய்ச்சல் நல்கிய கதர், பரவலாக்கப்பட்ட பொருளாதார அமைப்பின் குறியீடாகவும் இருந்ததல்லவா? குடிசைத்தொழிலின் புத்துயிர்ப்பு வழியாக கிராமிய வறுமை வளர்ந்து படர்வதைத் தடுக்க இயலும் என்றும் அவர் உணர்ந்து கொண்டார்.

தலித் பள்ளி

தீண்டாமைக்கு எதிராக காந்திஜி திறந்து வைத்த சமரசமற்ற விமர்சனங்கள், சிலமுறை கடுமையின் நிறத்தைக் கொண்டிருந்தாலும் ஈடுபாடு நிறைந்த அவருடைய வழிமுறைகள் அவற்றை உயிரூட்டமுள்ளவையாக மாற்றியிருந்தன. முழுமையான சுதந்திரத்திற்கான முக்கியமான தடைக்கல்லாக தீண்டாமையைக் கருதிய அவர், தீண்டாமையைத் தீவிரமான மனித உரிமை மீறலாகவும் உணர்ந்து கொண்டார். 1916 செப்டம்பரில் கோச்ரப் ஆசிரமத்தில் திறக்கப்பட்ட தலித் பள்ளி அதுவரை முக்கியத்துவமற்ற பலராலும் அறியப்படாத ஒரு அமைப்பாக இருந்தது. அங்கே உள்ள திறந்த வெளி மைதானத்தில் துவக்கப்பட்ட பள்ளியில் அவரது நண்பர்களான பரிஷத்லால் மஜூம்தாரும் டி.கே.பார்மரும் ஆசிரியர்களாக இருந்தனர். பார்மர், பின்னர் ஆசிரமத்திற்கு அருகில் இடம் வாங்கிக் கட்டடம் கட்டியதால் பள்ளி அங்கு மாற்றப்பட்டது. காந்தியும் அங்கே வகுப்பு எடுத்தார். கோச்ரப் ஆசிரமத்திற்கு 1915 செப்டம்பர் 11 முதல் அவர் துத்தாபாயில் தீண்டத்தகாத குடும்பங்களில் இருந்தவர்களுக்கு அனுமதி வழங்கினார். துவக்க காலங்களில் கஸ்தூரிபாய் உட்பட்டவர்களிடமிருந்து எதிர்ப்புகளை நேரிடவும் செய்தார். காந்திஜி அதை பொருட்படுத்தவில்லை என்பது மட்டுமல்ல, இத்தகைய

செயல்பாடுகளைத் தீவிரமாக்கவும் செய்தார். 'கான்பிரன்ஸ் ஆப் ப்ரண்ட்லி அசோசியேஷன் ஆப் கம்யூனிகேசனின்' ஒத்துழைப்புடன் தொண்டர்களுக்கு அறிவுறுத்துவதற்காக தீண்டாமைக்கு எதிரான கூட்டங்களையும் கூட்டினார். அதற்குப் பலனும் கிடைத்தது. 1931 ஆகஸ்டு 2 அன்று சினுபாய் பரோநெட் குடும்பத்தின் பராமரிப்பிலுள்ள ஆலயங்களைத் தலித் மக்களுக்காகத் திறந்து கொடுத்தார். தேசிய வரலாற்றிலேயே தீண்டாமைக்கு எதிராக மேல்மட்டத்திலுள்ள ஒரு குடும்பம் முதல்முறையாக நிலை கொண்டது. அஹமதாபாத்தில் ஓட்டல்களில் தலித் பிரிவினருக்கு உணவு பரிமாற வேண்டும் என்ற காந்தியின் கோரிக்கையில் கோபமடைந்த உரிமையாளர்கள் 1938 ஆகஸ்டு மாதத்தில் போராட்டம் நடத்தினர். பிளேக் நோய், தீ படர்வது போல படர்ந்தபோது காந்திஜி ஜவுளி ஆலைத் தொழிலாளர்களையும் தலித் மக்களையும் ஒன்று திரட்டி நடத்திய விரைவான உடனடியான அமைதிச் செயல்பாடுகளும் முக்கியமானவை. ஏதாவது தொற்றுநோய் படர்ந்தால் கிராமப் பகுதிகளில் மரணமடைபவர்களை அடக்கம் செய்யக்கூட ஆட்கள் மிஞ்சமாட்டார்கள் என்ற சாபம் நாட்டைச் சூழ்ந்த தருணத்தில் அவரது தன்னார்வச் செயல்பாடுகள் தீரமிக்கவையாக இருந்தன.

தண்டி யாத்திரை

காந்தியின் புகழ்பெற்ற தண்டி யாத்திரை, சபர்மதி ஆசிரமத்தில் துவங்கியது. 1930 மார்ச் 18 அன்று 78 தொண்டர்களுடன் 241 மைல் பயணம் மேற்கொண்டார். இந்தப் போராட்டத்துடன் தொடர்புகொண்டு 60 ஆயிரம் தன்னார்வலர்கள் சிறை சென்றனர். அக்காலத்தில் அவர் மனதுக்குள், நாடு விடுதலை அடையாமல் அங்கே மீண்டும் திரும்பி வரப்போவதில்லை என உறுதி எடுத்தார். 1933 ஜூலை 22 அன்று ஆசிரமத்தைக் கைவிடத் தீர்மானித்தார். ஆனால் தண்டி யாத்திரைக்குப் பின்னர் 14 முறை அஹமதாபாத்துக்கு வந்த காந்தி 8 நாட்கள் அங்கே தங்கியுமிருந்தார். நிராசையும் அதைவிடவும் புதிய நகரக் கட்டுப்பாடுகளுக்கும் மக்களுடைய மனோபாவத்திற்கும் தான் பொருத்தமானவன் அல்ல என்ற உணர்வும் அவரைக் கவலையடையச் செய்தது. கோச்சரபில் சத்தியாக்கிரக ஆசிரமத்தில் வசிக்க தலித்

குடும்பத்தினரை வரவேற்றபோது காந்திஜியின் மகன் ராம்தாஸ், அந்தத் தீர்மானத்தை நகரத்தின் பாரம்பரிய சமூகத்தில் அணுகுண்டை வீசியதுடன் ஒப்பிட்டது அவரை வேதனையடையச் செய்தது. தொடர்ந்து அம்பாலால் சாராபாய் தவிர்த்த வணிகப் பிரமுகர்கள் ஆசிரமத்திற்கு வழங்கிய அனைத்து நிதியுதவிகளையும் நிறுத்தினர். இருந்தாலும் காந்திஜி தன் முடிவில் உறுதியாக இருந்தார். அதன் சில காரணங்கள் குறித்து குஜராத் வித்யாபீட வைஸ் சான்சிலர் சுதர்சன் ஐயங்கார் எழுதியுள்ளார். தன்னுடைய இயக்கத்திற்குப் பொருளாதார உதவிகள் தேவைப்படாது என்று அவர் முதலாவதாகக் கருதினார். இரண்டாவதாக குஜராத்தி மொழியின் மீதான செல்வாக்கு. இறுதியாக தன்னுடைய சமூகத்தை மாற்றுவதைத் தனது சுய கடமையாகவும் கண்டார்.

15 ஆண்டுகால ஆசிரம வாழ்க்கைக்கிடையில் காந்திஜி மகாத்மாவானது போல அஹமதாபாத்தும் அடையாளம் காணவியலாத வண்ணம் மாறியிருந்தது. பம்பாயின் நிழல் படர்ந்து சிறப்பான வணிக அரசியல் முனையம் போல ஆனது. அதனால் அவர் சமூகத் துறையில் மேற்கொண்ட பரிசோதனைகளுடன் குஜராத்தும் அஹமதாபாத்தும் மிகவும் அதிகளவில் விலகின. தீண்டாமைக்கு எதிரான போராட்டங்கள், மெல்லமெல்லச் சில பிரிவினர்களால் ஏற்றுக்கொள்ள இயலாமல் போனது. 'தனக்கும் ஆசிரமவாசிகளுக்கும் தனிச்சொத்தோடு விருப்பமில்லை' என்ற செய்தி, குஜராத் வியாபார சமூகத்தின் முதலாளித்துவ மதிப்பீடுகளுக்கும் புதிதாக வளர்ந்து வந்த மத்தியதர வர்க்கத்தினருக்கும் சிறிதும் ஏற்றுக்கொள்ள இயலாததாக இருந்தது. பைத்தியக்காரத்தனமாக தனிச்சொத்தைத் தன் கைக்குள் ஒதுக்க விரும்பியவர்களிடமெல்லாம் அது சகிப்பின்மையை உருவாக்கியது.

தலித் வன்முறைகள்

தலித் மக்கள், சமூக மைய நீரோட்டத்திலிருந்து மாற்றி நிறுத்தப்படும் மாநிலங்களில் குஜராத் இப்போதும் முன்னிலை வகிக்கிறது. கிராமிய நலத்திட்டங்களையும் அரசு நலத்திட்டங்களையும் பற்றி அறியாத பல பகுதிகளும் இருக்கின்றன. 2001இல் ஏற்பட்ட பூகம்பம் இயற்கையின்

கோப விளையாட்டு என்பதைவிடவும் தாழ்ந்த சாதியினருக்கு எதிரான ஆழமேறிய வெறுப்பை விதைத்த நாட்களுமாக இருந்தன. 51வது குடியரசு தினத்தில் நிகழ்ந்த அந்த நிலநடுக்கம் 20 ஆயிரம் மனிதர்களைக் கொன்று ஒடுக்கியது. 1,60,000 நபர்கள் படுகாயமடைந்தனர். 700 கி.மீ. தொலைவிற்கு நாசத்தை விளைவித்த அப்பூகம்பம், 21 மாவட்டங்களை மூழ்கடித்தது. 6 லட்சம் பேர் வீட்டை இழந்தனர். 4,00,000 வீடுகள் தரைமட்டமாக்கப்பட்டு 550 கோடி டாலர் மதிப்பிற்கான இழப்பு ஏற்பட்டது. அநாதைகளான மனிதர்களுக்கு வசிப்பிட வசதி வழங்க, சாதியையோ மதத்தையோ பார்க்காமல் பொருளாதார நிதியுதவி வழங்கி வீடுகள் கட்டிக் கொடுக்கப்பட்டிருக்க வேண்டும். ஆனால் அரசு, சாதிமதக் கண்ணோட்டத்திலேயே மறு குடியமர்த்தலைச் செய்தது.

நெல்பூர், பன்டாட், ஜக்காராயியா, வன்ச ஜத்தா, திரன்சாத், வராமான், வசோ, போச்பரி, பத்லா, பனிசிலா போன்ற குஜராத் கிராமங்கள் நூற்றாண்டுகளுக்குப் பின் தள்ளப்பட்டன. மிருகங்களுக்கு வழங்கப்படும் கரிசனம்கூட வழங்கப்படாமல் சாதியத் திமிர் கொண்ட பார்வையிலேயே தலித் மக்கள் நடத்தப்பட்டனர். பொதுக் கிணறுகளிலிருந்து தண்ணீர் எடுக்க அவர்கள் அனுமதிக்கப்படவில்லை. தலித் பஞ்சாயத்து அலுவலர்கள் நாற்காலியில் அமரக்கூட இயலாத நிலை. கிராமியத் தேநீர்க் கடைகளில் இரட்டை குவளை ஏற்பாடு. சில இடங்களில் தலித் பிரிவினருக்கு சிரட்டையிலோ மண்பாத்திரத்திலோ தேநீர் வழங்கப் பட்டது. 'ஜக்காராயியா'வில் உள்ள கிராமப் பால் பண்ணையில் அவர்களுக்குத் தனி வரிசை. பெரும் எதிர்ப்புகளுக்கிடையில்தான் இந்தத் தீண்டாமை முடிவுக்கு வந்தது. 'வன்ஸஜதா'வில் சகிபென் என்ற தலித் பெண், கிராமப் பஞ்சாயத்து அதிகாரியாக தேர்ந்தெடுக்கப்பட்டதை மேல்சாதியினர் விரும்பவில்லை. அவர் நாற்காலியில் அமர்ந்ததை அதைவிடவும் பெரிய அடாத செயலாக அவர்கள் கண்டனர். பிற உறுப்பினர்கள் அவருக்கு எதிராக பொய் வழக்கு தொடுத்தனர். அதோடு மட்டுமல்ல, சகிபென்னின் கணவர், கொலை முயற்சிக்கு ஆட்படுத்தப்பட்டார். பயமுறுத்துதலுக்குக் கீழ்படியாத அவருடைய முயற்சிகள் ஆவேசமளித்தன. அஹமதாபாத்தில் 'திரன்சாத்'தில் தலித்

இளைஞர்களுக்கு, முடித்திருத்தகத்தில் முடிவெட்டிக் கொள்ளக்கூட சமீபகாலம் வரை அனுமதியில்லை. ‘வசோ’வில் தலித்துகளுக்கு கிராமிய மயானத்தில் அடக்கம் செய்ய இயலாத நிலை. அதை உபயோகப்படுத்தும் சாதிகளின் பட்டியல் அங்கே தொங்கவிடப் பட்டிருந்தது. 2006 அக்டோபர் 18 அன்று ‘நவ சர்ஜன் டிரஸ்ட்’ செயல்பாட்டாளர் அதைப் புகைப்படம் எடுத்து செய்தி நிறுவனங்களுக்கு வழங்கியதால் சிறிது மாற்றம் ஏற்பட்டது. போச்பரியில் தலித் மாணவர்களுக்கு மதிய உணவு நிராகரிக்கப்பட்டது பெரும் விவாதத்தைக் கிளப்பியது. ‘பத்லா’வில் தலித் குடியிருப்புகளுக்குச் செல்லும் சாலைகளில் மலம் வாரி இறைக்கப்பட்டது. ‘பனிஸினா’வில் தலித் பகுதிகளில் உள்ள தெருவிளக்குகள் அணைக்கப்பட்டு இருளுக்குள் தள்ளப்பட்டனர்.

நவ சர்ஜன் டிரஸ்ட்டும் ராபர் இ கென்னடி நீதி மற்றும் மனித உரிமை மையமும் சேர்ந்து குஜராத்தில் மேற்கொண்ட ஆய்வுகளின் முடிவுகள் பயமுறுத்துவனவாக, சிந்திக்கத் தெரிந்தவர்களின் கழுத்தை நெறிப்பவையாக அவை இருந்தன. 14 மாவட்டங்களில் 63 வட்டங்களில் 2084 கிராமங்களில் சாதிய ஒதுக்கல்களும் தீண்டாமைகளும் சமூகப் பிரிவினைகளும் கொடிகட்டி வாழ்கின்றன. 1589 கிராமங்களை மையப்படுத்தி நடந்த ஆய்வுகள், 98 விதமான தீண்டாமைகளைக் காட்டின. 98.4% கிராமங்களில் சாதி மீறிய திருமணங்கள் தடை செய்யப்பட்டுள்ளன. 98% தலித் பிரிவினர்களுக்கு தேநீர் குடிக்க, தனியான கோப்பைகளும் மண்குடங்களுமே பயன்படுத்தப்படுகின்றன. அவற்றை அவர்களே கழுவி வைக்கவும் வேண்டும். ஆலயங்களில் வழிபட அனுமதியில்லை. மதிய உணவு பெறும் தலித் மாணவர்கள் இழிவாக நடத்தப்பட்டனர். தனியான இருப்பிடங்களுக்கு மாற்றி நிறுத்தப்படும் அம்மாணவர்களுக்கு குடிநீரும் வழங்கப்படுவதில்லை. கிராமங்களில் தலித் பிரிவினர்களுக்கு தையல்காரர், குயவர், நாவிதர், மருத்துவர் ஆகியோரின் சேவை கிடைப்பதில்லை. 33 சதவீதத்தினருக்குத் துணி தைத்துக் கொள்வதற்கும், 61 சதவீதத்தினருக்குப் பாத்திரம் வாங்குவதற்கும், 73 சதவீதத்தினருக்கு முடிவெட்டிக் கொள்ளுவதற்கும் வேறு வழி பார்க்க வேண்டும். 10 சதவீத கிராமங்களில் தனியார்

மருத்துவர்களின் சேவையும் இல்லை. 29 சதவீத கிராமங்களில் தலித் பிரிவினருக்கு குடிநீர் வழங்கல் இல்லையென அந்த ஆய்வு முடிவுகள் காட்டின.

தான் ஒரு பாரம்பரிய இந்து என்பதில் பெருமை கொண்டிருந்த காந்திஜி, எப்போதும் மனநிலை தவறிய மதச்செயல்பாடுகளை

ஊக்குவித்ததேயில்லை. அவர் மரபான இந்துவாகவே இருந்தார். டர்பனில் இருந்தபோது மனைவி கஸ்தூரிபாய் நோயால் பாதிக்கப்பட்டதால் அவருக்கு அறுவை சிகிச்சை தேவையாக இருந்தது.

எழுந்திருக்க இயலாத சோர்வடைந்த நிலையில் அவர் இருந்தார். சிகிச்சை அளித்துக் கொண்டிருந்த மருத்துவர் காந்தியை ஜோகன்ஸ்பர்க்குக்குப் போக அனுமதித்தார். கஸ்தூரிபாய்க்கு பசு மாமிச சூப் வழங்குவதற்கு காந்தியிடம் அனுமதி கோரி மருத்துவர், அவரை தொலைபேசியில் தொடர்பு கொண்டார். தனக்குச் சாதகமான முடிவு எடுக்க இயலாது என்றும், கஸ்தூரிபாய் தன்னுடைய விருப்பத்தை வெளிப்படுத்தும் நிலையில் இருந்தால் அவரிடமே கேட்டுக் கொள்ளுங்கள் என்றும் காந்தி கூறிவிட்டார். நோயாளியின் விருப்பத்தை அறிய இயலாது என்று மருத்துவர் கூறினார். அன்றே காந்தி டர்பனுக்குச் சென்றார். அவரைத் தொடர்பு கொள்ளும் முன்பே கஸ்தூரிபாய்க்கு பசு மாமிச சூப் வழங்கப்பட்டது என்று தெரிந்துகொண்ட காந்தி, துயருற்றார். பகவத்கீதையைத் தவிர பைபிளையும் குர்ஆனையும் புத்த தம்மபதங்களையும் ஆன்மிகச் சிந்தனைகளுக்கு அடிப்படையாகக் கொண்ட காந்தியை, வன்முறை நிறைந்த இந்து தத்துவவாதிகளால் பொறுத்துக்கொள்ளவே இயலவில்லை. அதனால்தான் 1948 ஜனவரி 31 அன்று அந்த உயிர் ரத்தத்தால் பறிக்கப்பட்டது. பைபிளின் புதிய ஏற்பாடு, வித்தியாசமான அனுபவம் என்று கூறிய அவர், அதன் மலைப்பிரசங்கத்தை மிகவும் புகழ்ந்தார். கீதையுடனும் அதை ஒப்பிட்டார். ‘ஆனால் நான் உங்களிடம் சொல்கிறேன், தீயவர்களை எதிர்க்கக் கூடாது, வலது கன்னத்தில் அறைந்தவனை நோக்கி இடது கன்னத்தையும் காட்ட வேண்டும். யாராவது உங்களது மேலாடையை எடுத்துக்கொண்டு சென்றார்களெனில் அவர்களுக்கு உங்களது கீழாடையையும் கொடுங்கள்’ என்ற பைபிளின் பகுதிகள் வழங்கிய ஆனந்தம் எல்லையற்றதாக இருந்தது. கலப்புப்பண்பாடு நிலவும் ஒரு நாட்டில் காந்தியின் சகிப்புத்தன்மையும் சமாதானமும் சமநோக்கும் மிகுந்த முக்கியத்துவமுடையன. அதையெல்லாம் பல்வேறு விதத்தில் தகர்க்கிறது காவிப்படை. எண்ணற்ற சங் பரிவார் அமைப்புகளில் துவங்கிய அந்த ஈனச்செயல் அரசு நிர்வாக இயந்திரங்களிலும் தொடர்கிறது. அதன் ஆயுதச் சாலையாக குஜராத் இருக்கிறது.

பட்டேலும் மோடியின் உடல் வலிமை தேசியமும்

அடால்ப் ஹிட்லரின் மெயின் கேம்ப்பும் மாதவ சதாசிவ கோல்வாக்கரின் எண்ண அலைகளும் கருத்துகளை ஆயுதங்கள்போலச் சுழற்றி எரிந்த பாசிஸ நூல்கள். வெறுப்பின், சகிப்பின்மையின், உடல் வலிமை வழிபாட்டின் விஷ வார்த்தைகள் அந்நூல்களில் வழிந்தோடுகின்றன. கதையின் கட்டமைப்புகள் இருநூல்களிலும் ஏராளமாக இருக்கின்றன. முக்கியமான கட்டங்களை விளக்குவதற்காக கோல்வாக்கர் துணைக் கதைகளையும் குறிப்பிடுகிறார். சில கட்டங்களில குருட்டுத்தனமான, சற்றும் பொருந்தாத உவமைகளும் எடுத்தாளப் பட்டிருக்கின்றன. உடலின் சாத்தியங்களையும் வலிமையை பிரயோகிப்பதன் தேவைகளையும் நன்றாக நினைவுகூர்கிறார். குருஷேத்திர பிரகாசன் வெளியிட்ட எண்ண அலைகள் மலையாள மொழிபெயர்ப்பின் 5ம் பதிப்பில் ஸ்ரீகுருஜி - ஒரு எளிய அறிமுகம் என்ற முன்னுரையில் 1922 இல் ஒருநாள் கோல்வாக்கர் தன் தாயிடம் கூறியதாக ஒரு விஷயம் பற்றிக் குறிப்பிட்டுள்ளார். 'இந்த வருடத்தை நான் அனுமனின் காலடியில் சமர்ப்பிக்கிறேன். உடற்பயிற்சியை மட்டுமே மேற்கொள்ளப் போகிறேன். வரப்போகும் எந்த நிலையையும் எதிர்கொள்ளத் தயாராக இருக்கும் வண்ணம் உடலை வலிமையாக்க நான்

விரும்புகிறேன். முறையான உடற்பயிற்சியை மேற்கொண்டால் குறைந்தகால அளவிற்குள்ளேயே ஒருவனால் நல்ல உடல் வலிமையைப் பெறவும் மல்யுத்த வீரனாய்த் திகழவும் இயலும், என்று கூறும் பகுதியில் ஜெர்மானிய தளபதி பீல்டுமாஸ்டர் ஹின்டன் பர்க்கைப் பற்றிக் குறிப்பிட்டுள்ளார். 80 ஆம் வயதிலும் அவர் ஆரோக்கியம் நிறைந்தவராகவும் சுறுசுறுப்புள்ளவராகவும் இருந்தாராம்.

வலிமையுள்ளவனுக்கும் வலிமையற்றவனுக்கும் இடையேயான நட்பு என்ற பின்னிணைப்பில் வலிமையுடையவனுக்கும் ஒரு குள்ளனுக்கும் இடையிலான நட்பில் இறுதி முடிவை ஒரு கதைவழியாக விவரிக்கவும் செய்கிறார். தொடர்ந்து, உலகம் உடல் வலிமையைப் போற்றுவதைப் பற்றியும் கூறுகிறார். ஆனால், அங்கே குறிப்பிடப்பட்டுள்ளதோ விசுவாமித்ரனை மையப்படுத்தியுள்ள ஒரு கதை. மிகவும் பயங்கரமான வறுமை நிறைந்த காலம். நிறைய நாட்கள் அவர் உணவு உண்ணவே இல்லை. அதற்கிடையில் ஒரு சண்டாளனின் வீட்டில் அழுகிக் கிடந்த நிலையிலுள்ள ஒரு நாயின் கால் கிடைத்தது. அதை எடுத்த விசுவாமித்ரன் இறைவனுக்கு அர்ப்பணித்து உண்ணத் துவங்கினான். எதற்காக நாயின் காலை உண்ணத் துவங்குகிறீர்கள் என்று சண்டாளன் ஆச்சரியத்துடன் கேட்டான். தான் உயிருடனும் உடல் வலிமையுள்ளவனாகவும் இருக்க வேண்டியது உலகத்திற்கு நன்மை செய்வதற்கும் தவம் இருப்பதற்கும் அவசியமானது என்று மகரிஷி கூறினார். எண்ண அலைகளில் ஆதர்சமூர்த்தி என்ற 48வது அத்தியாயம் ஆர்எஸ்எஸ் நிறுவனர் டாக்டர் கேசவ பலிராம் ஹெட்கேவரைப் பற்றியது. ஜொலிக்கும் ஆதர்ச வாதத்தை விடவும், நற்குணங்களிலேயே மிகவும் அபூர்வமான ஒன்றின், அதாவது தான் தேர்ந்தெடுத்த வாழ்நாள் கடமைக்கு இசைந்த சுயபரிமாற்றத்தைக் கைக்கொள்வதற்கான பேராவலுக்கு எடுத்துக்காட்டாக இருந்தார் அவர். வன்முறை நிறைந்த முன்கோபத்திற்குப் புகழ்பெற்ற குடும்பத்தில் பிறந்தவர் அவர். அந்தப் பூர்வீகப் பாரம்பரியம் டாக்டருக்கும் பொருந்துவதுதான். பாரம்பரியமாகக் கிடைத்த இத்தகைய குணங்களையும் நடைமுறைகளையும் மாற்றுவது மிகவும் கடினமானது. ‘ஸ்வபாவோ துரதிக்ரம’ என்று அடிக்கடி கூறுவார். மனிதன் தனது

பெற்றோரைத் தேர்ந்தெடுப்பதில் மிகுந்த கவனத்துடன் இருக்க வேண்டும் என்று கூறும் விசித்திரமான பழமொழியும் இதே கருத்தைத்தான் முன்வைக்கிறது. ஆனால் தன்னைத்தானே பலவீனனாக்கும் இத்தகைய கருத்துகளெல்லாம் தவறு என்று டாக்டர் நிரூபித்தார் என்ற பகுதி ஆர்எஸ்எஸ் அமைக்கப்பட்டதுடன் தொடர்புடையது. மகான்கள் பெருஞ்செயல்கள் செய்வது எளிய கருவிகள் கொண்டல்ல. தங்களது உள்ளார்ந்த குணங்களால்தான் என்ற மகாவசனத்தின் நிறைவாக்கமாகத் தான் ஹெட்கேவர் மதிப்பிடப் பட்டிருக்கிறார். மகத்துவம் நிறைந்த அழிவற்ற தேசிய வாழ்க்கைக்காகத் தங்களுடைய வாழ்க்கை முழுவதையும் அர்ப்பணிக்கும் வண்ணம் தயார்படுத்தும் விதமாக வரும் தலைமுறையினருக்கு ஒளிவிளக்காகவும் இருக்கிறாராம். ரத்தத்தாலும் மாமிசங்களாலும் உருவம் கொண்ட இந்துத்துவ வலிமையின் மாதிரியாகத்தான் டாக்டரை கோல்வாக்கர் காண்கிறார்.

பட்டேல் மியூசியம்

பெற்றோர்களைத் தேர்ந்தெடுப்பதில் கவனம் தேவை என்ற விபரீதம் நிறைந்த பழமொழி, வரலாற்றைத் தனது கைக்குள் அடக்குவதற்கும் அதன் நாயகர்களை தன் கைவசப்படுத்துவதற்குமான சங்பரிவாரின் முயற்சியைத்தான் குறிப்பிடுகிறது. மகாத்மா காந்திக்கும் ஜவஹர்லால் நேருவுக்கும் மாற்றாக, சர்தார் வல்லபபாய் பட்டேலைச் சொந்தமாக்கிக் கொள்ளவும், விழா நாயகனாக்கவும் காவிப்படை காட்டும் பேராவலை கோல்வாக்கருக்குரிய இந்துத்துவ ஆண்மை எனும் உடல்வலிமை எடுத்துக்காட்டுடன் இணைத்துத்தான் நாம் காணவேண்டும். வேறொரு விதத்தில் கூறினால் உடல்வலிமை தேசியத்தின் (Masculine nationalism) தொலைநோக்குப் பார்வை. ஷாகிபாங்கில் சர்தார்வல்லபபாய் பட்டேல் தேசிய நினைவகத்திற்குச் சென்றபோது அதன் பல குறிப்புகள் எனக்குள் நிறைந்தன. முகலாயப் பேரரசனான ஷாஜஹானால் கட்டப்பட்ட மோத்தி ஷாகி மஹால்தான் மியூசியமாக மாற்றப்பட்டுள்ளது. அவர் குஜராத் ஆளுநராக இருந்த காலகட்டத்தில் (1618-22) அது நிர்மாணிக்கப்பட்டது. ஆங்கிலேயர்கள் அஹமதாபாத்தை கன்ட்டோன்மெண்ட் ஆக்கியபோது

ஷாகிமஹால் அரசு அலுவலகங்களாக ஆக்கப்பட்டது. விடுதலைக்குப் பின்னர் கவர்னரின் அதிகாரபூர்வ குடியிருப்பான ராஜ்பவனாகவும் அது செயல்பட்டது. தாஜ்மஹால் நிர்மாணத்திற்கு ஷாஜஹானுக்குத் தூண்டுகோலாக இருந்த மோத்தி ஷாகிமஹாலில் ரவீந்திரநாத் தாகூர் 1876இல் சிறிது காலம் வசித்தார். அக்காலத்தில் அவருக்கு 17 வயது. அங்கேதான் தாகூர் எழுதிய ஒரேயொரு பேய்க்கதையான 'தி ஹன்ட்ரி ஸ்டோன்ஸ்' பிறந்தது. தொடர்ந்து கீதாஞ்சலியின் முதலாவது பாடலும். அத்தகைய நினைவுகள் செல்லரிக்காமல் மியூசியத்தில் பாதுகாக்கப்பட்டுள்ளன. தாகூரின் அரை உருவச் சிலையும் ஓவியங்களும் உள்பட. பட்டேலுக்கும் காந்திஜிக்கும் இடையிலிருந்த தகர்க்கமுடியாத தொடர்பின் ஏராளமான குறிப்புகளும் இருக்கின்றன. பட்டேல் காலரியும் நம் கவனத்தை ஈர்க்கிறது. அவர் உபயோகித்த கதர் குர்த்தா, ஜாக்கெட், வேட்டி, ஷூ, செருப்பு, ஐரோப்பிய ஆடைகள் காட்சிக்கு வைக்கப்பட்டுள்ளன. சர்தார் சரோவர் திட்டத்திற்கு வழங்கப்பட்ட பகுதியில் பெரும் அணைக்கட்டுகளும், நீர் மின்சாரத் திட்டங்களும் துவக்கப்படுகின்றன. குஜராத், மத்தியப்பிரதேசம், மகாராஷ்டிரா மாநிலங்களில் பாய்ந்தோடும் நதியில் கட்டப்படும் அணைக்கட்டின் வரைபடங்களும், கிராப்களும், நிலைவிவரப் பட்டியல்களும், பிற விளக்கங்களும், வெளியீடுகளும் கட்டுமானம், இப்போதைய செயல்பாடுகள் பற்றிய தொழில்நுட்ப விவரங்களுடன் கிடைக்கின்றன. .

ஷாகிபாங்கில் மியூசியத்தைவிட உடல்வலிமை தேசியத்தின் முக்கியத்துவம்தான் குஜராத்தின் வதோதராவுக்கு அருகில் கட்டியெழுப்பப்படும் பட்டேல் சிலை குறியீடாகக் கொண்டிருக்கிறது. நர்மதா நதியிலிருந்து 3.2 கி.மீ. தொலைவில் அமைதிப் பள்ளத்தாக்கில் அணையை நோக்கி வடிவமைக்கப்பட இருக்கிறது பட்டேல் சிலை, 2010 அக்டோபர் 7 அன்று கட்டுமானம் துவக்கப்பட்ட சிலை நிறைவடைய, கட்டுமான நிறுவனத்தின் கன்ஸோர்ஷியமும் அமைக்கப்பட்டுள்ளது. புர்ஜ்கலீபா மூலம் கவனம்பெற்ற டர்னர் கன்ஸ்ட்ரக்ஷனும், மைக்கேல் கிரைவ்ஸும், அசோசியேட்ஸ் அண்ட் மெயின் ஹார்டு குழுமமும் இணைந்தது. அமெரிக்க டிஜிட்டல் சிற்பி ஜோ மென்னேவால்

வடிவமைக்கப்பட்டது. 'ஸ்டேச்சு ஆப் யுனிட்டி மூவ்மெண்ட்' என்று பெயரிடப்பட்டுள்ள சிலையின் உத்தேசச் செலவு மதிப்பீடு 4 ஆயிரம் கோடி ரூபாய். 182 மீட்டர் உயரத்திலுள்ள சிலை அமெரிக்கச் சுதந்திர தேவி சிலையைவிட இருமடங்கும், பிரேசிலில் ரியோடிஜெனிரோவில் உள்ள கிறிஸ்து சிலையைவிட நான்கு மடங்கும் பெரியது. கட்டுமானத்திற்குத் தேவையான ஐந்தாயிரம் மெட்ரிக் டன் இரும்பு, தேசம் முழுவதிலுமுள்ள ஆறு லட்சம் விவசாய குடும்பங்களிலிருந்து சேகரிக்கப்படும். அவர்கள் பயன்படுத்தி இப்போது உபயோகிக்க முடியாத நிலையிலுள்ள தொழில்கருவிகள்தான் சேகரிக்கப்படுகிறது.

உலகத்தை நடுங்கச் செய்ய வேண்டும் என்ற உத்தேசத்துடன் பட்டேல் சிலை உடல் வலிமை சித்தாந்தத்தையும் உட்கொண்டிருக்கிறது எனக் கூறலாம். நரேந்திரமோடியும் அவரது பிரச்சாரப் பீரங்கிகளும் எப்போதும் அவருடைய நெஞ்சளவைப் பற்றிப் பெருவிருப்பத்துடன் குறிப்பிடுவது இதோடு இணைத்துப் பார்க்கப்படவேண்டியது. இங்கே மார்கோ சி யான்பர்நெல்லி படைத்த நெல்சன் மண்டேலா நினைவகம் மற்றொரு குறிப்பை வழங்குகிறது. தென்னாப்பிரிக்காவில் டர்பனுக்கு அருகில் 90 கி.மீ. தெற்கில் கோவிக்கில் 2012 ஆகஸ்டு 5 அன்று பொதுமக்களுக்காகத் திறந்து வைக்கப்பட்டது அந்த நினைவகம். 1962இல் அதே நாளில் மண்டேலா முன்னர் கைது செய்யப்பட்டிருந்தார். அதன் 50வது வருட நினைவு தினமாக இருந்தது அந்நாள் தேர்ந்தெடுக்கப்படக் காரணம். குவாசுலு நதால் பகுதியிலிருந்து மண்டேலாவை, காவல்துறையும் ரகசிய விசாரணைப் பிரிவும் இணைந்து கைது செய்தது. சிறைவாசம், சிறைக்குள் நடந்த போராட்டங்கள், சுதந்திரக் காற்று ஆகியவற்றின் அடையாளமாக சியான்பர்நெல்லியில் மண்டேலா சிலை நிர்மாணிக்கப்பட்டுள்ளது. 1970இல் ஜோகன்ஸ்பர்கில் பிறந்த மேதை, பொது இடங்களில் கலாரீதியான பங்கேற்பு என்ற கருதுகோள்களை மண்டேலா சிலை முன்வைக்கிறது. விட்வாட்டர் ஸ்டேன்ட் பல்கலைக்கழகத்திலிருந்து நுண்கலைப் பட்டம் பெற்ற அவரது படைப்புகளில் பிரிட்டோரியாவில் உள்ள சுதந்திரப் பூங்கா மிகவும் முக்கியத்துவம் வாய்ந்தது. 50 இரும்புக் கம்பிகள், மண்டேலா நினைவகத்தின் முதல் வித்தியாசமானதாகக்

காணப்படுகிறது. அதற்கு முன்னால் அவரது மாபெரும் உருவப்படம் அமைக்கப்பட்டுள்ளது. கோவிக் அருவி அந்தப் பின்னணிக்கு ஒரு குளுர்ச்சியை வழங்குகிறது. அடையாளபூர்வமான இந்த நினைவகத்திற்கு நேர் விபரீதமாக இருக்கிறது வதோதராவில் பட்டேல் சிலை.

இரும்பு மனிதர்

ஹெட்கேவரை ரத்தத்தாலும் மாமிசங்களாலும் உருக்கொண்ட இந்துத்துவ ஆண்மாதிரியாக உருவகித்த கோல்வாக்கரின் உபாயத்தை காவிப்படையினரால் மேற்கொண்டு வளர்த்தெடுக்க இயலவில்லை. ஆனால், லால் கிருஷ்ணா அத்வானியை இரும்பு மனிதன் எனக் குறிப்பிட்டு, அதிதீவிரமான இனப்பிரச்சாரத்திற்கு அதை அடிப்படையாக்கிக் கொண்டனர். பாபர் மசூதி தகர்க்கப்பட்டு ராமர் கோவில் கட்டுமானத்திற்கான உடல்பல பயமுறுத்தலின் வெற்றிகரமான பயணமாக இருந்தது 1980களில் அவரது தலைமையில் நடந்த ரதயாத்திரை. ஆலய இயக்கம் என்பதைவிடவும் இந்திய சமூகத்தின் பெரும்பகுதியினரை இந்துத்துவ தேசியத்திற்கு ஈர்ப்பதையே முக்கியமாகக் கொண்டிருந்தது ரதயாத்திரை. மதச்சார்பற்ற மூலகங்களை சந்தேகத்திற்கு இடமுள்ளதாக ஆக்கினர் என்பதே அதன் முக்கியமான வெற்றி. மதச்சார்பின்மையை ஓட்டு வங்கி அரசியலாகவும் சிறுபான்மையினருக்கு ஆதரவானதும் என வாதித்து அதை நிலைபெறச் செய்தனர்.

நவீன இந்தியாவிலேயே மிகவும் வெற்றிகரமான அணி திரட்டலாக இருந்தது ரதயாத்திரை. சமூகத்தில் அடித்தட்டில் உள்ளவர்களிடமும் கூட ரதயாத்திரை சலனத்தை ஏற்படுத்தியது. காந்திஜியின் உப்பு சத்தியாகிரகத்தையும் பின்னுக்குத் தள்ளியது. ஆயிரக்கணக்கான கிராமங்களிலிருந்து பூஜை செய்து சேகரிக்கப்பட்ட செங்கற்கள் அரசு அதிகாரத்திற்கான ஏணியாக மாறியது. 1984இல் படுகுழியிலிருந்து 90களின் மத்திக்குள் பாஜக பயமுறுத்தும் விதமான உயரங்களை அடைந்தது. ஆலய இயக்கப் பிரச்சாரத்தின் ஒரு பகுதியாகவே செங்கற்கள்

அயோத்திக்குக் கொண்டுவரப்பட்டன என்றாலும், அதன் நோக்கம் அதோடு நிறைவு பெறவில்லை. அரசியல், சமூகத் தடைகளாக இருந்தது முக்கியமாக அதற்குக் காரணம். ஜனநாயக, மதச்சார்பற்ற சமூகத்தின் தலையீடு பலவீனமான நிலையில் இருந்தாலும், வன்முறையைத் திறந்துகாட்டுவதில் தீவிரத்துடன் செயல்பட்டது. ஆனால் அத்தகைய எதிர்ப்புகள் ஒன்றும் பட்டேல் சிலை விஷயத்தில் இருக்காது என்று சங் பரிவார் உணர்ந்து கொண்டது. ஆயிரக்கணக்கான கிராமங்களிலிருந்து பழைய இரும்பு சேகரிப்பதற்கான திட்டம் ஒரு பரிசோதனையாக இருந்தது. 2013 ஜூன் மாதத்தில் பாஜகவின் தேர்தல் பணிக்குழு தலைவர் என்ற நிலையில் நடத்திய பயணங்களில் நரேந்திர மோடி, பட்டேல் சிலைக்காக இரும்பு வழங்க விவசாயிகளைக் கேட்டுக் கொண்டார். 2012 செப்டம்பரில் குஜராத் சட்டசபை தேர்தலுக்கு முன்பு விவேகானந்தா யுவமோர்ச்சா என்ற பெயரில் மோடி நடத்திய மாநிலம் தழுவிய பொது நிகழ்ச்சிகளில் விவேகானந்தரை, தவறான முறையில் உபயோகித்துக் கொண்டார். அவரது மாபெரும் கட்அவுட்டுகள் அக்கூட்டங்களில் அமைக்கப்பட்டன. தொடர்ந்து இளைஞர்களுக்கு விவேகானந்தர் படம் பொறிக்கப்பட்ட பந்துகளும் ஹாக்கி மட்டைகளும் கிரிக்கெட் மட்டைகளும் வழங்கப்பட்டன. பட்டேலின் நினைவு தினத்தில் வதோதராவில் மோடி, 'ரன் பார் யுனிட்டி' மராத்தான் போட்டியைக் கொடி அசைத்துத் துவக்கிவைத்ததும் பொருட்படுத்தத்தக்கது. சிலை அமைப்பதற்கு தேவையான இரும்பை அன்பளிப்பாகப் பெறுவதை ஊக்குவிப்பதே நோக்கம். நாட்டின் 565 மாவட்டங்களில் 10 ஆயிரம் மையங்களில் 50 லட்சம் மக்களை உட்படுத்தியதாக இருந்தது அந்த மராத்தான் போட்டி. மும்பை, டெல்லி, கல்கத்தா, அஹமதாபாத், லக்னோ, சண்டிகர், புனே, துவங்கிய பெருநகரங்கள் உள்பட மோடியைத் தவிர அத்வானியும் வசுந்தரா ராஜேவும் முக்கிய விருந்தினர்களாகப் பங்கேற்றனர். காந்திநகரில் 2013 ஜூன் 11 அன்று கூட்டப்பட்ட லைவ் ஸ்டார்ட் அண்டு டயரி டெவலப்மெண்ட் கான்பிரன்சிலும் மோடி பட்டேல் சிலைக்கு இரும்பு வழங்க விவசாயிகளைக் கேட்டுக் கொண்டார். 2013 அக்டோபர் 31 அன்று பட்டேல் பிறந்தநாள் நூற்றாண்டில் நிகழ்த்திய உரை

மேலும் தீவிரமாக இருந்தது. பட்டேல் வாழ்நாள் முழுவதும் நாட்டை ஒன்றிணையச் செய்வதில் நிலை கொண்டார். அவரைப் பற்றிய நினைவுகள் ஒற்றுமையின், சுயராஜ்ஜியத்தின் விவசாயிகளைப் பற்றிய பாடங்களாகும். பட்டேல் சிலைக்காக விவசாயிகளின் பழைய தொழிற்கருவிகளை சேகரிப்பதை நோக்கமாகக் கொண்ட நாடுதழுவிய பிரச்சாரம் ஐந்து லட்சம் கிராமங்களைச் சென்றடைந்துள்ளது என்று அறிவித்தார். இந்தியாவின் பிஸ்மார்க் என்று பட்டேல் குறிப்பிடப்படும்போது உடல்வலிமை தேசியத்திற்குத்தான் முக்கியத்துவம் வழங்கப்பட்டது. ஜெர்மானிய ஒன்றிணைப்பும் சோஷலிச விரோதமும்தான் மோடியின் மனதில் உண்டானது.

குறியீட்டுக் கொள்ளை

சுதந்திரப் போராட்டத்துடனோ இந்தியாவின் ஒற்றுமையுடனோ மக்களின் வாழ்க்கை முறையுடனோ எவ்விதத் தொடர்பும் இல்லாத ஆர்.எஸ்.எஸ், வரலாற்றில் சில பக்கங்களையும் சில தலைமைகளையும் கவர்ந்தெடுக்க முயற்சிப்பதற்கு மிகவும் இறுதியான உதாரணம்தான் அவர்களது பட்டேல் மீதான காதல். எந்தவொரு அமைப்பிற்கும் தத்துவத்திற்கும் சமூகத்தை எதிர்கொள்ள பொதுவாகச் சில குறியீடுகள் அவசியமாகும். அந்த இயக்கத்தின் அடித்தளப் போதாமைகளையும் பலவீனங்களையும் மறைத்து வைக்க அவை உதவுகின்றன. சுதந்திரப் போராட்டக் காலத்தில், முக்கோண யுத்தத்தில், கருதுகோளை முன்னிறுத்தி வஞ்சனையைத் தமக்குள் ஒளித்துவைத்துக் கொண்டிருந்த காவிப்படையினருக்குக் குற்ற உணர்வு தோன்றாமல் இருந்திருக்காது. தேசியவாதத்தின் உணர்வு ரீதியான பேரணிகள், செயல்பாடுகள் நடத்திக் கொண்டிருந்த அதற்கு அனைத்து மக்களும் ஏற்றுக் கொள்ளக்கூடிய தேசம் தழுவிய ஒரு தலைவரும் இல்லாத நிலை. அவர்களால் ஆர்ப்பாட்டத்துடன் முன்வைக்கப்படும் பல தலைவர்களுக்கும் சரியான அரசியல் முகவரிகூட இல்லை. ஆர்.எஸ்.எஸ், நிறுவனர் ஹெட்கேவரும், ஜனசங்கம் தோற்றுவித்த டாக்டர் ஷியாமா பிரசாத் முகர்ஜியும், இன்டகிரல் ஹியூமனிசம் (உள்ளார்ந்த மனிதநேயம்) என்ற இனிமையான

வாக்கியத்துடன் ஜனசங்கத்திற்கு அமைப்பு ரீதியான தத்துவச் சார்பான அடித்தளம் வழங்கிய தீன்தயாள் உபாத்யாயாவும் காவிச்சுவர்களுக்குள்ளேயே ஒதுங்கி நின்றனர். நாட்டின் ஒற்றுமையைத் தகர்க்கும் பாசிசக்கூட்டம்தான் இப்போது ஸ்டாச்சு ஆப் யுனிட்டி மூவ்மெண்ட்டை ஆர்ப்பாட்டமாக நடத்தியது. காந்தி நேரு நினைவுகளை இல்லாமல் செய்வது அதன் மறைமுக நோக்கம்.

குஜராத்தி கவிஞர் குன்வந்த்சிங் பாடியதுபோல சர்தார் மட்டும் வேறொன்றும் இல்லை என்ற வகையில் இப்போது மோடியும் அவரது பரிவாரங்களும் செயல்பட்டுக் கொண்டிருக்கின்றன. பட்டேல் காட்டிய வழிகளின் வழியாக நடப்பதையே கடந்த 10 ஆண்டுகளாகக் குஜராத்திகள் எப்போதும் முயல்கிறார்கள் என்று மோடி உரிமை கோருகிறார். முதலில் ஒரு கொள்கை அளவில் மட்டுமாக தன் இருப்பை அறிவித்த காந்தியின் பல போராட்டத் திட்டங்களையும் நடைமுறைக்குக் கொண்டு வந்ததில் முக்கியமானவராக பட்டேல் இருந்தார். 1920 முதல் 20 ஆண்டுகள் காங்கிரஸ் இயக்கத்தைக் கட்டி எழுப்பியது உள்பட. நகர மையப்படுத்தப்பட்ட காங்கிரசை, தேசம் தழுவிய வெகுஜன இயக்கமாக மாற்றியதில் அவரது பங்களிப்பு அதிகம். காந்தி ஒரு கருத்துருவை முன்வைக்கிறார். பட்டேல் அதை நடைமுறைப்படுத்துகிறார். விவசாயிகளின் போராட்டங்களிலும் இதைத் தெளிவாகக் காணமுடிகிறது. பிரிட்டிஷ் சார்பான ஆங்கிலச் செய்திப் பத்திரிகைகள் ‘போல்செவிஷம்’ என்று விமர்சித்த 1928இல் நடைபெற்ற பர்தோலி சத்தியாகிரகத்தில் தீவிரமான பங்கை ஆற்றியதற்காக அவருக்கு சர்தார் என்ற பட்டம் வழங்கப்பட்டது. பிரிட்டிஷ்காரர்களும் நிலவுடைமையாளர்களும் திணித்த முறையற்ற நிதி வசூல்களையும், விவசாய நிலம் பம்பாயின் பெரும் பணக்காரர்களுக்கு வழங்கப்பட்டதற்கும் எதிராக இருந்தது பர்தோலி மாவட்டத்தில் நடத்தப்பட்ட போராட்டம். பட்டேல் தலைமையேற்று நடத்திய அப்போராட்டத்தில் இந்து முஸ்லிம் பிரிவினரில் இமாம் சாகிப், அப்துல் காதர், உத்தம்சந்த் தீப்சந்த் ஷா, மோகன்லால் காமேஷ்வர் பாண்டியா, பக்திப தேசாய், தர்பார் கோபால்தாஸ் தேசாய், மீது பகன் பெட்டிட், சுகத்ரம்பாய் தேவி, சூரஜ்பென் மேத்தா, உமர்

சோபானி, கவிஞர் ஃபூல்சந்த் ஆகியோர் உள்பட்ட காங்கிரஸ்காரர்களும் பெண் தொண்டர்களும் அனைத்து ஆதரவையும் வழங்கினர். அக்காலத்தில் நன்கு செயல்பட்டுக் கொண்டிருந்த ஆர்.எஸ்.எஸ்,சும், இந்து மகாசபையும் பர்தோலி போராட்டத்திலிருந்து முழுவதுமாக விலகியிருந்தது என்பது மிகவும் ரசகரமானதும் நகைப்புக்கிடமானதுமாகும்.

120 கோடி மக்களில் மூன்றில் ஒரு பங்கினர் வறுமையின் ஆழங்களுக்குள் மூழ்கிக் கிடக்கும்போதுதான் பட்டேல் சிலைக்காக பல்லாயிரக்கணக்கான கோடிகள் செலவழிக்கப்படுகிறது. ஒரு விவசாயியாக அவரை உயர்த்திக்காட்டும் மோடி தரப்பினர் இந்திய உண்மைநிலைகளை மறைக்கின்றனர். கடந்த 10 ஆண்டுகளில் கடனால் பாதிக்கப்பட்ட பல இந்திய விவசாயிகள் 40 நிமிடங்களுக்கு ஒருவரென தற்கொலை செய்து கொண்டிருக்கின்றனர். வறட்சி மூலம் லட்சக்கணக்கான கால்நடைகள் பரிதாபமாக இறந்து வீழ்கின்றன. வளம் நிறைந்த நிலங்கள் வியாபார நிறுவனங்களுக்கும் கட்டிட நிர்மாண மாபியாக்களுக்கும் பகிர்ந்தளிக்கப்படுகின்றன. பால் உற்பத்திப் பொருட்கள் சாதாரண விவசாயிகளின் கையிலிருந்து நழுவி வீழ்கின்றன. இதைத் தொடர்ந்து உலகத்திலேயே மிகவும் அதிகமான பெண்களும் குழந்தைகளும் சத்தான உணவின்றி வாடும் நாடாக மாறியிருக்கிறது இந்தியா. அதற்கான குஜராத்தின் பங்களிப்பு மிகவும் அதிகம். இருந்தாலும் மோடி, சிலை விவசாயத்திற்குத்தான் மண்ணைத் தயார்படுத்துகிறார்.

சிலை இயக்கம் (குறியீட்டு நிர்மாணம்)

சுதந்திரப் போராட்டத்தின் நினைவுகள் இல்லாத தேசிய இயக்கம் என்ற கறையைக் கழுவுதல், ஹெட்கேவர், அத்வானி ஆகியோர் மூலமாக நிலை பெறச் செய்ய முயற்சித்து பலன் கிடைக்காத உடல்வலிமை தேசியத்தை மீண்டும் நட்டு முளைக்கச் செய்தல், ஆர்.எஸ்.எஸ்க்குத் தடை விதித்தது பட்டேல் என்ற உண்மையை மறைத்துவைத்தல், காந்தியிலிருந்தும் நேருவிலிருந்தும் வித்தியாசமானவராக பட்டேலை உயர்த்திக் காட்டுதல் போன்ற குறியீட்டு நிர்மாணத்திற்குப் பின்னால் சொல்லப்படாத

லட்சியங்களும் நோக்கங்களும் ஏராளம் இருக்கின்றன. 1948 ஜனவரி 30 காந்தியின் படுகொலைக்குப் பின்னர் பிப்ரவரி 4 அன்று ஆர்.எஸ்.எஸ்க்கு தடைவிதித்து உள்துறை அமைச்சகம் வெளியிட்ட அறிக்கையைத் தயாரித்தது பட்டேல்தான். நாட்டின் சுதந்திரத்தைப் புரட்டிப்போட்ட, அதன் புகழை மறைக்கச் செய்யும் வெறுப்பில் வன்முறையில் தோய்ந்த சக்திகளை வேரறுப்பதில் அரசின் உறுதியை அறிவித்துக் கொண்டு அந்த அறிக்கை துவங்கியது. அந்தக் கொள்கையின் ஒரு பகுதியாக இருந்தது ஆர்.எஸ்.எஸ்க்கான தடை. சங்பரிவார் உறுப்பினர்கள் ஏற்றுக்கொள்ள இயலாத ஆபத்தான செயல்பாடுகளில் ஈடுபடுகின்றனர். நாட்டின் பல பகுதிகளில் ஆர்.எஸ்.எஸ்காரர்கள் கொள்ளைகளும் படுகொலைகளும் உள்பட பெருவன்முறைகளை நிகழ்த்துகின்றனர். அதற்காக ஏராளமான ஆயுதங்களைச் சேகரிக்கின்றனர். பயங்கரவாதச் செயல்பாடுகளில் ஈடுபடவும் அரசுக்கு எதிரான வெறுப்பை வளர்ப்பதையும் ராணுவத்தையும் காவல்துறையையும் செயலற்றவர்களாக்கவும் சிறு வெளியீடுகளை வெளியிடுகின்றனர். உள்துறை அமைச்சராக இருந்த சர்தார் வல்லபபாய் பட்டேல் அன்றைய ஆர்.எஸ்.எஸ் தலைவர் கோல்வாக்கருக்கு 1948 செப்டம்பர் 11 அன்று எழுதிய கடிதம் இதன் தொடர்ச்சி.

காந்தி படுகொலைக்கும் தொடர்ந்து ஏற்பட்ட வன்முறைகளுக்கும் ஆர்.எஸ்.எஸ் இயக்கத்தினரே பொறுப்பானவர்கள் என்று பட்டேல் திறந்து காட்டினார். இந்துக்களை அணிதிரட்டுவதும் அவர்களுக்கு உதவுவதும் போல அல்ல, பழிவாங்கும் உணர்ச்சியைத் தூண்டிவிட்டு களங்கமற்றவர்களும் ஆதரவற்றவர்களுமான மக்களை, குறிப்பாகப் பெண்களையும் குழந்தைகளையும் அத்தகைய வன்முறைகளுக்கு பலிகடாவாக மாற்றுகின்றனர். இதைவிடவும் காங்கிரஸ் மீதான எதிர்ப்பு தீவிரமான விஷமுள்ளது. அது தனிமனித சுயமரியாதை, அந்தஸ்து ஆகியவற்றின் மீதான அனைத்து விஷயங்களையும் புறம் தள்ளுவதால் மக்களிடம் தீவிரமான அதிருப்தியை உருவாக்கியிருக்கிறது. ஆர்.எஸ்.எஸ்ஸின் அனைத்து உரைகளும் இனவெறுப்பை வளர்ப்பது மட்டுமே. இந்துக்களை எழுச்சியடையச் செய்யவும் அவர்களுடைய

பாதுகாப்புக்காக அணிதிரட்டவும் வெறுப்பை விதைப்பது சரியல்ல. அத்தகைய விஷமூட்டலின் இறுதியாகத்தான் காந்தியைப் போன்ற ஓர் அபூர்வ உயிர் இழக்கப்பட்டது. அவரது படுகொலையின்போது மகிழ்ச்சியை வெளிப்படுத்தி, ஆர்.எஸ்.எஸ் இனிப்பு வழங்கியது கடுமையான எதிர்ப்பை உருவாக்கியது. இத்தகைய தருணத்தில் ஆர்.எஸ்.எஸ்க்கு தடை விதிப்பதைத் தவிர அரசுக்கு வேறு வழியில்லை. காந்தி படுகொலை நடந்து 6 மாதம் கடந்துவிட்டது. இக்கால அளவில் ஆர்.எஸ்.எஸ் சரியான வழியைத் தேர்ந்தெடுக்க வேண்டுமென அரசு விரும்பியது. ஆனால் அரசுக்கு முன் வந்த உளவுத்துறை அறிக்கைகளின்படி ஆர்.எஸ்.எஸ் தன்னுடைய பழைய செயல்பாடுகளுக்கு புத்துயிரை வழங்குகிறது என்றும் பட்டேல் குறிப்பிட்டார்.

1948 பிப்ரவரி 27 அன்று ஜவஹர்லால் நேருவுக்கு எழுதிய கடிதத்தில் காந்தி படுகொலையில் இந்துத்துவ இயக்கங்கள் முழுவதும் பொறுப்பானவர்கள் என்று அவர் உறுதியுடன் குறிப்பிட்டுள்ளார். சவாக்கரின் நேரடியான தலைமையில் உள்ள இந்து மகாசபையின் மதவெறி நிறைந்த ஒரு பிரிவுதான் ஆர்.எஸ்.எஸ். அதுதான் காந்தி கொலைச் சதிக்கான விதையை விதைத்தது. சதியில் பங்கு கொண்டவர்கள் பத்து பேருக்கும் குறைவாக இருக்கலாம். ஆனால் காந்தியின் படுகொலையை ஆர்.எஸ்.எஸ்சும் இந்து மகாசபையும் வரவேற்றது என்பது உண்மை. காந்தியின் கொள்கைளுடனும் சிந்தனைகளுடனும் அந்த இயக்கங்களுக்குத் தீவிரமான எதிர்ப்பு இருந்தது என்பதையும் பட்டேல் நினைவு கூர்ந்தார். இதைவிடத் தீவிரமாக 1948 ஜூலை 18 அன்று இந்து மகாசபைத் தலைவர் ஷியாமா பிரசாத் முகர்ஜிக்கு எழுதிய கடிதத்தில் விமர்சித்துள்ளார். காந்தி படுகொலையில் ஆர்.எஸ்.எஸ்க்கும் இந்து மகாசபைக்கும் உள்ள தொடர்பு நீதிமன்ற அவமதிப்பின் எல்லைக்குள் வருவதால் இரண்டு இயக்கத்தின் பங்களிப்பைப் பற்றி தான் இப்போது ஒன்றும் குறிப்பிடவில்லை என்ற முன்னறிவிப்புடன் தடைக்கான நிலைப்பாட்டை எடுக்கிறார். இரண்டு இயக்கங்களின், குறிப்பாக ஆர்.எஸ்.எஸ்ஸின் செயல்பாடுகளே இத்தகைய தடைக்கு

காரணம் என்பதில் விவாதிக்க ஒன்றுமில்லை. இந்து மகாசபையின் மிகத் தீவிரமான ஒரு பிரிவினர் கொலைச்சதியில் பங்கு கொண்டிருந்தனர் என்பதில் எனக்குக் கொஞ்சமும் சந்தேகமில்லை. அரசையும் ஆர்.எஸ்.எஸ் தன்னுடைய செயல்பாடுகளால் மிரட்டுகிறது. தடைக்குப் பின்னரும் அவை தன்னுடைய செயல்பாடுகளை நிறுத்திக் கொள்ளவில்லை என அரசுக்கு வரும் அறிக்கைகள் கூறுகின்றன. காலம் கடக்கும் தோறும் ஆர்.எஸ்.எஸ் மிகவும் தீவிரத்துடன் செயல்பட்டுப் பெருமளவில் வன்முறைச் செயல்களில் ஈடுபட்டு நாடு முழுவதும் பரவியிருப்பதாக பட்டேல் மேலும் கூறுகிறார்.

ஆனால் இத்தகைய உண்மைகளையெல்லாம் மூடி மறைத்து புதிய வாதங்களை முன்வைக்க பாஜக முயல்கிறது. பாராளுமன்ற உறுப்பினரும் குஜராத் மாநில செய்தித் தொடர்பாளருமான விஜய்குமார் ரூபானி, காந்தி படுகொலையில் ஆர்.எஸ்.எஸ்க்கு பங்கு இருந்ததாக பட்டேல் நம்பவில்லை என்று குறிப்பிட்டுள்ளார். அவர் நேரு அரசாங்கத்தின் ஒரு உறுப்பினராக இருந்ததால் பிரதமரின் நிர்பந்தத்திற்குட்பட்டு ஆர்.எஸ்.எஸ்ஸின் மீதான தடையை அங்கீகரித்தாராம்! தேசியச் செய்தித் தொடர்பாளர் ரவிசங்கர் பிரசாத்தும் அவ்வாறே கூறியிருக்கிறார். பகையும் வெறுப்பும் பிரச்சாரமும்தான் ஆர்.எஸ்.எஸ் தடைக்குக் காரணம். தொடர்ந்துள்ள விசாரணைகள் ஆர்.எஸ்.எஸ்ஐ குற்றமற்றதாக்கியது என்றும், தடையை நீக்க வேண்டுமென்று பட்டேலுக்கு அபிப்பிராயம் இருந்ததாகவும் மேலும் குறிப்பிட்டார். நேருவைப் போல தத்துவத்தில் ஊன்றிய அறிவியல் ரீதியான, சரியான பார்வையில் பட்டேல் ஆர்.எஸ்.எஸ் இயக்கத்தை அணுகவில்லை. நேரு ஆர்.எஸ்.எஸ் அமைப்பை பாஸிச இயக்கம் என்றே அழைத்தார். ஆர்.எஸ்.எஸ்ஸின் கட்டுப்பாடுகளைப் பற்றி மேன்மையாகக் கூறிய ஒரு பார்வையாளரை காந்தி திருத்தினார். ஹிட்லருக்குக் கீழ் நாஜிகளும் முசோலினியின் தலைமையில் பாஸிஸ்டுகளும் அதைப்போலவே கட்டுப்பாடுகளுடன் இருந்தனர் என்று திருத்தினார் காந்தி. காந்தி மற்றும் நேருவைத் தீவிரமான மொழியில் விமர்சித்துக் கொண்டே காவிப்படை பட்டேல் என்ற பிம்பத்தைக் கவர்ந்து கொள்கிறது. இந்தக் குறியீட்டுக் கொள்ளையை

எளிமையாக்கியதோ, வரலாற்றுடனும் அதன் நாயகர்களுடனும் காங்கிரஸ் காட்டிய உத்தரவாதமற்ற செயல்பாடுகள்தான். காந்தியையும் நேருவையும் சேர்த்து ராகுல்காந்தி என்ற கலப்புக் குறியீட்டைக் கொண்டு அது திருப்தியடைகிறது.

சர்தார் வல்லபபாய் பட்டேல், ராஜாஜி, கமலா சதோபாத்யாயா ஆகியவர்களுக்கு நேராக முகம் திருப்பி நின்றதன் பிரச்சனைகளை வரலாற்று ஆசிரியர் ராமச்சந்திர குகா வெளிக்கொணர முயற்சித்துள்ளார். பட்டேல் மீதான காங்கிரஸின் விலகலுக்கு அவரது பிறந்த மாநிலமான குஜராத்திலிருந்தே ஏராளமான உதாரணங்கள் இருக்கின்றன. அவரது பெயரில் ஏராளமான அறக்கட்டளைகள் இருந்தாலும் அவற்றில் பெரும்பாலானவை செயலற்ற நிலையிலேயே இருக்கின்றன. அஹமதாபாத்தில் பழைய ராஜ்பவனில் உள்ள பட்டேலின் நினைவக அறக்கட்டளை கைவிடப்பட்டு இறுதி சுவாச நிலையில் இருந்து கண் திறந்தது காவிப்படையின் முகமூடி மூலமாகத்தான். பட்டேலின் பிறந்தநாள் கொண்டாட்டங்களில் பெயரளவிலான நிகழ்ச்சிகளை நடத்தி தாங்களும் பட்டேலைக் கொண்டாடுகிறோம் என்று காட்டிக்கொள்ள மட்டுமே செய்தது காங்கிரஸ். இத்தகைய குற்றகரமான அவமதிப்பின், உணர்வுபூர்வமான மறதியின் பலனை பாஜக கைக்கொண்டு தன்னுடைய அரசியல் முன்னேற்றத்திற்கு முயல்கிறது. பட்டேலை ஒதுக்கி, பலமுறை காங்கிரஸ் தலைவராகவும் பிரதமராகவும் நேரு தேர்ந்தெடுக்கப்பட்டதைச் சுட்டிகாட்டி காந்தியைப் பரிகசிக்கிறது சங்பரிவார். 1929, 1937, 1946 காலகட்டங்களிலெல்லாம் பட்டேல் காங்கிரஸ் தலைமைப் பொறுப்பிலிருந்து விலக்கி நிறுத்தப்பட்டார் என்று ஒருவாதம் உண்டு. இதற்கெதிரே ராஜேந்திர பிரசாத் காந்தியிடம் புகார் கூறியதாகவும் கூறப்படுகிறது. இரண்டாம் உலகப்போர் நிறைவு பெறவிருந்த காலக்கட்டத்தில் இந்தியச் சுதந்திரம் மிக அருகில்தான் என்று தோன்றியது. அதிக பாராளுமன்ற உறுப்பினர்களைக் கொண்ட கட்சி என்ற நிலையில் இடைக்கால அரசு அமைக்க காங்கிரஸ் தலைவரை அழைக்கக் கூடும் என்று உறுதியான அந்நாட்களில் அந்தப் பதவி மிகுந்த கவனம் ஈர்க்கும் முக்கியமான ஒன்றாக இருந்தது. மவுலானா அபுல்கலாம் ஆசாத் மீண்டும்

ஒருமுறை தான் தலைவராகத் தேர்ந்தெடுக்கப்படலாம் என எதிர்பார்த்தார். இது நேருவைச் சங்கடப்படுத்தியதாம். இறுதியில் 1946 ஏப்ரல் 20 அன்று காந்திஜி, நேருவைத் தலைவராக்கத் தீர்மானித்தார். பிரதமர் பதவிக்கும் அவரையே தீர்மானித்தார். முதலாவது மந்திரி சபையின் தலைவராக (பிரதமராக) பட்டேல் இருந்திருந்தால் இந்தியாவின் எதிர்காலம் மாறுபட்டதாக இருக்கும் என்று கருதும் காவி அறிவுஜீவிகள், நேருவின் மேற்கத்திய மத நல்லிணக்கத்தைவிடவும் பட்டேலின் இந்து தேசியத்தில்தான் பெருமிதம் கொள்கின்றனர். சிற்றரசுகளின், சமஸ்தானங்களின் ஒன்றிணைப்புடன் சோமநாத ஆலயத்தின் மறுகட்டமைப்பையும் ஒன்றிணைந்த இந்தியாவுக்கான முக்கியமான சுவடுவைப்பாக நரேந்திர மோடி எண்ணியதையும் சாதாரணமாகக் கருதிவிட முடியாது.

பட்டேலை காவி மயமாக்குவதற்கு இணையாக, அதற்கு இணங்கிய வகையில் சில தனிமனித குணங்கள் அவருக்கு இருந்ததாகத் தனியான சில ஆய்வுகள் குறிப்பிட்டுள்ளன. ஜுனாகத் ஒன்றிணைப்புடன் தொடர்பு கொண்டு 1947 நவம்பர் 12 அன்று நடத்திய தனது வருகையின்போது, பட்டேல் முதன்முதலாக சோமநாத ஆலய மறுகட்டமைப்பு என்ற கருதுகோளை முன்வைக்கிறார். இந்த சோமநாத ஆலய மறுநிர்மாணம் தொடர்பாக காந்தியின் ஆதரவைக் கோரி கெ.எம். முன்ஷியும், பட்டேலும் காந்தியைச் சந்தித்தபோது, அரசிடமிருந்து பணம் பெறாமல் மக்களிடமிருந்து நிதி வசூல் செய்து அப்பணியை நிறைவேற்ற வேண்டும் என காந்தி குறிப்பிட்டார். குடியரசுத்தலைவர் ராஜேந்திரபிரசாத், ஆலய நிர்மாண நிகழ்வில் கலந்து கொண்டதை நேரு கடுமையாக எதிர்த்தார். அதனை இந்து அடிப்படைவாத புத்தெழுச்சி முயற்சியாக நேரு கண்டார். பட்டேலின் மரணத்திற்கு பின்னர், உணவு குடிமைப் பொருட்கள் வழங்குதல் அமைச்சரான கெ.எம். முன்ஷியின் தலைமையில் மறுகட்டமைப்பு நிறைவு பெற்றது.

காந்தி படுகொலை வரை பட்டேல் ஆர்.எஸ்.எஸ்.க்கு ஆதரவான அணுகுமுறையைத்தான் மேற்கொண்டதாகக் கூறப்படுகிறது. ஒரு கட்டத்தில் அதன் ஆதரவாளர்களிடம் காங்கிரஸில் இணைந்து

செயல்படுமாறும் கேட்டுக் கொண்டார். ஆர்.எஸ்.எஸ்க்கு எதிரான தடை 1949 ஜூலை 12 அன்று நீக்கப்பட்டபோது, அவர் மிகவும் மகிழ்ச்சி அடைந்தார். கோல்வால்க்கருக்கு எழுதிய கடிதத்தில் அவர் அதை வெளிப்படுத்தியுள்ளார். ஆர்.எஸ்.எஸ்.ஸின் மீதான தடை நீக்கப்பட்டதில் தான் மிகவும் மகிழ்ச்சியடைந்திருப்பதைத் தன்னைச் சுற்றியிருப்பவர்கள் மட்டுமே அறிவார்கள் எனத் துவங்கும் அக்கடிதம், கோல்வால்க்கருக்கு அனைத்துவிதமான வாழ்த்துகளையும் வழங்கி நிறைவுறுகிறது. இத்தகைய பின்புலத்தில் நடந்த அமைச்சரவைக் கூட்டத்தில் நேரு, பழுத்த இனவாதி என்று குறிப்பிட்டு பட்டேலை விமர்சித்ததாகப் பரபரப்பு ஏற்பட்டது. சமஸ்தான ஒருங்கிணைவு முயற்சிகளுக்கிடையில் பட்டேல் மேற்கொண்ட நிலைப்பாட்டை முன்னிறுத்தி ஏ.ஜி. நூரானி, கறைபடிந்த இந்து தேசியவாதி என்று பட்டேலை விமர்சித்தார். நேருவும், சரோஜினி நாயுடுவும், பிறரும் உருது மொழி மற்றும் ஹைதராபாத் பண்பாட்டைப் புகழ்ந்தபோது, பட்டேல் அதனை வெறுப்புடன் அந்நியச் சிந்தனைப் போக்காகவே பார்த்தார். அதைப்போல சி.பி. ராமசாமி ஐயருடனும் காஷ்மீர் மஹாராஜாவுடனும் நட்புணர்வுடன் இருந்தார் என்றும், நூரானி எழுதியுள்ளார். காங்கிரஸில் ஆர்.எஸ்.எஸ். முகம் என அறியப்பட்ட கே.எம். முன்ஷியைத்தான் பட்டேல் ஹைதராபாத்தின் இந்திய பிரதிநிதியாகவும் நியமித்தார். 1948இல் நிகழ்த்திய ஒரு உரையில் மௌலானா ஆசாத்தின் தேசப்பற்றைக் கடுமையாக விமர்சித்தார் பட்டேல். தேசப்பிரிவினையின்போது முஸ்லிம்களின் துயரங்களை அவர் காது கொடுத்துக்கூட கேட்கவில்லையென்று புகார் எழுந்தது. ஆசாத்தின் பாதுகாப்பை உறுதிபெறச் செய்ய உள்துறை அமைச்சர் என்ற முறையில் பட்டேல் முன்வரவில்லை என்றும் புகார் எழுந்தது. 1948 ஜனவரி 20 அன்று மகாத்மாவை நோக்கி ஒரு கொலை முயற்சி நடந்திருந்தது. ஆர்.எஸ்.எஸ்.காரனும் நாதுராம் விநாயக கோட்ஸேயின் உதவியாளருமாக இருந்த மதன்லால் பக்வா எறிந்த வெடிகுண்டு இலக்கு தவறியதால்தான் காந்தி மேலும் 10 தினங்கள் வாழ்ந்தார். சதித்திட்டத்தின் முடிச்சை அவிழ்ப்பதிலும் பட்டேல் போதிய கவனம் கொள்ளவில்லை என்ற புகாருக்கும் ஆட்பட்டார்.

சந்தை உற்பத்தி பொருள் சேகரிப்பு

நேருவின் பொருளாதாரச் சிந்தனைகளிலிருந்து முற்றிலும் வேறுபட்டதாக இருந்தது பட்டேலின் பொருளாதாரப் பார்வை. நேரு, சோஷலிச சார்பாளராகவும் சோஷலிச கண்ணோட்டத்தில் திட்டமிடுபவராகவும் இருந்தாரல்லவா? சீர்திருத்தம், வளர்ச்சி, முதலீடு துவங்கிய நரேந்திர மோடியின் வாய்ஜாலங்கள் பட்டேலுடன் எளிதாக இணங்குபவை. 2014 குடியரசுதின உரையில் பிரதமர், திட்டக் கமிஷனைக் கலைக்க வேண்டும் என்று அறிவித்தது குழந்தை விளையாட்டல்ல. நன்கு ஆலோசித்து மேற்கொண்ட தீர்மானம்தான். நேருவை, முக்கியமான அரசு அமைப்பாளராகப் பொருட்படுத்தாமல் மோடி, அத்தகைய பாரம்பரியத்தை வெட்டியெறிவதில் பேராவல் காட்டுகிறார்.

அரசின் பங்கைப் பெயரளவில் மட்டுமே கோரும் சந்தைப் பொருளாதாரம், பொருள் உற்பத்திக்காக முனைப்புடன் செயல்படுகிறார். பழைய நிறுவனங்களை நவீனமயமாக்குவதற்குப் பதிலாக முற்றிலும் புதிய நிறுவனங்களை உருவாக்குகிறார். நுகர்வோருக்கும், தொழிலாளர்களுக்கும், சுற்றுச்சூழலுக்கும் மேலே லாபத்தை மட்டுமே எதிர்நோக்கும் தனியார்துறைக்கு ஆதரவாகவே அவர் செயலாற்றுகிறார். வளர்ச்சியும் முன்னேற்றமும் என்ற கோஷத்தை முதலீடுகளை திசை திருப்பிவிடப் பயன்படுத்துகிறார். சமூகத்தின் பிற துறைகளிடமிருந்து அனைத்தும் தனியார் துறைக்கு தாரைவார்க்கப்படுவதே நோக்கம். தனது அலுவலகத்தில் முக்கியமான பொருளாதார அதிகாரங்களை எல்லாம் மையப்படுத்திய மோடி, தொழில்துறை, உள்கட்டமைப்புத் திட்டங்களை வேகப்படுத்த நிலம் கையகப்படுத்தல், மற்றும் சுற்றுச்சூழல் அனுமதி தொடர்பான தடைகளை விரைவில் சரி செய்து கொடுக்கும் தலைவராக தன்னைத்தானே நியமித்துக் கொள்கிறார். முதல்வராக இருந்தபோது அவர், 'பிராண்ட் குஜராத், பிராண்ட் மோடி' திட்டங்களுக்கு தொழிலதிபர்களை இருகரமும் நீட்டி வரவேற்றார். ஏராளமான சலுகைகளை வழங்கி, தொழிலதிபர்களுக்கு ஆதரவான சட்டங்களை இயற்றி தனியார் மூலதனத்தைக் கூவிக்கூவி வரவேற்றார் அவர்.

திட்டக்கமிஷனை இல்லாமல் செய்த மத்திய அரசு தீர்மானத்தை, ‘கார்ப்பரேட்டுகளுக்கு உடற்கவசம்’ என்று புகழ்பெற்ற பொருளாதார அறிஞர் அசோக்மித்ரா வர்ணித்துள்ளார். 1980களின் மத்தியில் பிரதமராக இருந்த ராஜிவ்காந்தி தலைமைப் பொறுப்பில் இருந்தபோது திட்டக்கமிஷன் உறுப்பினர்களைக் கோமாளிக் கூட்டமாக மட்டுமேதான் பார்த்ததாகவும் குறிப்பிட்டார். பெரும் பணக்காரர்கள் ஆள்வார்கள்; வறியவர்கள் மவுனமாக இருங்கள் என்ற செய்தியை அவர் விதைத்தார். அதையும் கடந்த நிலையில் மோடி சிலவற்றைக் குறிப்பிட்டார். திட்டக்கமிஷனின் சமீப காலச் செயல்பாடுகள் திருப்திகரமாக இல்லை என்பது அவரது உரையைப் பெரும்பாலோரால் வரவேற்கச் செய்கிறது.

குஜராத்தில் மோடி தனியார் துறையில் கண்மூடிக்கொண்டு மூலதனக் குவியலை, பச்சைக்கொடி காட்டி வரவேற்றார். அது அவருக்கு நெருங்கிய ஆதரவுள்ள வணிகக் குழுமங்களை உருவாக்கியது. சி.பி. சந்திரசேகரன் எழுதியதுபோல கார்ப்பரேட் நட்சத்திரப் பதவிக்கு வெகுவிரைவில் உயர்ந்த கௌதம் அதானியின் எழுச்சி, தேவதைக் கதைகளையும் வெல்லக் கூடியது. குறிப்பிடத்தக்க எந்தவொரு நோக்கமுமின்றி (Unplanning Modistyle) பல்லாயிரக்ககணக்கான ஏக்கர் நிலங்களும் பலவிதமான சலுகைகளும் இத்தகைய விபரீதமான வளர்ச்சிக்குத்தான் எரிபொருளாகும். அதில் திட்டங்கள் அல்ல; தொடர்புகளே உள்ளன. பிரதமருக்குத் தேவையான அத்தகைய திட்டங்களை வடிவமைக்கவும், வணிக உற்பத்தியையும் லாபத்தையும் பெருக்கவும் மட்டுமே திட்டக்கமிஷன் எதற்கு? 1998இல் பாஜக தேர்தல் அறிக்கை, புதிய வளர்ச்சித் திட்டங்களின் தேவையை முன்னிறுத்தி திட்டக் கமிஷனை மாற்றியமைக்கவும் சீர்திருத்தவும் செய்வோமென உறுதியளித்திருந்தது. ஆனால், புதிய அமைப்பைப் பற்றி இதுவரை ஒரு தெளிவான முடிவை அறிவிக்கவில்லை. மோடியை மட்டுமே மையப்படுத்தியுள்ள அரசு நிர்வாக அமைப்பில் உட்கட்ட ஜனநாயகமின்மைதான் முக்கியத் தடைக்கல். மூத்த அமைச்சர்களுக்குக்கூட உரையாற்றவும் செயல்படவும் சுதந்திரமில்லை. மோடியின் சுயவிருப்பம், குடியரசுத் தலைவர் ஆட்சிமுறையின் பற்களையும் நகங்களையும் கொண்டிருக்கின்றன.

பட்டேலுக்கும் இத்தகைய தனிமனித ஆளுமைவாதம் விருப்பமுடையதாக இருந்தது.

சர்தாரின் பாரம்பரியத்தைத் தன் கைக்குள் அடக்குவதன் மூலமாக குஜராத்தில் முக்கியமான நிலவுடைமைச் சமூகமான பட்டேல் சமூகத்தினரைத் தன்பால் ஈர்ப்பதற்கான தந்திரமும் மோடிக்கு இருக்கலாம். சௌராஷ்டிரா பகுதியில் நடந்த நிலச்சீர்திருத்தம், ராஜபுத்திரர்களின் நிலங்கள், பட்டேல் சமூகத்தினரைச் சென்றடையச் செய்தது. மாநிலத்தின் பிற பகுதிகளில் அவர்கள்தான் முக்கிய நிலவுடைமையாளர்கள். 1960களில் அவர்கள் பருத்தி, புகையிலை, கடலை, கரும்பு விவசாயம் மேற்கொண்டு பெரும் செல்வந்தர்களானார்கள். உபரியான பணம் பல பொருளாதாரத் துறைகளில் முதலீடு செய்யப்பட்டன. தொழில் துறையிலும், ரத்தின வியாபாரத்திலும், பிற வணிகத் துறைகளிலும் சம்பாதித்தவற்றைப் பயன்படுத்தி தனியார் பள்ளிகளும் கல்லூரிகளும் திறக்கப்பட்டு புதியதொரு வியாபாரத் துறையையும் கண்டடைந்தனர். தங்கள் சந்ததியினரை மேற்படிப்பிற்காக அமெரிக்காவுக்கும் பிரிட்டனுக்கும் அனுப்பத் துவங்கினர். நகர மக்கள் தொகையில் பெரும்பகுதியினரான அவர்கள் வெளிநாடுகளுக்கும் குடிபெயர்ந்தனர். 15 சதவீத குஜராத்திகள் இப்போதும் வெளிநாட்டில்தான் இருக்கின்றனர். இப்பிரிவினர்களிடம் காந்திக்குப் பின்னர் மிகவும் நெருக்கமான தொடர்பு கொண்ட தலைவர் மோடிதான். காங்கிரஸ் தலைவர் சிமன்பாய் பட்டேல் - பட்டேல்களை ஈர்த்த முறையிலேயே மோடியும் செயல்படுகிறார். 1980-85 வருடங்களில் வீறுகொண்டு எழுந்த இடஒதுக்கீட்டுக்கு எதிரான போராட்டங்களையும் பட்டேல்களே தலைமையேற்று நடத்தினர். பெண்களுக்கு எதிரான நடவடிக்கைகளையும் தொடர்ந்து மேற்கொள்கின்றனர்.

மாநிலம் முழுவதும் சிதறிக்கிடக்கும் மக்கள் தொகையில் 16 சதவீதமான பட்டேல் சமூகத்தினரைத் தங்கள் ஆதரவாளர்களாக்க காங்கிரசும், பாஜகவும் முயன்றன. ஒரு நூற்றாண்டாக சமூகப் படிநிலையின் மேல்தட்டில் ஏறிய அவர்கள் தொழில் ரீதியாக விவசாயப்

பிரிவினர்கள்தான். கனாபி என்றே அவர்கள் அழைக்கப்படுகின்றனர். ஆனால் ஜாதி வாலான 'பட்டிதார்கள்' என அழைக்கப்படுவதையே விரும்புகின்றனர். கான் என்றால் தானியம் என்று பொருள். கனாபி என்றால் தானியத்திலிருந்து வாழும் வழியைத் தேடுபவன் என்று பொருள்.

குஜராத்தின் இதயப்பகுதியிலிருந்து 19ஆம் நூற்றாண்டின் இறுதியில், இப்போது சௌராஷ்டிரா என்றழைக்கப்படும் கத்தியவாட் பகுதிக்கு பட்டேல் குடியேற்றம் நிகழ்ந்தது. அங்கு ஆண்டு கொண்டிருந்த ராஜபுத்திரர்களின் பணியாளர்களாக அவர்கள் இருந்தனர். 20ஆம்

நூற்றாண்டின் முதல் பகுதியில் கடலையும், பருத்தியும் விளைவித்து அவர்கள் பொருளாதார ரீதியாக முன்னேறினர். விவசாயத்திலிருந்து பெறப்படும் வருமானத்திற்கு வரி இல்லாததால் சௌராஷ்டிராவில் பட்டேல்கள், எண்ணெய், ஜவுளி ஆலைகளைத் துவக்கினர். இது மேலும் வளர்ந்து குறு இடைத்தர தொழில் நிறுவனங்களாக மாறின. ராஜ்கோட்டில் உலோக வார்ப்பு தயாரிப்பு ஆலையும், ஜாம்நகரில் பித்தளை ஆலையும் இதன் உதாரணங்கள். இச்சமூகம், சௌராஷ்டிராவில் அடைந்த பொருளாதார வெற்றி போலவே மத்திய குஜராத்திலும் நிகழ்ந்தது.

சர்தார் வல்லபபாய் பட்டேலுடன் இணைந்து சுதந்திரப் போராட்டங்களில் அணி திரண்ட பட்டேல்கள் தேடிய அரசியல் வெற்றி (Resurgence of Patel Identity) என்று பத்திரிகையாளர் ரதின்தாஸ் குறிப்பிடுகிறார். பட்டேல் தலைமையேற்று நடத்திய பர்தோலி, கேதா சத்தியாக்கிரகப் போராட்டங்களில் பட்டேல் சமூகத்தினர்தான் முக்கியத்துவம் பெற்றனர். இது அந்த விவசாய சமூகத்தின் அரசியல் - சமூக அந்தஸ்தையும் பதவியையும் உயர்த்தியது. இவ்வாறு வளர்ச்சியடைந்த பொருளாதார - அரசியல் சக்தி, சுதந்திர இந்தியாவில் முதல்முறையாக குஜராத் முதல்வர் மாதவ்சிங் சோலங்கியின் ஷத்திரிய, தலித் ஆதிவாசி, முஸ்லிம் (KHAM) அணி திரட்டலால் பெரும் சவாலைச் சந்தித்தது. 1980களில் நடைபெறவிருந்த தேர்தலைக் கருத்தில்கொண்டு இந்த ஒற்றுமைச் சூத்திரம் உருவாக்கப்பட்டது. இது பட்டேல் சமூகத்தினரைக் காயப்படுத்தியது. இதனைத் தொடர்ந்தே மேல்சாதியினரால் நடத்தப்பட்ட இட ஒதுக்கீட்டுக்கு எதிரான கலவரங்களுக்கு அவர்கள் ஆதரவு வழங்கினர். இடஒதுக்கீடு எதிர்ப்புப் போராட்டங்களை, சிறுபான்மையின எதிர்ப்புப் போராட்டமாக மாற்றுவதில் பாஜக வெற்றி பெற்றது மற்றொரு துயரம். இது பட்டேல் சமூகத்தினரைக் காவிமயமாக்குவதற்குத் துணை போனது. பாஜக உடனான தங்கள் நட்புக்காக சிமன்பாய் பட்டேலைக் கைவிடவும் அவர்கள் தயாராக இருந்தார்கள். 1995இல் பாஜக முதன்முறையாக பட்டேல் சமூகத்தினரின் ஆதரவுடன் அரியணை ஏறியது.

ஜனநாயகத்தைத் தூக்கிலிடுபவர்

இதுவரை உலகம் கண்ட அரசியல் தலைவர்களின் உரைகளிலேயே முழங்கும் சொற்களைக் கொண்ட உரை, அமெரிக்க ஜனாதிபதியாக இருந்த ஆப்ரகாம் லிங்கன் கெட்டிஸ்பர்க்கில் நிகழ்த்திய உரைதான். 3 வருடங்களாக நடந்த உள்நாட்டு போரின் கொடுமைகளும் உயிரிழப்புகளும் வன்முறைகளும் வழங்கிய காயங்களைக் கண்டு மனம் உருகி அவர் உரையாற்றினார். ஆனாலும் போருக்கு ஒரு தார்மீக நியாயத்தையும் லிங்கன் வழங்கினார். சுதந்திரத்தின் மறுபிறப்பு என்ற பெரிய தத்துவம் நாட்டை ஒன்றாக நிலை நிறுத்துவதற்காகவே என்றும் தன் உரையில் அவர் குறிப்பிட்டார். 1863 நவம்பர் 19 அன்று அவ்வுரை நிகழ்த்தப்பட்டது. அனைத்து மனிதர்களும் சமமானவர்களாகவே படைக்கப்படுகிறார்கள் என்ற மகத்தான உண்மையை நிலைநாட்ட உறுதியாக 7 வருடங்களுக்கு முன்பு நம்முடைய முன்னோர்கள் போராடினார்கள். இப்போது நாட்டின் நிலைநிற்பு கேள்விக்குள்ளாக்கப்படுகிறது. இறந்தவர்களும் உயிரோடு இருப்பவர்களுமான வீரர்களின் தியாகங்கள் வீண் போகாது. தெய்வத்தின் கீழே உள்ள இந்த நாடு சுதந்திரத்தின் புதிய பிறவியைக் கைக்கொள்ளும். இந்த அரசாங்கமோ மக்களுடைய, மக்களால் ஆளப்படும் மக்களுடைய

அரசு (of the people, by the people, for the people) என்று விவரித்த லிங்கன், அது இவ்வுலகிலிருந்து மறையாது என்றும் தொடர்ந்து குறிப்பிட்டார். கெட்டிஸ்பர்க் உரை நிகழ்த்தப்பட்டு ஒன்றரை நூற்றாண்டு கடந்த பின்னரும் உலகெங்கிலும் உள்ள பூர்ஷுவா ஜனநாயகவாதிகள் அந்த உரையை மேற்கோள் காட்டிக்கொண்டே இருக்கிறார்கள். இந்திய ஆளும் வர்க்கம் அதைப் பலமுறை பொருத்தமில்லாத இடத்திலும் எடுத்துச் சுழற்றியிருக்கிறது. லிங்கனுடைய பார்வைக்கு ஏற்படுத்திய தீவிரமான காயத்தைக் காணாமலேயே அந்த வஞ்சனை நிகழ்த்தப்பட்டிருக்கிறது. கெட்டிஸ்பர்க் உரையில் ஒவ்வொரு எழுத்தையும் கூட்டிச் சேர்த்தால் புதிய ஜனநாயகமாகும். Off the people, Buy the people, Four the people என்ற மறுவடிவத்தை அவ்வளவு எளிதில் ஒதுக்கித் தள்ள முடியாது. மக்களை மவுனத்துக்குள் ஆழ்த்தி அவர்களை விலைக்கு வாங்கி நான்கு பேருக்காக (கைவிரலில் அடங்கும் எண்ணிக்கையில் உள்ளோர்க்கு) ஆட்சி நடத்தப்படுவது ஜனநாயகம் என்று பொருள். பிளாட்டோவின் மேற்கோள் இதை மேலும் சரியாக விளக்கும். அவரைப் பொறுத்தவரை ஜனநாயகம் என்றால் அரசாங்கத்தின் வசீகரிக்கும் திறன் உள்ள உருவம்தான். ஏராளமான பிரிவினைகளும் தான்தோன்றித் தனங்களும் அதன் முகமுத்திரையாக இருக்கிறது. சமநிலையில் இருப்பவர்களுக்கு சமத்துவத்தைப் பகிர்ந்து வழங்கும்போது சமநிலையற்றவர்களை ஒரேநிலையில் நிறுத்துகிறது அந்த மேற்கோள்.

சமமற்றதைப் பங்கிட்டெடுப்பதற்காக ஜனநாயகத்தைச் சுருக்குவதில் நரேந்திர மோடியின் குஜராத் பரிசோதனைகள் திடுக்கிடும் வகையில் ஏராளமான பங்கை வழங்கியுள்ளது. நிலப்பிரபுத்துவக் குடிமக்களையும் முதலாளித்துவ நுகர்வோர்களையும் போன்ற வித்தியாசமே அதில் மக்களுக்கு இருக்கின்றது. உள்ளாட்சி மன்றங்கள் முதலான அனைத்து ஜனநாயக நிறுவனங்களையும் தகர்த்துக் கொண்டு மோடியின் ரத ஓட்டம் நிகழ்கிறது. காந்திஜி இந்தியாவின் இதயம் என்று அழைத்த கிராமங்கள், உள்ளீடற்ற வாக்குறுதிகளால் சலனமற்ற நிலையில் இருக்கின்றன. பிரதமராகப் பதவியேற்றவுடன் நரேந்திர மோடி, சாமர்த்தியத்தால் பொதியப்பட்ட ஏராளமான அறிக்கைகளை வெளியிட்டார்.

வறியவர்களுக்கான திட்டங்களில் பெரும்பான்மையும், மூலதனம் கோராத வெறும் விருப்பங்களாக மட்டுமே இருந்தன. தான் ஒரு பிரதமர் அல்லவென்றும், முதன்மையான சேவகன் என்றும் தன்னைத்தானே அடையாளப்படுத்திக் கொண்ட அவர், தனது கடின உழைப்பைப் புகழவும் மறக்கவில்லை. தான் ஒரு வறிய குடும்பத்தின் உறுப்பினர் என்றும், அதனால் அவர்களைச் சமூகத்தின் உயர்நிலைக்கு உயர்த்த விரும்புவதாகவும் அவர் குறிப்பிட்டார். நாட்டை மறுகட்டமைக்கச் செய்யப்படும் முயற்சிகள் கிராமங்களிலிருந்து துவங்க வேண்டும் என்றும் அவர் உணர்த்தினார். வறியவர்களுக்கான செயல்பாடுகளால் பலன் கிடைக்கவில்லையோ என்று சந்தேகப்படுவதாகவும் குறிப்பிட்டார். இந்தியா, ‘பாம்பாட்டிகளின் நாடு’ என்று வெளிநாடுகளில் குறிப்பிடப்படுவதாகவும் குறிப்பிட்டார். நாட்டின் பாலியல் விகிதம் ஆயிரம் ஆண்களுக்கு 940 பெண்கள் என்ற நிலையில் இருக்கும் உண்மையையும் வெளிப்படுத்தினார். தாய்மார்களின் கருவறையைப் பலியாக்கி சவப்பெட்டிகளை நிரப்பக்கூடாது என்று இலக்கியச் சுவையுள்ள வார்த்தைகள் மூலம் பெண் கருக்கொலையின், பெண்களின் மீதான அவமதிப்பின் ரத்தம் புரண்ட உண்மைநிலையையும் நினைவுகூர்ந்தார். வயோதிகத்தில் ஆண்கள் காப்பாற்றுவார்கள் என்று பலரும் நினைக்கிறார்கள். பல இயலாத நிலையில் இருக்கும் தாய்மார்கள், முதியோர் இல்லங்களில் இருப்பதை தான் அறிவேன் என்று குறிப்பிட்ட மோடி, ஐந்து மகன்களைவிட ஒரு மகள் அவர்களது குடும்பத்தைக் காப்பாற்றுவதை தான் பார்த்ததாகவும் குறிப்பிட்டார். பெண்களின் நிலையில் மிகவும் அடிமட்டத்தில் இருக்கும் குஜராத், பெண் சிசுக்கொலையின் நரக நாடாக இருக்கிறது. 1990க்குப் பின்னர் இந்தியா முழுவதும் ஒரு கோடி பெண் கருக்கொலைகள் நடந்தன. வருடத்தில் இது சுமார் 5 லட்சம். குஜராத்தில் ஆண் பெண் விகிதம் 113.2/100 என்ற நிலையில்தான் இருக்கிறது. உத்திரப்பிரதேசம், பீகார், மத்தியப்பிரதேசம், ஜார்கண்ட், ஆந்திரப்பிரதேசம் ஆகியவற்றுக்குச் சற்று மேலாக. குஜராத்தில் வளர்ச்சியடைந்த நகர்ப்புற பகுதிகளிலிருந்து பெண் குழந்தைகள் காணாமல் போவதாக அவினாஸ் நாயர் (Sex ratio dips into a new low in

`Vibrant' Gujarat) தன் ஆய்வில் குறிப்பிட்டுள்ளார். கடந்த 10 ஆண்டுகளில் மாநிலத்தின் மூலதனத்தில் 70 சதவீதம் பாய்ந்து சென்ற அஹமதாபாத், வதோதரா, கட்சு, ராஜ்கோட், ஜாம்நகர் பகுதிகளின் நிலை மேலும் பயங்கரமானது. 26 மாவட்டங்களில் மிகவும் பின்தங்கியிருக்கிறது சூரத். 1000/788 என்பதுதான் சூரத்தின் நிலை. கடந்த 10 ஆண்டுகளில் அது 810 ஆக இருந்தது. உயர்ந்துவரும் பெண் கருக்கொலைகள் குஜராத் முதல்வர் ஆனந்தி பென் பட்டேலையும் திடுக்கிடச் செய்தது. கர்ப்பிணிகளின் எண்ணிக்கைக்கும் பிரசவங்களுக்கும் இடையில் எந்தவொரு பொருத்தமும் இல்லையென்று காந்திநகரில் விவசாயிகள் திருவிழாவில் நடந்த ஒரு நிகழ்ச்சியில் 2014 ஜூன் 8 இல் அவர் தெளிவுபடுத்தினார்.

சுத்தமற்ற குஜராத்

கிளீன் இந்தியாவைப் பற்றி டெல்லியில் போலிப் பெருமிதம் கொண்ட மோடி, சொந்த மாநிலத்தின் சுகாதாரமற்ற நிலையை ஏறெடுத்தும் பார்த்ததில்லை. 1993இல் தடைக்கும், அதைத் தொடர்ந்து நீதிமன்ற உத்தரவுகளுக்கு பின்னரும் வால்மீகி பிரிவினரில் உள்ள மனிதர்கள் அங்கு தோட்டி வேலை செய்ய நிர்ப்பந்திக்கப்படுகிறார்கள். அந்தப் பொருளில் குஜராத்தின் மேனாமினிக்கி பாவனைகளின் முடைநாற்றத்தை வெளிக் கொணர்ந்தது 2014 ஆகஸ்டு 8 அன்று வெளியான இந்து செய்தி (Gujarat turns a blind eye to manual scavenging) சுரேந்திர நகரத்தில் பொபத் பாறையில் எடுக்கப்பட்ட புகைப்படமும் பிரசுரிக்கப்பட்டது. உடைந்து ஒழுகும் பொதுக் கழிவறைகளையெல்லாம் 'சபாயி கரம்காரீஸ்' என்று செல்லமாக அழைக்கப்படும் தொழிலாளர்கள் சுத்தம் செய்ய வேண்டும். இல்லையெனில் அவர்கள் வேலையில் இருந்து துரத்தப்படுவர். அங்கே பல குடும்பங்களும் பாரம்பரியமாகத் தொடர்ந்து தோட்டி வேலை செய்கின்றனர். கல்விக்கூடங்களிலிருந்து இடைநிற்கும் பெண் குழந்தைகள் தங்கள் பெற்றோர்களைப் பின்தொடர்கின்றனர். பதினான்கு வயதுப் பள்ளி மாணவனான கோதிதாஸ் என்ற இளம் தோட்டியைப் பற்றியும் இந்து குறிப்பிட்டிருந்தது. காலையில் ஆறு மணிக்கு அவன் பணியிடத்திற்குச் செல்வான். மனித மலங்களையும் மிருகச்

சாணங்களையும் பெருக்கி இடத்தைச் சுத்தப்படுத்துவதற்குள் 10.30 மணியாகியிருக்கும். பின்னர் உடைமாற்றாமல் அதே அழுக்கு உடையுடன் ஒரே ஓட்டம்தான் பள்ளிக்கு. சுரேந்திர நகரில் மட்டும் 100க்கும் மேற்பட்ட தோட்டிகள் உள்ளனர். மாநிலம் முழுவதும் அவர்களின் எண்ணிக்கை 60 ஆயிரத்துக்கும் மேல். இந்தியா முழுவதும் 13 லட்சம் தோட்டிகள்.

2002இல் இனப்படுகொலை, குஜராத் கிராமங்களில் மிக எளிய நிலையில் நிலைகொண்டிருந்த ஜனநாயகச் சூழலைக் கசக்கி எறிந்தது. பயத்தின் - நம்பிக்கையின்மையின் காரிருள், ஆத்ம நம்பிக்கையின் இறுதித் துளியையும் வழித்தெடுத்தது. ஏராளமான சொத்துகள் நாசம், பல்லாயிரக்கணக்கான உயிரிழப்புகள் ஆகியவற்றை விதைத்த பூகம்பத்தின் காயங்களிலிருந்து மீள்வதற்கு முன்பு நிகழ்த்தப்பட்ட இனப்படுகொலை அவர்களை கதியற்றவர்களாக்கியது. சிட்டி ஆஃப் ஃபியர் என்ற ரோபின் டேவிட்டின் புத்தகம், இந்த இரண்டு நடுக்கங்களும் மரண ஆட்டம் ஆடியதன் நேரடிச் சாட்சியம். ஜனநாயகம் வழங்கிய அடிப்படை உரிமைகளில் ஒன்றான சொத்துரிமை கூட இல்லாமல் செய்தது இயற்கையின் பேரழிவும், மனிதனால் நிகழ்த்தப்பட்ட கலவரங்களும். இருநிகழ்வுகளிலும் நிரபராதிகளான மனிதர்கள்தான் கடும் பாதிப்புக்குள்ளானார்கள். அவர்களுடைய வாதத்தைக்கூடக் கேட்காமல் அவர்கள் தூக்கிலிடுபவரின் கொலைக்கயிறுக்குள் செலுத்தப்பட்டனர். விலையுயர்ந்ததும் தங்களால் பாதுகாத்து வைக்கப்பட்டதுமான அசையும்-அசையாச் சொத்துக்களையெல்லாம் கைவிட்டுவிட்டு இடம் பெயர்ந்தனர். சில வீடுகளில் இருந்தும் அவர்கள் கடுமையான முறையில் விரட்டப்பட்டனர். பழைய தலைமுறையினரின் மதச் சின்னங்கள் குற்றப்பத்திரத்திற்கு முக்கியக் காரணமாகுமோ என்று பயந்து அவற்றை அழித்தனர். பூகம்பத்தின் பிடியிலிருந்து தப்பித்து ஓடிய சிலர், கலவரத்தில் ரத்தத்தால் புரட்டப்பட்டு மரணத்தை நோக்கி விழுந்தனர். இயற்கையின் கோபத்திற்கு முன்னால் அதிர்ஷ்டமில்லாதவர்கள் என்ற மறுபெயர் இருந்தது என்றாலும் இனப்படுகொலையில் அது நல்ல இந்துவும் மோசமான முஸ்லிம்களும் என்று மாற்றப்பட்டது. கிராமியக் குழுக்களும்

ஒருவருக்கொருவர் சார்ந்தவர்களும் உதவிகளும் முற்றிலும் இல்லாத நிலையில், புதிய பணவெறியர்கள் அந்நிலையைப் பயன்படுத்தத் துவங்கினர். குடிநீர் முடக்கப்பட்ட நேரம் பார்த்து பலரும் ஆழ்துளைக் கிணறுகள் தோண்டி லாபத்தைக் கொய்தனர். குடிநீரை விற்றுப் பணக்காரரான சிலரைப் பற்றி ரோபின்டேவிட் எழுதியிருக்கிறார். ஊராட்சி நிர்வாகம் இல்லாத நிலை, இத்தகைய சுரண்டல்களுக்குக் காரணமானது.

குஜராத்தில் உள்ளாட்சி அமைப்புகள் முழுவதும் அரசின் கட்டுப்பாட்டுக்குள்தான். மாநிலம் முழுவதும் சமரஸ் பஞ்சாயத்துகள் அமைக்க முயற்சி மேற்கொள்ளப்படுகின்றன. கிராம சபைகள் காகிதத்தில் மட்டும் ஒதுங்கிக் கிடக்கின்றன. தேர்தல் நடைமுறைகளையும் செயல்முறைகளையும் முழுவதுமாகப் புறம்தள்ளி கிராமத்தினர் சேர்ந்து வார்டு உறுப்பினர்களை நியமிக்க வேண்டும். சர்வ பஞ்ச்சினை நியமிப்பதும் தன்னிச்சையாகத்தான். இவ்வாறுதான் சமரஸ்பஞ்சாயத்துகள் உருவகிக்கப்பட்டிருக்கின்றன. இவ்வாறான தேர்வு முறைகளுக்கு (போட்டியின்றி, தேர்தலின்றி தேர்ந்தெடுத்தல்) ஆதரவாக இருந்தால் அந்தக் கிராமசபைக்கு நிதி வழங்குவிகிதத்தில் தனியான முன்னுரிமை அளிக்கப்படும். இரண்டாம் முறையும் சமரஸ் பஞ்சாயத்தென்றால் நிதியுதவி கூடும். இவ்வாறு சமரஸ் பஞ்சாயத்துக்கள் ஊக்குவிக்கப்படுகின்றன. ஒரு தலைமுறைக்காலம் பயமுறுத்தியும் நெருக்கடி கொடுத்தும் 20 சதவீத கிராமப் பஞ்சாயத்துகளையே சமரஸ் பஞ்சாயத்துகளாக்க முடிந்தது. இந்தச் சலனமற்ற நிலையைக் கடக்க கிராம, வட்டாட்சியர் அலுவலகங்களில் உள்ள அலுவலர்களால் மக்கள் நிர்ப்பந்திக்கப்படுகிறார்கள். கோட்டாவை (டார்கெட்) நிறைவேற்ற அவர்கள் பல பொய் வாக்குறுதிகளை வழங்குகின்றனர். சட்ட விரோதமான நிதியுதவிகளை வழங்கி மக்களை பேராசைக்குள் ஆழ்த்தி சமரஸ் பஞ்சாயத்துக்கள் திணிக்கப்படுவது ஜனநாயகத்தின் அடிப்படைத் தூண்களை உடைத்தெறிவதாகும். சோஷலிசத்தைப் பற்றிய தனது கருத்தாக மகாத்மா காந்தி, 'மலையின்மேல் செல்ல ஏணிப்படிகள் செய்வதற்கான சுதந்திரத்தால் ஒரு நன்மையுமில்லை' என்று மனம் திறந்து

கூறினார். பின்னர் அவர் சோஷலிசத்தைச் சரியான பொருளில் புரிந்து கொள்ள முயன்றார். சமூகத்தில் அனைத்து உறுப்பினர்களும் சமமானவர்களே. உயர்ந்தவர்களோ தாழ்ந்தவர்களோ இல்லாத நிலை. தனி மனிதர்களின் உடலுக்கு மேலே தலையிருப்பதால் அதற்கு அதிக முக்கியத்துவம் இல்லை. கீழே இருப்பதால் கால்பாதங்கள் கீழானவை அல்ல. உடலின் எல்லா உறுப்புகளுக்கும் சமமான முக்கியத்துவம் இருப்பதைப்போல, சமூகத்தில் எல்லா உறுப்பினர்களும் முக்கியமானவர்களே என்ற நிலைக்கு பின்னர் காந்தி வந்தடைந்தார். ஜனநாயகத்தின் முன்நிபந்தனைகளுள் ஒன்றாகவும் இதைக் காணலாம்.

ஆனால் மலைமீது ஏறிச்செல்ல ஏணிப்படி செய்வது வேறொரு விஷயம். அங்கே ஒரே தலைவரும் ஒரேமாதிரியும்தான் மையத்தில் இருப்பார்கள். மாநிலம் என்றால் குஜராத்; தலைவர் என்றால் நரேந்திர மோடி என்ற உரிமை வாதம் பல வகைகளில் நிலைபெறச் செய்ய முயற்சிக்கும்போது உண்மைகள் தம் உயிருக்குப் போராடித் துடிக்கின்றன. பனிரெண்டு வருடங்கள் முன்மாதிரி மாநில முதல்வராக இருந்த மோடி சட்டசபை கூட்டப்படுவதை ஒரு சடங்காக மாற்றினார். அங்கே நிகழ்த்தப்படும் விவாதங்களையும் அவ்வாறே மாற்றி, சட்டசபைச் செயல்முறைகளை வீழ்ச்சியடையச் செய்தார்.

'ஜனநாயகத்தின் மோடி மயமாக்கல்' என்ற தனது ஆய்வு வழியாக பத்திரிகையாளர் ஜெ.எஸ். மனோஜ் அதன் சில பகுதிகளை வெளிக்கொணர்ந்துள்ளார். ஜனநாயகத்தில் மிகவும் முக்கியத்துவம் உள்ள சட்டசபைச் செயல்பாடுகளை மோடியின் ஆட்சிக் காலம் குறைத்துக் கொண்டே வந்தது. சடங்கு என்ற நிலைகூட இல்லாமல் ஆனது. அங்கே சட்டசபை கூடும் நாட்களின் எண்ணிக்கை மிகவும் குறைந்தது. முன்பு வருடத்தில் சராசரி 49 நாட்கள் சபை கூடியிருந்தது. மோடியின் ஆட்சிக்காலத்தில் அது 29ஆகக் குறைந்தது. 20 முதல் 25 நாட்கள் வரை நீளும் நிதிநிலை அறிக்கைக் கூட்டம், பின்னர் ஓரிரண்டு நாட்களுக்கு மேல் செல்லாத மழைக்காலக் கூட்டத்தொடர், அரை நாளுக்குள் கலைந்த சட்டசபைக் கூட்டமும் குஜராத் சரித்திரத்தில் நடந்திருக்கிறது. முன்னாள்

எம்எல்ஏவின் மரண அஞ்சலிக்காக மட்டும் கூட்டப்பட்ட கூட்டம் வேறு. குஜராத் சோஷியல் வாட்ச்-இன் ஆய்வை மேற்கோள் காட்டி மனோஜ் பின்னரும் சில உண்மைகளை வரிசைப்படுத்துகிறார். பனிரெண்டாவது சட்டசபையின் இறுதிக்கூட்டம் அவரது ஆய்வுக்கு எடுத்துக் கொள்ளப்பட்டது. கைதட்டல் பெற பல பொய் வாக்குறுதிகளை வழங்கி தீப்பொறி பறக்கும் உரைக்கு உரியவரான மோடி, சபைக்கு வந்தால் வசனத்தை மறந்த நடிகனைப்போல இருப்பார். பதினைந்திற்கும் மேற்பட்ட முக்கியமான துறைகளை வைத்திருக்கும் அவர் சபை உறுப்பினர்களின் ஒரு கேள்விக்கும் பதில் சொல்வதே இல்லை. அதற்கு துணை அமைச்சர்களை ஏற்பாடு செய்திருக்கிறார். கேள்வி நேரத்தின்போது பொறுமையற்றவராகக் காணப்படும் முதல்வர், கேள்வி நேரம் முடிந்தவுடனேயே சேம்பருக்குத் திரும்புவார். 25 நாட்கள் நீண்ட அந்த சபையில் மூன்று முறை மட்டுமே அவர் உரையாற்ற எழுந்துள்ளார். அதில் இருமுறை மரண அஞ்சலித் தீர்மானம் நிறைவேற்ற. சபையில் கேள்வி எழுப்புவதற்கு நாட்டில் வேறு எந்த மாநிலத்திலும் இல்லாத கட்டுப்பாடுகள் குஜராத்தில் விதிக்கப்பட்டிருக்கிறது. எதிர்க்கட்சியினர் இல்லாமல் விவாதம் இல்லாமல் திட்டங்கள் அப்பளம்போலச் சுட்டு எடுக்கப்படுகின்றன. 12 ஆண்டு காலம் துணை சபாநாயகர் பதவி இல்லாத நிலையிலும் குஜராத் சட்டசபை கூடியிருக்கிறது. தகவல் அறியும் உரிமை ஆணையம், மனித உரிமை ஆணைம் ஆகியன செயலற்ற நிலையிலேயே இருக்கின்றன. தகவல் அறியும் உரிமை ஆணையத்தின் முன்பாக தீர்ப்பு வழங்கப்படாமல் 12 ஆயிரத்துக்கும் மேற்பட்ட விண்ணப்பங்களும் மேல்முறையீடுகளும் இருக்கின்றன.

பாத பூஜைகள்

காலில் விழுவது என்பது முதலாளித்துவ நடைமுறையாகும். ஆனால் குஜராத் அதனினும் மோசமாக பாதபூஜையைத் தனது தினசரி நிகழ்வுகளில் ஒன்றாகக் கொண்டிருக்கிறது. சாதாரண மக்களை மட்டுமல்ல உயர்ந்த அதிகாரிகள் வரை அதற்குக் கீழ்ப்படியச் செய்கிறார் மோடி. 2011 நவம்பர் 25 அன்று அனைத்து நாளிதழ்களிலும் முக்கியமான புகைப்படத்துடன் வந்த செய்தி ஜனநாயகத்தின் தலையைக் குனியச்

செய்வது. அம்பாஜிக்கு வந்த முதல்வருக்கு முன்பு பயபக்தியுடன் முட்டியிட்டுக் கொண்டிருக்கின்ற பனஸ்கந்தா மாவட்ட ஆட்சித் தலைவர் ஜெ.பி. ஹோரா, மாவட்ட வளர்ச்சி அலுவலர் பி.ஜெ. பட் ஆகியோரின் பரிதாப நிலையை மட்டுமல்ல அந்தப் புகைப்படம் எடுத்துக்காட்டியது. மாறாக ஜனநாயகத்தின் செயல்முறைகளுக்கிடையில் அடிமைத்தனத்தின் மறைவிடத்தை வெளிக்கொண்டு வந்ததாக இருந்தது. தாந்தாவில் ஒரு பள்ளியில் அலுவல் ரீதியான நிகழ்ச்சிக்குப் போகும் வழியில் அம்பாஜி ஆலய வழிபாட்டிற்கு வந்த மோடிக்கு முன்னால் உயர் அதிகாரிகள் உண்மையில் கோமாளிகளாக ஆனார்கள். அதுமட்டுமல்ல, முடியாட்சிக் காலம் என்பதைப்போல கைகளைக் கூப்பிக் கொண்டு முதல்வருக்குச் செவி கொடுத்தனர். பனஸ்கந்தா பாபுஸ் சிட் அட் மோடிஸ் ஃபீட் என்ற டிஎன்ஏவின் செய்தித் தலைப்பு அடிமைத்தனத்தின் குரங்காட்டத்தை நினைவுபடுத்துவது. அந்நிகழ்வு, அலுவலர்கள் தங்களுடைய பதவி, நிலை, அந்தஸ்து, சுயமரியாதை அனைத்தையும் கைவிட்ட முதல் குஜராத் நிகழ்வல்ல.

சில வருடங்களுக்கு முன்பு அம்ரேலி மாவட்ட ஆட்சித் தலைவர் டி.ஜி. ஜாவாடியா பொது நிகழ்ச்சிகளுக்கிடையில் மோடியின் கால்தொட்டு வணங்கியது அனைவருக்கும் தெரிந்த ஒன்றுதான். 2008 மே 1 அன்று குஜராத் தினக் கொண்டாட்டத்தின்போது அம்ரேலி பார்வர்டு உயர்நிலைப் பள்ளியில் நடந்த நிகழ்ச்சியில்தான் ஜாவாடியாவின் பாதபூஜை. மாவட்டத்தின் வளர்ச்சிக்காக அனுமதித்த ஒரு கோடி ரூபாய் காசோலையை வாங்கிக்கொள்ள மேடைக்கு வந்தபோது மாவட்ட ஆட்சித் தலைவர் மோடியின் காலில் விழுந்தார். இந்த வெட்கம்கெட்ட நடவடிக்கை பெருவாரியான விமர்சனத்திற்கு வழிவகுத்தபோது, சிலர் திருத்திய நியாயப்படுத்தல் அதைவிட விசித்திரமாக இருந்தது. முதியோர்களை வணங்கும் சௌராஷ்டிர பாரம்பரியத்தைத்தான் மாவட்ட ஆட்சித் தலைவர் வெளிப்படுத்தினாராம். 2010 பிப்ரவரி 6 அன்று அக்குவாவில், கரிப் கல்யாண் திருவிழாவில் நிகழ்த்தப்பட்டது டாங்க்ஸ் மாவட்ட ஆட்சித் தலைவரின் மோடி துதி. பழங்குடியினருக்கு ராமரைப் போலவும், முஸ்லிம்களுக்கு ரஹீமைப் போலவும், கிறித்துவர்களுக்கு

ஏசுவைப் போலவும் மோடி இருக்கிறார் என்று அவர் தனது 10 நிமிட உரையில் குறிப்பிட்டார். ராமன், டாங்க்ஸில் உள்ள தனது வீட்டிற்கு வந்த அதே நாளில் மோடி அங்கே வந்தது சரித்திர நிகழ்வு என்பதாக இருந்தது அவருடைய உரையின் துவக்கம். வாழ்த்துகளின் பெருமழை பொழிந்து முன்னேறிய கிறிஷ்ஷா, மகாத்மாகாந்தி கைத்தடியைக் கையில் ஏந்திக்கொண்டு சுதந்திரத்திற்காகப் போராடினார். அதேபோல், உங்களுடைய வாழ்க்கையை உயர்வடையச் செய்வதற்கான கைத்தடியை உங்களுக்கு வழங்க முதல்வர் வந்திருக்கிறார் என்று மலைவாழ் மக்களுக்கு உணர்த்தினார். குஜராத் பல்கலைக்கழகத்தின் நிகழ்ச்சிகளுக்கிடையில், துணைவேந்தர் பரிமல் திரிவேதி மோடிக்கு முன்பாக அடிக்கடி உடற்பயிற்சி செய்வதுபோல, கைகூப்பியது பரிகாசச் சிரிப்பை எழுப்பியிருந்தது.

ஆனால் அரசியல் உடல்மொழியையும் நிலப்பிரபுத்துவப் பணிவையும் காட்டாத அலுவலர்களுக்கெல்லாம் துயரம் மிகுந்த காலமாக இருந்தது மோடியின் ஆட்சிக்காலம். அரசின், முதல்வரின் சட்ட விரோத ஆணைகளுக்கெதிராகச் சந்தேகம் எழுப்பக்கூட யாருக்கும் உரிமையில்லை. அரசியலமைப்புச் சட்டம், குடிமைச் சட்டம் ஆகியவற்றின் தடைகளைச் சுட்டிக்காட்டுபவர்களும் பழிவாங்கப்பட்டனர். அஹமதாபாத் காவல்துறை இணை ஆணையர் (டிராபிக்) சதீஷ்வர்மா, கூடுதல் டி.ஜி.பி. (காவல்துறை இயக்குநர்) குல்தீப் சர்மா, டி.ஜி.பி. (காவல்துறை இயக்குநர்) சஞ்சீவ்பட், டி.ஐ.ஜி.க்களான (காவல்துறை சரக துணைத் தலைவர்) ராகுல்சர்மா, ரபினேஷ்ராய் ஆகியோர் கடுமையான பழிவாங்கும் நடவடிக்கையை எதிர்கொண்டனர். குஜராத் இனப்படுகொலை தொடர் நிகழ்வுகளை விசாரித்த சிறப்புக் குழுவில் முக்கியமானவராக இருந்தார் சதீஷ்வர்மா. இஸ்ரத் ஜஹானும் மற்ற மூவரும் கொலை செய்யப்பட்டது போலி என்கவுண்டர் மூலமாக என்ற உண்மையை வெளிக்கொணர்ந்த அவர், அதை உறுதிப்படுத்தி உயர்நீதிமன்றத்தில் வாக்குமூலம் அளித்தார். விசாரணையைத் திசைதிருப்ப மேலும் சிலரைப் பற்றிச் சூசகமாகக் குறிப்பிட்டார். பதினைந்து ஆண்டுகளுக்கு முந்தைய அவர் மீதான ஒரு வழக்கை

மீண்டும் தோண்டியெடுத்து வர்மாவை நிராயுதபாணியாக்க முயன்றனர். அட்வகேட் ஜெனரல் கமல் திரிவேதி உயர்நீதிமன்றத்தில வழங்கிய புகாரை அடிப்படையாகக் கொண்டது அது. 1996-1997 காலத்தில் நடந்த போலி என்கவுண்டர் வழக்கில் குற்றம் சாட்டப்பட்ட அவர், இஸ்ரத் ஜஹான் விசாரணையை மேற்கொள்ளக்கூடாது என வாதிக்கப்பட்டது.

குல்தீப் சர்மா, மாதவபுரா கூட்டுறவு வங்கி ஊழல் வழக்கில் ஒரு அமைச்சருக்கு எதிராக வழக்கு தொடர முனைந்தபோது, மோடி அரசுக்கு வேண்டாதவராக மாறினார். 2002இன் இனப்படுகொலையில் மோடியின் பங்கைச் சுட்டிக்காட்டி மோடிக்கு எதிராக உச்சநீதிமன்றத்தை அணுகிய மல்லிகா சாராபாய் மீது பொய் வழக்கு தொடர நிர்ப்பந்தித்த அரசியல் தலைமைக்கு அவர் இணங்கவில்லை. தொடர்ந்து பதவி உயர்வை நிறுத்தி வைக்கவும் 1984இல் உள்ள ஒரு வழக்கைச் சுட்டிக்காட்டி பயமுறுத்த முயன்றாலும் உயர்நீதிமன்றம் அவருக்கு ஆதரவாக இருந்தது. கோத்ரா நிகழ்வுக்குப் பின்னர் நடைபெற்ற கலவரங்களில் பங்கு கொண்டவர்களிடம் மென்மையான போக்கைக் கைக்கொள்ள வேண்டுமென மோடியின் ஆணையை வெளியில் கூறியதுதான் சஞ்சீவ் பட் பழிவாங்கப்படக் காரணம். பணியிடை நீக்கம் செய்யப்பட்ட அவருக்கு எதிராக இரண்டு பொய் வழக்குகள் தொடுக்கப்பட்டன. முதலாவது 21 வயது இளைஞன் காவல்நிலைத்தில் துன்புறுத்தப்பட்ட வழக்கு. பதினைந்து ஆண்டுகளுக்கு முன்னதான மற்றொரு வழக்கும் மீண்டும் தோண்டியெடுக்கப்பட்டது. கோத்ரா கலவர இறுதி காலத்தில் கலவரங்களின் உண்மைத் தன்மை பற்றி நானாவதி பானர்ஜி கமிஷன்களுக்கு முன் தீவிரமான ஆதாரங்களுடன் வரிசைப்படுத்தியதே ராகுல் சர்மாவுக்கு வினையானது. ஆர்.கே. ராகவனைத் தலைவராகக் கொண்ட சிறப்பு விசாரணைக்குழுவிற்கும் அந்த ஆதாரங்கள் கைகொடுத்தது. ஒன்பது வருடங்களுக்குப் பின்னர் அவர் பழி வாங்கப்பட்டார். சீருடை பணியாளர்களுக்கான நடத்தை விதியை மீறியதாகவும் அரசு ரகசியத்தை வெளியிட்டதாகவும் குற்றம் சுமத்தி அவர் மீது வழக்கு தொடுக்கப்பட்டு பழி வாங்கப்பட்டார்.

மக்களின் மீதான லாபம்

உலகம் முன்னேறிச் செல்வது நாயகர்களின் தீவிரமாக உந்தித்தள்ளலால் மட்டுமல்ல. வாய்மை மிகுந்த தொழிலாளிகளின் சிறிய முயற்சிகளின் கூட்டுப் பலனும் அதில் உண்டென்று அமெரிக்க பெண் எழுத்தாளரும் அரசியல் செயல்பாட்டாளருமான ஹெலன் கெல்லர் கூறினார். யு.எஸ். பொறியாளரும், படைப்பாளியும் நிர்வாகவியல் ஆலோசகருமான வில்லியம் எட்வர்ட் டெமிங், 'ஒரு நிறுவனம் வீழ்ச்சியடையும்போது தொழிலாளர்களின் குற்றங்களை மட்டும் கூறுவது தேவையற்றது' என்ற கருத்துடையவராக இருந்தார். 1920இல் அமெரிக்கன் சிவில் லிபர்ட்டிஸ் யூனியன் அமைக்க உதவிய ஹெலன், அலெக்ஸாண்டர் கிரஹாம்பெல், சார்லி சாப்ளின், மார்க் ட்வைன் துவங்கிய மேதைகளின் நண்பராக இருந்தார். சோஷலிசக் கட்சியின் உறுப்பினராக இருந்த அவர், தொழிலாளர் வர்க்கத்திற்கு ஆதரவாக பல நூல்களை எழுதியுள்ளார். இந்தக் குழுவினரின் தத்துவார்த்த, நடைமுறை இடையீடுகள், வெகுஜன பாப்புலிசக் கருத்துக்களின் மாயக்காட்சிகளுக்கிடையில் நிறம் மங்கிப் போய்க்கொண்டிருந்தன.

நோம் சோம்ஸ்கியின் ஆய்வின் தலைப்பு உணர்த்துவதுபோல மக்களின் மீதான லாபத்தை (Profit over People) எதிர்பார்க்கும் குஜராத்தில், தொழிலாளர் போராட்டங்களையும் அவர்களின் பேரம் பேசும் திறனையும் அடிப்படை உரிமைகளையும் ஜனநாயக ரீதியான வாய்ப்புகளையும் துடைத்து எறிகிறது. தொழிலாளர் வர்க்கத்தின் மிகவும் இருண்ட காலமாக இருந்தது மோடியின் ஆட்சிக்காலம். மூலதனத்திற்கு இசைவான சூழலை ஏற்படுத்துவதற்கு முக்கியத் தடையாக தொழிலாளர்கள் சுட்டிக்காட்டப்பட்டனர். போராட்டங்களையும் வேலை நிறுத்தங்களையும் ரத்தத்தில் மூழ்கடித்துக் கொன்று கொண்டிருந்தனர். மூலதனம் சோர்வடையாமலிருக்க தொழிலாளர்கள் மிகுந்த கட்டுப்பாடுடனும், கீழ்ப்படிதலுடனும் செயல்பட வேண்டுமென நரேந்திர மோடியே பலமுறை அறிவுறுத்தினார். சில தருணங்களில் அதில் பயமுறுத்தலின் விழியுருட்டல்களும் நிரம்பி வழிந்தன. குஜராத்தில்

தொழில் தகராறுகளே இல்லையென 2014 ஜனவரி 15 அன்று காந்திநகரில் கூட்டப்பட்ட Federation of Indian Chamber of Commerce and Industry முன்பாக அவர் அறிவித்ததை எளிதில் புறந்தள்ள முடியாது. அஹமதாபாத் கார்ப்பரேஷனின் தொழிலாளர்கள், வேலை உத்தரவாதம் என்ற கோரிக்கையை வலியுறுத்திப் போராடிக் கொண்டிருந்தார்கள் அப்போது. கூலிப் பிரச்சனையை முன்னிறுத்தி ஹஸீராவில் லார்சன் அண்டு டூப்ரோ பணியாளர்களும் போராட்டப் பாதையில் இருந்தனர். முதலாளிகளுடைய, பன்னாட்டுப் பெரு முதலாளிகளுடைய லாபக் கொள்ளைக்கு முன்னால் ஏதாவது தடைகள் எழுந்தால் அதையெல்லாம் வன்முறையால் இல்லாமற் செய்து கொடுப்போம் என்ற வாக்குறுதியை மோடி பலமுறை முன்வைத்தார். சௌராஷ்டிராவில் பவநகர் மாவட்டத்தில் மஹுவாவில் நிர்மாவுக்கு அனுமதித்த சிமெண்ட் ஆலை, நரோதாவில் ரிலையன்ஸ் டெக்ஸ்டைல் இண்டஸ்ட்ரீஸ், பொம்பார்டியர் டிரான்ஸ்போர்ட்டேஷன் இந்தியாவின் ஸாவ்லி ப்ளாண்ட் துவங்கிய இடங்களிலெல்லாம் வெகுஜனப் போராட்டங்களுடனும் தொழிலாளர் வேலை நிறுத்தங்களுடனும் மோடி அரசு மேற்கொண்ட அணுகுமுறைகள் பாஸிஸ்ட் சுவையுள்ளவையாக இருந்தன.

நிர்மா சிமெண்ட் ஆலை

சிமெண்ட் ஆலைக்காக நிர்மாவுக்கு 720 ஏக்கர் நிலம் அரசால் வழங்கப்பட்டது. அதே நிறுவனத்தின் சுண்ணாம்புக் கல் சுரங்கத்திற்கு வழங்கப்பட்டதோ 7500 ஏக்கர் நிலம். 2500 கோடி மூலதனத்துடன் துவக்கப்பட்ட அந்நிறுவனங்களில் வேலை பெற்றவர்களோ 418 பேர் மட்டுமே. மஹுவாலில்தான் மிருணாள்சென்னின் புகழ்பெற்ற திரைப்படம் ‘புவன்ஷோம்’ படம் பிடிக்கப்பட்டது பாலை சந்த் முகோபாத்யாயாவின் கதையான பனஃபூல்-ஐ தழுவி எடுக்கப்பட்ட அப்படம் 1969இல் வெளிவந்தது. புவன் ஷோமாக உத்பல் தத்தும், கௌரி என்ற கிராமத்துப் பெண்ணாக சுஹாசினி முலேவும் முக்கியப் பாத்திரங்களில் நடித்தனர். இந்திய ரயில்வேயில் கண்ணியமான அலுவலரான புவன் ஷோம், விடுமுறைக் காலத்தில்

வேட்டையாடுவதற்காக குஜராத்துக்கு வருகிறான். தொடர்ந்து கௌரியுடனான நெருக்கத்தின் மூலமாக அவனுக்குள் ஏற்படும் மாற்றங்கள்தான் திரைப்படத்தின் போக்கை நிர்ணயிக்கின்றன. அடர்ந்த வனங்களும் பறவைகளின் இனிமை நிறைந்த பாடல்களும் நிறைந்த மஹுவாத் திரைப்படத்திற்கு பசுமையான பின்னணியை வழங்கியது.

ஒரு காலத்தில் மஹுவாவில் 10 சதவீதம் நிலம்தான் விவசாயத்திற்கு ஏற்றதாக இருந்தது. மெல்ல மெல்ல நிலைமை மாறியது. இறுதியில் அனைத்து நிலங்களும் நன்கு விளைச்சலைத் தந்தன. அந்த மாவட்டத்தில் மட்டும் 72 பூச்சிக்கொல்லி விற்பனையகங்கள் இருக்கின்றன. 18 கோடி ரூபாய் அவற்றின் வருட விற்று வரவு. 18 பருத்தி ஆலைகள் இருக்கின்றன. மக்களின் முழுமையான வருமான வழி வெங்காயச் சாகுபடி. சௌராஷ்டிராவின் காஷ்மீர் என்றழைக்கப்படும் மஹுவா, நல்ல தட்பவெப்ப நிலைக்கும், கண்களைக் கவரும் பசுமைக்கும் புகழ்பெற்றது. வெங்காய ஏற்றுமதியின் மூலம் கோடிக்கணக்கில் வருமானம் ஈட்டுகின்றனர். மஹாராஷ்டிராவின் பூனாவிற்கு அடுத்து இரண்டாம் இடம். வெங்காயம் தவிர பூண்டும் ரஷ்யா, ஐரோப்பா, அமெரிக்கா போன்ற இடங்களுக்கு ஏற்றுமதி செய்யப்படுகிறது. கடலை, பருத்தி ஆகியவையும் விளைவிக்கப்படும் மஹுவாவின் ஜமாதர் மாம்பழமும் ராம்ஃபால் பழமும் புகழ்மிக்கவை. 5 ஆயிரத்துக்கும் அதிகமானோர் வெங்காய விவசாயத்துடன் மட்டுமே தொடர்பு கொண்டு வாழ்க்கை நடத்தும் மஹுவாவின் வளமான நிலத்தை நிர்மா சிமெண்ட் ஆலை வளமற்ற மண்ணாக ஆக்கும் என்பதைத் தெரிந்து கொண்ட மக்கள் அதற்கெதிராக போராட்டத்தை முன்னெடுத்தனர். ஸம்தியாலா கிராமத்தினர், மஹுவா கேத்திவாதி பர்யாவரன் பச்சாவோ சமிதி போராட்டத்தை அமைப்பு ரீதியாக ஒன்றிணைத்தனர். போராட்டங்கள் படர்ந்து பவநகர் மாவட்டம் முழுவதும் ஆதரவளித்த நிலையில் தீவிரமடையவும் செய்தது. ஆர்ப்பாட்டங்களும் பொதுக்கூட்டங்களும் பேரணிகளும் பாதயாத்திரைகளுமெல்லாம் நடத்தப்பட்டன. 2010 பிப்ரவரி 25 அன்று காந்தி ஆசிரமத்திலிருந்து காந்தி நகருக்குச் சென்று கொண்டிருந்த பேரணி ஆவேசமடைந்தது. 11,111 நபர்கள் ரத்தக்

கையெழுத்திட்ட மனுவை அதிகாரிகளிடம் சமர்ப்பிக்க இருந்தனர். அந்தப் பகுதித் தலைவர்களான வாமன் பாயையும் ப்ரவீன் பாய் கத்தீரியாவையும் குண்டர்கள் அடித்துப் படுகாயப்படுத்தினர். கிராமத்தினரைக் காவல்துறை எதிர்கொண்டது. அதைத் தொடர்ந்து ஆலை நிர்மாணத்திற்கு முன்பான முன்னெச்சரிக்கை நடவடிக்கைகள். 50 பேரை காவல்துறை கைது செய்தது. பெண் போராளியான கத்வி பென், இரண்டு ஆண் காவலர்களால் பிடித்து நிறுத்தப்பட்டு பெண் காவலரால் தாக்கப்பட்டார். கலவரத்திற்கிடையில் ஒரு சப்இன்ஸ்பெக்டருக்கு கைவிரலில் இருந்த காயத்தைச் சுட்டிக்காட்டி, போராட்டக்காரர்களின் விரலடையாளங்களும், புகைப்படங்களும் எடுக்கப்பட்டு, கைதிகள் போல் நடத்தப்பட்டு அவமதிக்கப்பட்டனர். கலவரம் படர்ந்து பரவிக் கொண்டிருந்த தருணத்தில் மார்ச் 6 அன்று லோக் ஆந்தோலன் அமைப்பினர், ‘குஜராத் மஹுவா தினம்’ கடைப்பிடித்து போராட்டத்திற்கு ஆதரவு வழங்கினர். பொது ஊழியர்களும் பிரபல வழக்கறிஞர்களும் மருத்துவர்களும் சமுகச் சிந்தனையாளர் களுமெல்லாம் தங்கள் ஆதரவைப் போராளிகளுக்கு வழங்கினர்.

போராட்டம் தீவிரமடைந்தபோது மக்களின் கவனத்தைத் திருப்ப மோடி அரசு, ஒரு குழுவை நியமித்தது. ஒரு பக்கச் சார்பானவர்களும் அரசு ஆதரவாளர்களும் மட்டுமே அதன் உறுப்பினர்களாக இடம் பெற்றனர். ஜனநாயக சமூகத்தில் இரு பிரிவினரின் பிரதிநிதிகளும் கட்டாயம் இடம் பெற வேண்டும். ஆனால் அக்குழு, ஒருதலைப் பட்சமானதாக இருந்தது. விவசாய உற்பத்தியையும் குறுந்தொழில்களையும் நிர்மா பிளாண்ட் தகர்க்கும் என்பது உண்மையெனினும், அவ்வுண்மைகள் மறைத்து வைக்கப்பட்டன. அமெரிக்கா உட்பட சிமெண்ட் ஆலைகளிலிருந்து வெளிவரும் கழிவுகளுக்கும் சுற்றுச்சூழல் சீர்கேடுகளுக்கும் எதிராக முன்னறிவிப்புகளும் தொடர்ந்து கட்டுப்பாடுகளும் ஏற்படுத்தப்பட்டன. அவை மோடிக்கு வழிகாட்டவில்லை. உணவும், குடிநீரும், சுவாசிக்கும் காற்றும், நதிகளும், விளைபயிர்களையும் கவர்ந்து தின்னும் கழிவுகள், ஒரு பிரச்சினையே அல்ல என்ற நிலையில் அரசின் அதிகார பூர்வமான விளக்கங்கள் இருந்தன. இதய நோய், சுவாசக்கோளாறு உள்பட, ஆபத்தான உடல்நலச் சிக்கல்களுக்கும் காரணமாகும் என்பது வெகு

சாதரணமாகப் பார்க்கப்பட்டது. சிறுநீரகத்தில் கல் ஏற்படவும் அது காரணமாகும். குடும்பங்கள் இடம் பெயர நேருவதால் குடும்பத்தலைவரின் தொழிலும் குழந்தைகளின் கல்வியும் தாறுமாறாகப் போகின்றன. இந்நிலை, சேரிமயமாக்கலுக்கும், பாதுகாப்பற்ற நிலைக்கும், கிரிமினல் சமூக பொருளாதார சிக்கல்களுக்குள்ளும் தள்ளிவிடுகிறது.

மிகவும் சுரண்டப்படுவதையும் மோசமான தொழில் சூழலையும் எதிர்த்து ரிலையன்ஸ் டெக்ஸ்டைல்ஸில் ஐந்தாயிரம் தொழிலாளர்கள் வேலை நிறுத்தம் மேற்கொண்டனர். 2012 பிப்ரவரி 2க்கு பின்னர் உற்பத்தி நிலைக்கும் வண்ணம் தீவிரமாக இருந்தது போராட்டம். உங்களை லட்சாதிபதியாகத் தோன்ற செய்யும் ஆடைகள் என விளம்பரம் செய்யும் கம்பெனியின் அந்த வருட மொத்த விற்பனை வரவு 4400 கோடி டாலரும், லாபம் 360 கோடி டாலருமாக இருந்தது. 120 ஏக்கரில் படர்ந்து கிடக்கிறது ஆலை. ஆடை அணிபவர்கள் பணக்காரத் தோற்றம் கிடைக்கப் பெற்றபோதும் 1100 நிரந்தரத் தொழிலாளர்களும் 4000 ஒப்பந்தத் தொழிலாளர்களும் பிச்சைக்காரர்களின் நிலைக்குத் தள்ளப்பட்டனர். கடந்த 20 ஆண்டுகளுக்குள் ஆலையின் லாபம் 10 மடங்குக்கும் மேல் உயர்ந்தபோதும் பணியாளர்களின் நிலை பரிதாபமாகவே தொடர்ந்தது. சராசரி மாதச் சம்பளம் 6000 ரூபாயாக இருந்தது. ஒப்பந்தத் தொழிலாளர்களுக்கோ நாளொன்றுக்கு 85 முதல் 100 ரூபாய்வரை கூலி. அதுவும் ஏதாவது ஆவணங்களின் அடிப்படையிலோ, பின்புலத்திலோ அல்ல. ஓவர்டைம் பணிக்கு வேறுவிதமான கூலி. வேலைக்கு வர சில நிமிடங்கள் தாமதமானாலும் கடுமையான தண்டனை. 1920களில் மகாத்மா காந்தியால் துவக்கப்பட்ட மஸ்தூர் மஹாஜனும், இந்துத்துவத் தொழிற்சங்கமான மில் மஸ்தூர் சபையும் செயல்பட்டுக் கொண்டிருந்தாலும் இரண்டு சங்கங்களாலும் ஒரு பயனுமில்லை. நிர்வாகத்தின் வால் போன்ற அவற்றின் தலைமை ஊழலால் திணறுகிறது. மூன்று வருடங்களுக்கு ஒருமுறை நிர்வாகத்துடனும் தொழிலாளர் நலத்துறை அலுவலர்களுடனும் இந்தச் சங்கத் தலைவர்கள் புதிய ஒப்பந்தம் மேற்கொண்டாலும் அதன் விபரங்களைத் தொழிலாளர்களுக்குத் தெரிவிப்பதில்லை. கங்காணி வேலையையே

தலைவர்கள் பெரும்பாலும் மேற்கொள்கின்றனர். தொழிலாளர்களுக்குத் தேநீர் குடிக்க இடைவேளை வேண்டாம் என்ற நிர்வாகத்தின் ஆலோசனையை அவர்கள் உடனே ஏற்றுக் கொண்டனர். அது சட்டமாக மாற்றப்பட்டவுடன் கழிவறைக்குச் செல்வதற்கிடையில்தான் தற்போது தேநீர் அருந்துகிறார்கள். மிகவும் சுகாதாரமற்ற இடம் என்பதால்தான் ஒரு நிமிடம் கூட வீணடிக்காமல் தேநீரை விரைந்து அருந்துவர். தினக் கூலிக்காரர்களுக்கு 200 ரூபாயும் மாதச்சம்பளம் பெறுவோருக்கு 60 சதவீத உயர்வையும் கோரி புதிய தொழிற்சங்கமான ரிலையன்ஸ் எம்ப்ளாயிஸ் யூனியனின் தலைமையில் வேலை நிறுத்தம் மேற்கொள்ளப்பட்டது. ஒப்பந்தத் தொழிலாளர்களை நிரந்தரமாக்குக, சீருடை அலவன்ஸ் வழங்குக, 10 நிமிடத் தாமதத்திற்கு விதிக்கப்படும் அபராதத்தை ரத்து செய்க, விபத்து உதவி நிதியைக் கட்டாயமாக்குக போன்ற மேலும் பல கோரிக்கைகளும் எழுப்பப்பட்டன.

ஊடகங்களைப் பயன்படுத்தி நடத்தப்பட்ட கீழ்மையான பிரச்சாரங்களுடன், காவல்துறையை அழைத்துப் போராடும் தொழிலாளர்களை அடித்து விரட்டவும் முயன்றனர். போராடும் தொழிலாளர்களையும் தொழிலாளர் தலைவர்களையும் கைது செய்து பயமுறுத்தியதுடன் வெளியிலிருந்து தொழிலாளர்களைக் கொண்டுவந்து ஆலையை இயக்கவும் முயன்றனர். போராட்டம் பிசுபிசுத்தது என்று வெளியுலகத்திற்கு உணர்த்தத் திட்டமிடப்பட்ட அந்த நாடகத்தின் தற்காலிகத் தொழிலாளர்களுக்கு தினசரி 500 ரூபாய் வழங்கப்பட்டது. நிர்வாகத்திற்கு ஆதரவாக இருந்த இரண்டு தொழிற்சங்கங்களின் வஞ்சனையை உணர்ந்து கொண்ட பெரும்பாலான தொழிலாளர்கள் போராட்டத்தில் உறுதியாக இருந்தனர். ரிலையன்ஸின் மக்கள் விரோத நிலைபாடுகளுடன் மோடியின் 'வைப்ரன்ட் குஜராத்' வளர்ச்சி மாதிரிகளுக்கும் எதிராக இருந்தன தொழிலாளர்களின் உணர்வும் எதிர்ப்பும். தொழிலாளர்களைப் பிழிந்து எடுக்கப்பட்ட பணத்திலிருந்து 9.5 கோடி ரூபாய் செலவிட்டு நீதா அம்பானி ஐபிஎல் டீமை சொந்தமாக்கிக் கொண்டதையும் போராட்டக்காரர்கள் விமர்சித்தனர். தொழிலாளர்கள் வேலை நிறுத்தத்தை ஆதரித்து அரசியல் இயக்கங்களோ,

தொழிற்சங்கங்களோ மனித உரிமைக் குழுவினரோ ஒருவரி அறிக்கை கூட வெளியிடவில்லை. ஸாவ்லி ப்ளாண்ட்டில் 100 தொழிலாளர்கள் 2013 ஜூன் 3 அன்று தெருவில் இறங்கிப் போராடினார்கள். அமெரிக்கப் பெரு நிறுவனமான ஜெனரல் மோட்டார்ஸின் ஹலோல் ப்ளாண்டில் 2011இல் துவங்கிய வேலை நிறுத்தத்துடன் இப்போராட்டங்களுக்கு நெருங்கிய தொடர்பிருந்தது. வதோதராவைச் சுற்றி நீண்ட காலமாகச் செயல்படும் இரு பன்னாட்டு நிறுவனங்கள் அவை. இரு வேலை நிறுத்தங்களையும் மாநில அரசு சட்ட விரோதமென அறிவித்தது. 2011இல் ரிலையன்ஸ் இந்தியா, அரவிந்த், ஆஷிமா, அப்போலோ டயர்ஸ் துவங்கிய தொழிற்குழுமங்களிலும் தொழிலாளர்கள் போராட்டத்தில் ஈடுபட்டனர். அந்த வருடம் நடந்த 28 போராட்டங்களில் 4100 பேர் ஈடுபட்ட போராட்டத்தால் 35,800 வேலை நாட்கள் இழக்கப்பட்டன. 2012இல் இது 23/3400/30,800 என்ற நிலையில் இருந்தது.

ஸ்ரீராம் ஆலை வழங்கிய பாடம்

மோடிக்கு எதிரான போர்கள் : ஒரு தொழிற்போராட்டம் நமக்கு வழங்கும் பாடம் என்ன? - (The Battle against Modi: What an Industrial Strike Teaches us) என்ற தன் கட்டுரையில் ஆகாஷ் பட்டாச்சார்யா இதற்கு இணையான சில கருத்துக்களைப் பகிர்ந்து கொள்கிறார். 2014 ஏப்ரல் 24 அன்று ராஜஸ்தானில் தல்வார் மாவட்டத்திலுள்ள பத்ரேதியில் உள்ள ஸ்ரீராம் பிஸ்டன் ஆலைக்கு 2000 காவலர்களும் 100 குண்டர்களும் சென்று 1200க்கும் மேற்பட்ட தொழிலாளர்கள் தாக்கப்பட்டதை நினைவுகூர்ந்து கொண்டு அக்கட்டுரை துவங்குகிறது. சம்பள உயர்வையும், மேம்பட்ட பாதுகாப்பு, பணியிலிருந்து நீக்கப்பட்ட 22 தொழிலாளர்களுக்கு மீண்டும் பணி ஆகியவற்றையும் கோரிக்கையாகக் கொண்டு போராடியவர்கள் குரூரமாகத் தாக்கப்பட்டனர். 2014 முதல், ஸ்ரீராம் ஆலைத் தொழிலாளர்கள், தொழிற்சங்க அங்கீகாரத்திற்காக முயன்று வருகின்றனர். ஆனால் பொருட்படுத்த இயலாத சில காரணங்களைச் சுட்டிக் காட்டி தொழிலாளர் நல ஆணையர் அதை மறுத்தார். அடிப்படை உரிமைகளில் ஒன்றான தங்கள் கோரிக்கையிலிருந்து பின் வாங்காததால் ஏப்ரல் 26 அன்று மனிதத்தன்மையற்ற முறையில் மிருகத்தனமாக அவர்கள்

தாக்கப்பட்டனர். துப்பாக்கிச் சூடு, தடியடிகளுடன் குண்டர்களின் கத்திக்குத்துகளுக்கும் தடியடித் தாக்குதல்களுக்கும் ஆட்பட்டனர். 150 தொழிலாளர்கள் காயமடைந்தனர். நால்வரின் நிலை கவலைக்கிடமானது. இருந்தாலும் 26 தொழிலாளர்களைக் கொலை முயற்சி வழக்கிற்குள் தள்ளிக் கைது செய்து சிறையிலடைத்தனர். சமீப ஆண்டுகளில் ஆலையில் உற்பத்தி அதிகரிக்கப்பட்டு லாபம் உயர்ந்தும் கூலி உயரவில்லை.

பொருளாதார வளர்ச்சி வரைபடங்களில் தன்னம்பிக்கையும் உறுதியும் நிறைந்து வழிந்தும் தொழிலாளர்களின் மோசமான வாழ்க்கை நிலையும் தொழில் பாதுகாப்பின்மையும் ஏன் நிலவுகிறது எனப் போராட்டத்தில் முழக்கம் எழுப்பப்பட்டது. குஜராத் மாதிரி வெறுமொரு மாயையென்றும் மனித வளர்ச்சிக் குறியீட்டில் அது பிற மாநிலங்களைவிடவும் மிகவும் பின்தங்கி நிற்பதாகவும் பொருளாதார வளர்ச்சியென்பது வெறும் புள்ளிவிவரக் கணக்கு அல்லவென்றும் பலமுறை நிரூபிக்கப்பட்டும் சிலர் போராட்டங்களைப் பழி சுமத்தினர். 2011இல் மனேஸரில் மாருதி சுசுகி ப்ளாண்ட்டில் துவங்கிய போராட்டத் தொடர் நிகழ்வுகள் பிற தொழில் நிறுவனங்களிலும் படர்ந்தது. 2012 மார்ச் 19 அன்று ஹரியானாவில் குட்காவில் ஓரியண்ட் க்ராப்ட் ஆடை ஏற்றுமதி நிறுவனத்திலும், போராட்டம் தனது செல்வாக்கைச் செலுத்தியது. மனேஸரில் முன்ஜன்கிரியூ ஆட்டோ மொபைல்ஸில் தொழிலாளர்கள் 2013 டிசம்பர் 18 அன்று வேலை நிறுத்தத்தில் ஈடுபட்டனர். ஸ்ரீராம் ஆலை வேலை நிறுத்தத்திற்கு இணையான கோரிக்கைகள் இவர்களாலும் எழுப்பப்பட்டன. வளர்ச்சியின் உண்மையான பயனீட்டாளர்களான மத்திய வர்க்கம், இனக்கலவரத்தில் முஸ்லிம்களின் கை முறிக்கப்பட்டதை பெரிய பிரச்சினையாகக் கண்டனர். ஆனால் கூலி உயர்வு கேட்டதற்கு அதே முதலாளியால் கைகள் உடைக்கப்பட்டதைக் கண்டும் காணாமல் இருந்தனர் என்று ஆகாஷ் பட்டாச்சார்யா நினைவு கூர்கிறார். மூலதனமும் இந்துத்துவமும் ஒன்றுக்கொன்று உணவாவதன் பொருளாதார ஐக்கிய முன்னணியைப் பலரும் கவனத்தில் கொள்வதில்லை. வளர்ச்சியின் மறைவில் நடக்கும் இழிவான சுரண்டல் பற்றி விவாதம் எழுவதேயில்லை என்பதுதான் உண்மை.

1990களின் அரசியல் ஊசலாட்டத்திற்குப் பின்னர் அதிகாரத்திற்கு வந்த என்டிஏ அரசு (1998-2004) பொருளாதாரத் துறையை தனியாருக்குத் திறந்து வைத்தது. உலகமயமாக்கல், நியோ லிபரல் சந்தைமுறைக்கு வெகுவிரைவில் சென்றடையவும் செய்தது. வளர்ச்சிக்கு அது மிகவும் தேவையெனப் பிரச்சாரம் செய்யப்பட்டது. வரும் ஆண்டுகளில் அதன் பலன்கிடைக்குமென உத்தரவாதமும் அளித்தனர். அதற்குப் பின்னர் வந்த ஒன்றாம் யுபிஏ (UPA) அரசை இடதுசாரிகள் கண்காணித்துக் கொண்டிருந்ததால் அதன் வேகம் குறைந்தது. ஆனால் இரண்டாம்

முறையும் வென்ற யுபிஏ (UPA) அரசு வெகுவிரைவில் உலகமயமாக்கலில் குதித்தது. நிலங்கள் கையகப்படுத்தப்படுவதன் ஒரு பகுதியாக மக்கள் கூட்டம்கூட்டமாக வெளியேற்றப்பட்டனர். பெருமளவிலான இயற்கை வளங்கள் தனியார் நிறுவனங்களுக்கு சிறிய விலைக்கு வழங்கப்பட்டது.

புதிய பொருளாதார நடைபாதைகளில் தொழிலாளர்கள் பயமுறுத்தப்பட்டு துன்புறுத்துதலுக்கு ஆட்பட்டனர்.

இப்போது பாஜகவின் மனதிலுள்ள புதிய மத்திய வர்க்கம் நியோ லிபரல் வளர்ச்சி மாதிரியின் பாத்திரத்திலிருந்து அனைத்தையும் கவர்ந்து கொண்டுசெல்கிறது. அதை மக்களின் தேவையெனத் தவறாக விவரிப்பதிலும் அவர்கள் வென்றுள்ளனர். குஜராத்தின் வளமும் மோடியின் இமேஜும் முன்னிறுத்தப்பட்டு அந்நடைமுறைகளைத் தேசிய அளவில் கொண்டு செல்லவும் முயற்சி செய்கின்றனர். சங்கம் சேர்வதற்கான தொழிலாளர்களின் உரிமை கவர்ந்து எடுக்கப்படும்போது உண்மையில் ஜனநாயகம் கண்ணீர் விடுகிறது. ஜனநாயகத்தைத் தூக்கிலிடுபவர்கள் புன்னகைக்கின்றனர். வைப்ரண்ட் குஜராத் வெறி தன் உச்சத்தைத் தொட்ட காலத்தில் முதல்வராக இருந்த நரேந்திர மோடி, டில்லியில் வெளியிட்ட அறிக்கை அதற்கு ஒரு சாட்சியாகும். மாநிலத்தில் கிராமப்புறங்களே இல்லையென அவர் மகிழ்ச்சியுடன் உரிமை கோரினார். பெருமளவிலான நகரமயமாக்கம் ஏற்படுத்திய உருவ மாற்றங்களில் அவர் பெருமை கொண்டார். துறை ரீதியான கணக்குகளின்படி குஜராத்திலுள்ள 18,124 கிராமங்களும், மாறுவேடம் பூணுகின்றன. லாபத்தை மட்டுமே குறிக்கோளாகக் கொண்டு விளைநிலங்கள் கூட தொழிற்சாலைகளுக்காக வழங்கப்படுவது மக்களின் ஜனநாயக முறையிலான போராட்டங்களுக்குக் காரணமாக அமைகிறது. புதிய மத்திய வர்க்கத்தினரின் வேரற்ற வளர்ச்சி வெறியையும், அரசு அடக்குமுறைகளையும் ஊடக ஆதரவுகளையும் ஆயுதமாக்கி மோடியும் அவரது கூட்டாளிகளும் அவற்றை அடக்கி வைக்கின்றனர். 'மதமும், இனவெறியும், பாசிச நடைமுறைகளும், மூடநம்பிக்கைகளும், சடங்குகளெல்லாம் சந்தையில் சரக்குகள் மட்டும்தான். லாபம் கிடைக்க வேண்டுமெனில் மூலதனம் வரவேற்கப்பட வேண்டும். 100 சதவீத லாபம் அதன் அனைத்து மனிதத்தனங்களையும் ஏறி மிதிக்கத் தயார்ப்படுத்தும். 300 சதவீத லாபம் என்றால் மனச்சங்கடம் ஏற்படும் ஒரு குற்றமும் அதன் முன் இருக்காது. செய்யக்கூடாதது என ஒன்றுமில்லை. அது தன் உரிமையாளரையும் தூக்கில் ஏற்ற வேண்டி வந்தால் அதையும் செய்யும்' என்ற காரல் மார்க்ஸின் மேற்கோள் குஜராத்தில் அதன் முழுமையான பொருளில் சரியாகவே இருக்கிறது.

சாத்தானின் வேதப்புத்தகம்

கல்வியறிவு பெற்ற, திறன் மிகுந்தவர்களின் ஆதரவுள்ள, மாற்றுக்கருத்துக்களை அனுமதிக்காத ஆட்சி தீவிரமான செல்வாக்கையும் பலனையும் அளிக்கும் என்பதை அடோல்ஃப் ஹிட்லரும் மற்ற சிலரும் நிலைபெறச் செய்தனர். இன்றுவரை அது பின்தொடரப் படுகிறதென்ற நோம் சோம்ஸ்கியின் கருத்து பலமுறை நிரூபிக்கப்பட்டுள்ளது. பிரச்சாரத்தை, கொள்கை பரப்பை சட்டப்பூர்வமான அரசியல் திட்டங்களில் ஒன்றாகக் கண்டதன் முத்திரைகளால் நிரம்பியது ஹிட்லரின் தன்வரலாற்று நூலான மெயின் காம்ப். தேர்ந்த தொடர்ச்சியான பிரச்சாரங்களின் மூலமாக ஒருவர், சொர்க்கத்தை நரகமாகவும், மிகவும் தாழ்ந்த நிலையிலுள்ள வாழ்க்கையை உச்சிக்கும் கொண்டு செல்ல முடியும். மாபெரும் பொய்யர்களெல்லாம் மிகப்பெரிய மந்திரவாதிகளாவர். விருப்பமின்மையை விடவும் நிலைபெறுவது பகையும் வெறுப்பும். மனிதநேயம் மடத்தனத்தின், கோழைத்தனத்தின் மறுபிறப்பு. நீங்கள் வென்றால் எதைப் பற்றியும் விளக்க வேண்டியதில்லை. மாறாகத் தோற்றால் விளக்கமளிக்க நீங்கள் இருக்கமாட்டீர்கள். பெரும்பாலான மக்கள் திரளை நோக்கி உணர்ச்சிகரமான சொற்களைப் பயன்படுத்துங்கள். மிகச் சிலருக்கு என சிந்தனைகளை மாற்றுங்கள்.

சர்வாதிகார அரசுகளின் மகத்தான சக்தி பயப்படுகிறவர்களையும் அதைப் பின்பற்ற நிர்பந்திப்பதில்தான் இருக்கிறது. இத்தகைய பயத்தை விளைவிக்கும் உணர்ச்சிகளைத் தூண்டுகிற, சிந்திக்கும் திறனைக் கொலை செய்கிற, மனிதத்துவத்திற்கு எதிராக எப்போதும் மோதுகிற, நரகத்தை நிலைபெறச் செய்வதை நோக்கமாகக் கொண்டு கட்டவிழ்த்து விடப்படும் பொய்ப்பிரச்சாரங்களை எப்போதும் தீவிரமாக மேற்கொள்ள வேண்டும் என்று உபதேசிக்கும் எண்ணற்ற மேற்கோள்கள் அவருடையதாக இருக்கின்றன.

பொய்களை மீண்டும் மீண்டும் கூறும் பிரச்சாரக் கோலாகலங்களின் உண்மைத்தன்மையை அறிய மெயின்காம்ப்பை மீண்டும் கவனமாக வாசிக்க வேண்டும். பிரச்சாரம் தொடர்பான முக்கியமான கேள்வி, அது யாரை நோக்கிச் சொல்லப்படுகிறது என்பதுதான் என்று எழுதிய ஹிட்லர், நிச்சயமாகப் பொதுமக்களிடம் விவாதிக்கப்பட வேண்டும் என்றும் கூறினார். அறிவுஜீவி வர்க்கத்தினருக்கு அல்லது அவ்வாறு கூறப்படுகிறவர்களுக்குச் சாதாரணமாக, பிரச்சாரத் திட்டங்கள் அல்ல; அறிவியல் விளக்கங்கள்தான் தேவை. பிரச்சாரத்தில் அறிவியலுக்கு இடமில்லை. ஒரு விளம்பர போஸ்டரில் கலைத்தன்மையின் சாத்தியப்பாடே பிரச்சாரத்தில் அறிவியலுக்கு இருக்கிறது. உருவப்படங்கள் மூலமும் வண்ணங்கள் மூலமும் பெரும் மக்களின் கவனத்தை ஈர்ப்பது ஒன்றே போஸ்டர் டிஸைனரின் நோக்கம். ஒரு ஓவியக் கண்காட்சிக்காக போஸ்டர் தயாரிக்க வேண்டியது, அதன் முக்கியத்துவத்தை உணர்த்த மட்டுமே. அதில் எந்த அளவுக்கு வெல்கிறார் என்பது மட்டுமே அதன் கலைத்தன்மை. கண்காட்சிக்கு வைக்கப்படும் ஒரு ஓவியத்தின் தரம், போஸ்டருக்குத் தேவையில்லை. ஒரு குறிப்பிட்ட விஷயத்தைப் பற்றி ஒவ்வொருவரையும் அறிவுறுத்த அல்ல. அந்தப் பிரச்சனையின் மீதும் அதன் முக்கியத்துவத்துவத்தின் மீதும் மக்கள் கவனத்தை ஈர்ப்பதுதான் பிரச்சாரத்தின் நோக்கம். அது மக்களின் உணர்ச்சிகளை ஈர்க்க வேண்டுமேயன்றி மக்களின் சிந்திக்கும் திறனையல்ல.

ஒரு பிரச்சாரத் திட்டம், மக்களின் உணர்ச்சிகளுடன் எப்படி, எவ்வாறு, எவ்வளவு அடக்கத்துடன் விவாதிக்கிறது என்பதைச் சார்ந்திருக்கும் அதன் வெற்றி. அதுதான் அதன் பலனை நிர்ணயிக்கும் நிபந்தனையே அன்றி, ஏதோ சில கலைஞர்களின், அறிவுஜீவிகளின் அங்கீகாரம் நமக்குத் தேவையில்லை. நாடு முழுவதிலுமுள்ள மக்களின் கவனத்தைக் கவர்ந்து, அவர்களின் உணர்ச்சிகளைத் தூண்டச் செய்யும் விதமான தகவல்கள் பரிமாற்றத்தில்தான் பிரச்சாரக் கலை வாழ்கிறது. இதை உயர்ந்த அறிவுள்ளவர்கள் என்று தங்களைக் கூறிக் கொள்பவர்கள் யாராவது உணரவில்லையெனில் அதன் காரணம் அவர்களுடைய மனவெறுப்பாகவோ, பொறாமையாகவோ மட்டுமாகவே இருக்கும் என்ற ஹிட்லரின் வாக்குகளை அதே முறையில் வெற்றிகரமாகப் பயன்படுத்தினார் நரேந்திர மோடி. மேடை, ஜெர்மனிக்குப் பதிலாக குஜராத்தில் என்பது மட்டுமே மாற்றம். காந்தியாகவும் பட்டேலாகவும் மோடி சூழ்நிலைக்குத் தக்கவாறு நடிக்கத் துவங்கினார். ஹிட்லருக்கு முதலில் விருப்பம் தோன்றியது ஜெர்மன் கட்சியின் ஜார்ஜ் வொன்ஷொனெர் மீதுதான். பின்னர்தான் கிறித்துவக் கட்சித் தலைவர் டாக்டர் கால் லுகெரால் கவரப்பட்டார். வரலாற்றை மாற்றிய பேரியக்கங்களுக்குப் பின்னாலெல்லாம் பேச்சாற்றலின் மந்திர சக்தியிருந்தது. மதத்திலும் அரசியலிலும் இது மிகப் பெரிய உண்மை. இங்கே புரட்சியை ஏற்படுத்தியது பேச்சாற்றலேயன்றி, எழுத்துத் தம்புராக்களின் இலக்கிய பொறாமைக்காரர்களின் தூரிகை அல்ல.

மற்ற எந்தத் திறன்களைவிடவும் பேச்சாளனின் வார்த்தைகள் மக்களிடத்தில் செல்வாக்கைச் செலுத்தும். மனிதனின் அடக்கி வைக்கப்பட்டுள்ள உணர்ச்சிகளின், நிறைவேறாத விருப்பங்களின் எரிமலை வெடிப்புகளுக்கெல்லாம் பின்னால் மக்களின் இதயத்தைத் துளைத்துச் சென்ற ஏராளமான வாக்குகள் இருக்கின்றன. அதுவன்றி, பாடல் புனைபவர்களின் வரிகள் கொண்டு இங்கு ஒன்றும் நடக்கவில்லை. ஒரு நாட்டின் நாசத்தைத் தடுக்க புயல்காற்று போன்ற மனத்திறன் அவசியம். மனத்திட்பம் கொண்ட ஒருவரால் மட்டுமே பிறரையும் உணர்த்த முடியும். பற்றிப் படரும் தீக்கனல் கொண்ட வார்த்தைகளால்

மக்கள் இதயத்தின் வாசலை இரும்புக்குண்டு மூலம் அடித்துத் தகர்த்து உள்ளே செல்ல இயலும் ஒருவரால் மட்டுமே இத்தகைய மனத்திட்பத்தைச் சமூகத்தில் ஏற்படுத்த இயலும் என்ற ஹிட்லரின் உபதேசத்தை குஜராத் முதல்வராக இருந்த ஆரம்ப நாட்களிலேயே தலைவணங்கி ஏற்றுக்கொண்டு நடைமுறைப்படுத்திய மோடி, பிரதமரானவுடன் மேலும் தீவிரமாக அதை நடைமுறைப்படுத்தினார். வில்லியம் ஷேக்ஸ்பியர் கூறியதுபோல, சாத்தானுக்குத் தனது சுயநோக்கங்களுக்காக வேதப்புத்தகத்தையும் விவரிப்பதற்கான திறன் உண்டென்று சந்தேகத்துக்கிடமின்றி நிரூபிக்கிறார் மோடி. அதற்கு ஏராளமான உதாரணங்களை பச்சி கார்காரியா (The great icon grab) வரிசைப்படுத்தியுள்ளார். 'ஜோ தேரா', 'ஹாய் ஸோ மேரர்' என்ற டெலிகாம் விளம்பரங்களின் தரத்தில் குறியீட்டுக் கொள்ளையைக் குறிப்பிட்டுக்கொண்டு அந்த ஆய்வு தொடர்கிறது. சிவசேனாவுடனான 25 ஆண்டுகாலக் கூட்டணி தகர்ந்த பின்னணியில் மஹாராஷ்டிரா தேர்தலில் சத்ரபதி சிவாஜி முன்னிறுத்தப்பட்டார். சத்ரபதி சிவாஜியின் ஆசிகள் மோடிக்கே என்பது முக்கிய முழக்கமாகவும் இருந்தது. சிவாஜிக்கு இணையாக பால் தாக்கரேவும் புகழப்பட்டார்.

மஹாராஷ்ராவில் பாஜகவின் நுழைவுக்கு உதவிய தாக்கரே, 2002இல் குஜராத் படுகொலைக்குப் பின்னர் பெரும்பாலானோர் மோடியைக் கைவிட்ட பின்பும் மோடிக்கு ஆதரவளித்தார். மண்ணின் மைந்தன் வாதம் வழியாக அவரும் வெறுப்பைத்தானே விதைத்தார். சிலை அமைப்பதற்கும், விமான நிலையத்துக்கு பெயரிடுவதற்கும் மஹாராஷ்டிராவில் முதலில் பரிசீலிக்கப்படட ஆளுமைகளில் ஒருவர் சிவாஜி. 2014 அக்டோபரில் சட்டசபைத் தேர்தலில் மராத்தி குஜராத்தி பிரிவினையை வெற்றிகரமாகப் பயன்படுத்த முயற்சி நடந்தது. மும்பையில் இம்முயற்சி வெளிப்படையாக நடந்தது. மும்பையிலுள்ள மொத்த மக்கள் தொகையினரில் 28 சதவீதத்தினர் மராத்தி பேசும் அப்பகுதியைச் சேர்ந்தவர்களெனில் 20 சதவீதத்தினர் குஜராத்திகள். காட்கோப்பரில் தேர்தல் பேரணியில் மோடி, சிதறிய தேர்தல் முடிவுகளை வழங்காமல், பாஜக-வை மாபெரும் வெற்றியடையச் செய்ய வேண்டும்

என்று கேட்டுக் கொண்டார். அவ்வாறு நிகழ்ந்தால் தன்னிடம் மஹாராஷ்டிராவுக்காக ஏராளமான வளர்ச்சித் திட்டங்கள் வரிசையாக இருப்பதாகவும் அறிவித்தார். மும்பையை உலகின் முதன்மையான நகரமாக்குவது அதில் ஒன்றென வெளிப்படுத்தவும் செய்தார். அத்தகைய சாத்தியக்கூறை இல்லாமற் செய்தது அரசியல் மனத்திடமின்மையும் ஊழலும்தான் எனவும் பிரதமர் கூறினார்.

மும்பையும் மஹாராஷ்டிராவும் வளராமல் இந்தியா வளர்ச்சி பெறாது. நாட்டின் 500 நகரங்களை வளர்ச்சியடையச் செய்யும் திட்டங்கள் என்னிடமிருக்கின்றன. என்னுடைய கனவுகள் வாக்குறுதிகளல்ல. மாறாக, தீவிரமான உழைப்பும் அர்ப்பணிப்பும்தான் எனவும் முழங்கினார். 2014 அக்டோபர் 10 அன்றைய பிரதமர் உரையில் இவ்வாறு இடங்களையும் தனிமனித ஆளுமைகளையும் சின்னங்களையும் குறியீடுகளையும் எல்லாம் கவர்ந்து கொண்டார். இத்தகைய குறியீட்டுக் கொள்ளையையும் மோடி, ஹிட்லரிடமிருந்துதான் கைக்கொண்டார். தேவைப்படும்போது கையாண்டு அது முடிந்தவுடன் கைவிடுவது என்ற அணுகுமுறை, ஜவஹர்லால் நேருவை நினைவு கூர்ந்தும் மோடியால் எடுத்தாளப்பட்டுக் கைவிடப்பட்டது. மனிதவளத்துறை அமைச்சர் ஸ்மிருதி இரானியின் திரைக்கதையின்படி 2014 ஆசிரியர் தினத்தில் மாணவர்களிடம் மோடி நிகழ்த்திய உரை குறிப்பிடப் படவேண்டிய ஒன்று. நேருவின் விளிப்பெயரான சாச்சா (மாமா)-வின் பின்னால் ஒளிந்த பிரதமர், ஹரியானாவில் தேர்தல் பேரணிக்கிடையில், தன்னைத்தானே மோடி காக்கா என்று அடையாளப்படுத்திக் கொண்டார். 2014 நவம்பர் 14 அன்று நேருவின் 125 ஆம் பிறந்த நாளை மாணவர்கள் நாடு முழுவதும் அனுசரிக்க வேண்டுமெனவும் கேட்டுக் கொண்டார். இந்திராகாந்தியின் பிறந்த நாளான 19 வரை அது தொடர வேண்டுமெனவும் கோரினார். பாராளுமன்றத் தேர்தலின்போது குடும்ப ஆட்சிக்கு எதிராக ஆவேசத்துடன் தந்தையையும் மகனையும் பேரனையும் கிண்டலடித்த மோடி, ஹரியானாவில் நிறம் மாறினார். அதற்கான முகமூடி தயாரிப்புக் காலமாக இருந்தது குஜராத் முதல்வராக இருந்த 13 ஆண்டுகள். நேருவைக் கட்டியணைக்கவும், குழி தோண்டிப் புதைக்கவும் செய்த சங்பரிவாரத்தின்

பாதை வழியாகப் பயணித்தாலே மோடியின் கபடத்தை நாம் உணர்ந்து கொள்ள இயலும். பார்ஷா வெங்கடேஸ்வர், பாஜகவின் நேரு விரோத வெறுப்புணர்வைத் (BJP's anti - Nehru animus) தீவிரமான மொழியில் திறந்துகாட்டியுள்ளார்.

குஜராத்தில் இருந்து பண்பாட்டுக் கலவரங்கள்

நேருவிலிருந்து மிகவும் மாறிவிட்ட காங்கிரஸின் பாரம்பரியத்தைக் குறிப்பிட்டுக் கொண்டு அந்த ஆய்வு துவங்குகிறது. அவரைப் பின் தொடர்ந்து வந்த லால் பகதூர் சாஸ்திரியும், இந்திராகாந்தியும் ராஜிவ்காந்தியும் நேருயிஸத்தில் (Nehruvism) மேற்கொண்ட மாற்றங்களின் கடும் விளைவுகள் பற்றியும் அதில் குறிப்பிடப்பட்டுள்ளன. ஆர்.எஸ்.எஸ்.க்கு மகள் இந்திராவுடனான ஈர்ப்பிற்கு அடிப்படைக் காரணம் இதுவாகவும் இருக்கலாம்.

பாஜக தலைவர்களின் அடிப்படைவாதமும், பிற்போக்குத்தனமான நிலைப்பாடுகளும் எப்போதும் நேருவின் சமூக சிந்தாந்த வாழ்க்கையுடன் இணைந்து செல்லாது. அவரது பகுத்தறிவும், சர்வ தேசியப் பார்வையும், ஆர்.எஸ்.எஸ் கும்பலுக்கு ருசிப்பதில்லை என்பதே உண்மை. நேருயிஸச் சிந்தனைகளின் சமாதியில் ராஜ்நாத் சிங்குடனும், முரளி மனோகர் ஜோஷியுடனும், ரவிசங்கர் பிரசாத்துடனும், அருண்ஜேட்லியுடனும் இணைந்து குஜராத்தை மையப்படுத்தி மோடியும் பண்பாட்டுக் கலவரங்களுக்குத் தலைமை தாங்கினார். அதற்காக காந்தியும் பட்டேலும் பிறந்த மண்ணிலிருந்து அவர்கள் இருவரையும் சொந்தமாக்கிக் கொள்ள முயன்றார். ராஜ்நாத்சிங், விவேகானந்தரையும் ரவீந்திரநாத் தாகூரையும் கையிலெடுத்துக் கொண்டார். ரவிசங்கர் பிரசாத், ஜெயப்பிரகாஷ் நாராயணனைக் கவர்ந்துகொண்டார். அருண்ஜெட்லி, 1950-60 காலத்தைய பொருளாதார வளர்ச்சியை ஒரு பிடிபிடித்தார். 2013 மார்ச்சில் டெல்லியில் சேர்ந்த பாஜக தேசிய கவுன்சில் கூட்டத்தில் அவர் வழங்கிய குறிப்புகள் நேருவின் வளர்ச்சிப் பாதைக்கு எதிராக இருந்தன. சோஷலிஸத்திலும், திட்டமிடுதலிலும், பொருளாதாரத்துறையில் அரசின் தலையீட்டிலுமெல்லாம் உடன்படாத ஜெட்லி, சுதந்திரச் சந்தை முறையின்

சாம்பியனானார். திட்டக் கமிஷனை இல்லாமற் செய்யும் அறிக்கை, நேருவின் பெயரைச் சுட்டிக் காட்டாமல், அவருக்கெதிரான நடவடிக்கையாக இருந்தது. நேருவின் சோஷலிஸம், ஜனநாயகத்தை உள்ளடக்கமாகக் கொண்டிருந்ததும், சர்வ தேசியத்தின் பின் தொடர்ச்சியுமாகும். அதற்கு உதாரணமாக காந்திஜி, சர்தார் வல்லபபாய் பட்டேல், எஸ். ராதாகிருஷ்ணன், மௌலானா அபுல்கலாம் ஆசாத் துவங்கிய உன்னதத் தலைவர்களுடனான தொடர்பு பற்றியும் குறிப்பிடுகிறார் பர்ஸா வெங்கடேஷ்வர். மேற்கண்டவர்களுடன் எல்லாம் கருத்து வேறுபாடு கொண்டிருந்தும் அவர்களுடன் இணைந்து சென்ற நேரு எங்கே? நரேந்திர மோடி எங்கே?

மீண்டும் ராஜ்கோட்

காந்தியின் பெயருடன் நேருவையும் இந்திராவையும் இணைத்துக்கொண்டு மோடி அறிவித்த தூய்மை இந்தியா திட்டமும் விரிவான பரிசோதனையைக் கோருகிறது. அதிலும் குறியீட்டுக் கொள்ளையின் தந்திரம் இருக்கிறது. 2014 காந்தி ஜெயந்தி தினத்தின் அறிக்கை, 2019 உடன் நாட்டை முழுவதுமாகத் தூய்மையாக்குக என்பதாக இருந்தது. மகாத்மா இறுதி ஓய்வு கொள்ளும் ராஜ்கோட்டில் மோடி திட்டத்தைத் துவக்கிவைத்தார். காந்திஜி அடிக்கடி செல்லும் சுகாதாரத் தொழிலாளர்கள் வசிக்கும் வால்மீகி சதனத்திற்குச் சென்று விளக்குமாற்றைக் கையிலெடுத்து குடியிருப்புப் பகுதியைச் சுத்தம் செய்து, திட்டத்தைத் துவக்கி வைத்தார். குஜராத்தில் அஹமதாபாத்தில் சபர்மதி ஆசிரமத்தை மையப்படுத்தி காந்திஜியால் துவக்கப்பட்ட தூய்மைத் திட்டத்தையும் அது உணர்த்திய சுகாதார எண்ணத்தையும் ஒரு நிமிடத்தில் மோடி கைப்பற்றிக் கொண்டார். வால்மீகி சதனத்தில் விளக்குமாறு எடுத்து குப்பைகளை அகற்றிய அவரது படம், 1933 செப்டம்பர் 23 அன்று அடோல்ப் ஹிட்லர், ஜெர்மன் ஆட்டோபான்ஸ் என்ற சாலை நிர்மாணத்திற்கு மண்வெட்டி எடுத்ததன் மறு நிகழ்வாகும். முதலில் நெடுந்தொலைவுச் சாலைகளை எதிர்த்த நாஜிகள், அதிகாரத்தைக் கைப்பற்றியவுடன் தங்கள் கொள்கைகளை மாற்றிக்கொண்டனர்.

ஹிட்லரின் சாலைகள் என அழைக்கப்பட்ட அவற்றின் நிர்மாணம், வேலையின்மையைக் குறைப்பதையே நோக்கமாகக் கொண்டிருப்பதாகவும் வாதிட்டனர். மூன்றாம் ருஷின் நிலைத்த நினைவகமாக உயர்த்திக் காட்டப்பட்ட அச்சாலை, தங்கள் நாட்டின் அழகை ரசிக்க ஜெர்மானியர்களுக்கு ஒரு வாய்ப்பை வழங்கியது. ஃபிராங்ஃபர்ட்டில் சாலை அமைப்பின் ஒரு பகுதியாக ஹிட்லர் தானே மண்வெட்டியால் குப்பைக் கூளங்களை அகற்றினார். அதேநாள் பிற இடங்களிலும் சாலைப்பணிகள் துவக்கப்பட்டன. ஃபிராங்ஃபர்ட்டையும் டாம்ஸ்டார்டினையும் இணைக்கும் சாலை 1935 மே 19அன்று அதிகாரப்பூர்வமாகத் திறந்து வைக்கப்பட்டது. ஹிட்லர், ஆஸ்ட்ரியாவை வென்ற பின்னர் அது ஆஸ்ட்மார்க்வரை நீட்டிக்கப்பட்டது.

நாஜி ஏகாதிபத்தியத்திற்கு முன்பு முதலாம் உலகப்போரில் கைதிகளைப் பயன்படுத்தி பெர்லினில் சாலை அமைக்கப்பட்டிருந்தது. 1921 வரை நிறைவடையாத அச்சாலை பந்தய ஓடுபாதையாகப் பயன்படுத்தப்பட்டது. உண்மையில் கொலோன் மேயர் கோன்ராட் அடேனோர்தான் ஆட்டோபான்ஸ் சாலையை முதலில் அமைத்தவர். 1931-33 காலத்தில் கொலோனிலிருந்து டஸ்ஸன்டோர் ஃபிலுக்கு அச்சாலை அமைக்கப்பட்டது. ஆனால் ஒரேயொரு மண்வெட்டி மூலம் ஹிட்லர் அந்த வரலாற்றைக் கவர்ந்துகொண்டார். அதேபோல், 2014 இல் மோடி ஒரேயொரு விளக்குமாறால் காந்தியையும் கவர்ந்துகொண்டார்.

ஹிட்லரின் அடையாளச் சாலை நிர்மாணத்தின்போது அவருக்கு வலது பக்கத்தில் இருந்தவர் பொறியாளர் ஃபிரிஸ்டோட். மூத்த நாஜி பிரதிநிதிகளில் ஒருவரான அவர் 1933 ஜூலையில் ஜெர்மன் ரோட்வேஸின் இன்ஸ்பெக்டர் ஜெனரலாக நியமிக்கப்பட்டார். ‘ஆட்டோபான்ஸ் ஹிட்லரின் கனவு’ என்ற மாயையைப் பிரச்சாரம் செய்த அவருக்கு நாஜி காலத்தில் பல விருதுகளும் வழங்கப்பட்டன. ஜெர்மன் நாஷனல் ப்ரைஸ் ஃபார் ஆர்ட்ஸ் அண்ட் சயின்ஸ் அவற்றில் முக்கியமானது. ஜெர்மானியர்கள் 1936 முதல் பெறக்கூடாது என ஹிட்லரால் விலக்கு ஏற்படுத்தப்பட்ட நோபல் பரிசுக்கு மாற்றாக அந்தத்

தேசியப் பரிசு இருந்தது. இரண்டாம் உலகப்போர் காலத்தில் 1942 பிப்ரவரி 8இல் நிகழ்ந்த விமான விபத்தில் டோட் மறைந்தார். கிழக்கு பிரஷ்யாவில் ராஸ்டென்பர்க்கில் அவ்விபத்து நிகழ்ந்தது. ராபர்ட் வின்ஸன்ட்டின் நாவலான The Company of Strangers அந்த விபத்து ஒரு திட்டமிட்ட சதி எனச் சொல்கிறது.

அன்று வானொலி நாடகம், இன்று உரை

1933 ஆகஸ்ட் 5 அன்று ரீஷ்-ல் ஒரு வானொலி நாடகம் ஒலிபரப்பப்பட்டது. 'நாங்கள் ஒரு சாலையை உருவாக்குகிறோம்' என்ற பிரச்சார நாடகத்தை பீட்டர் ஹேகெனும் ஹான்ஸ் ஜுர்கென் நீரென்ஸும் இணைந்து தயாரித்தனர். 1933 செப்டம்பர் 23இல் 720 பேர் ஆட்டோ பான் தொழிலாளர்களைப்போல மண்வெட்டி ஏந்தி ஃபிராங்ஸ்ஃபர்ட் பங்குச்சந்தை வளாகத்தை நோக்கி அணி வகுத்துச் சென்றனர். ஃபிரிட்ஸ் டோடும், ஜாக்கப் ஸ்ப்ரென்கிளரும் தலைமையேற்ற அந்த அணி வகுப்பில் நாஜி ஒற்றர்களும் இருந்தனர். ஒரு வரப்பில் குப்பைகள் நீக்கி ஹிட்லர் அடையாளப்பூர்வமாகத் திறந்து வைத்தார். பின்னர் வெளியிடப்பட்ட ஆல்பத்தில் டோட், அக்காட்சிகளை விவரிக்கிறார். மீண்டும் மீண்டும் ஹிட்லரின் மண்வெட்டி மண் குவியலில் தாழ்ந்து எழுந்தது. அது ஒரு அடையாள நிகழ்ச்சி மட்டுமாக இருக்கவில்லை. உண்மையான சாலை உருவாக்கமாகவே இருந்தது. இரண்டு தொழிலாளர்கள் ஹிட்லருக்கு உதவி செய்ய ஓடி வந்தனர். மண் குவியல் தீரும்வரை அவர்கள் தங்கள் பணியைத் தொடர்ந்தனர். ஹிட்லரின் நெற்றியிலிருந்து வியர்வையின் முதல் துளி மண்ணில் விழுந்தது என டோட் விவரிப்பதும் அது தொடர்பான புகைப்படங்களும் உட்பட நாஜிகள் விரிவான பொய்ப் பிரச்சாரங்களுக்கு அதை ஒரு கருவியாகப் பயன்படுத்திக்கொண்டனர். 1933இல் ரீஷ்ராக் தேர்தலில் தொழிலாளர்களின் அணிவகுப்பைப் பயன்படுத்தி ஹெயன்ரிச் ஹோப்மான் தயாரித்த சுவரொட்டிகளிலும் ஹிட்லரின் மண்வெட்டி பின்னணியானது. பின்னர் புத்தகங்களிலும் ஆவணப்படங்களிலும் டாக்குமெண்டரிகளிலும் நிறைந்தது.

மன்கிபாத்

1936க்குப் பின்னர் சாலைப்பணிக்குத் தொழிலாளர்களும் போர்க்கைதிகளும் துன்புறுத்தப்பட்டனர். பனிரெண்டு மணிநேரம் வரை வேலைநேரம் நீண்டது. பாதுகாப்பற்ற கடின வேலை, ஏராளமான விபத்துகளை ஏற்படுத்தியது. பெண்களும் பள்ளி மாணவர்களும் கட்டாய வேலை பார்க்குமாறு வற்புறுத்தப்பட்டனர். எழுந்த சிறிய எதிர்ப்புக் குரல்களும் அடக்கப்பட்டன. சிலரது சம்பளம் நிறுத்தப்பட்டது. சிலருக்கு அபராதம் விதிக்கப்பட்டது. ஆட்டோபான் சாலை அமைப்பதற்கென 50 கட்டாய லேபர் கேம்புகள் திறக்கப்பட்டன. கான்ஸன்ட்ரேஷன் கேம்பிலிருந்து யூதர்கள் வரவழைக்கப்பட்டு அவர்களுக்குக் கட்டாய வேலை வழங்கப்பட்டது. அது மட்டுமல்ல வெளிநாட்டுச் சுற்றுலாப் பயணிகளும் கட்டாயப் பணியில் ஈடுபடுத்தப்பட்டனர்.

கொலோன் மேயராக இருந்த கோன்ராட் அடைநாரின் ஆட்டோபான்ஸ் திட்டத்தைத் தட்டிப் பறித்து ஹிட்லருக்கு வழங்க ஃபிரிட்ஸ் பல வழிமுறைகளைப் பயன்படுத்தினார். 'நாங்கள் ஒரு சாலையை உருவாக்குகிறோம்' என்ற வானொலி நாடகம் அத்தகைய வழிமுறைகளில் முக்கியமானதாக இருந்தது. நரேந்திரமோடி 2014 விஜயதசமி தினத்தில் நிகழ்த்திய வானொலி உரை, அந்நாடகத்தை நினைவுபடுத்துவதாக இருந்தது. தூய்மை இந்தியா அறிவிப்பின் தொடர்ச்சியாக நாட்டின் வளர்ச்சிக்குத் தங்கள் திறமைகளை வழங்க அவ்வுரையில் கோரிக்கை விடுத்தார். மன்கிபாத் என்ற காவியச் சுவை கொண்ட தலைப்பு கொண்ட அவரது உரையை, பகல் 11 மணிக்கு ஆகாசவாணியும் தூர்தர்ஷனும் நேரடி ஒலி, ஒளிபரப்பு செய்தன. எஃப்.எம். வானொலி நிலையங்களுக்கும் அதை நேரடியாக ஒலிபரப்பு செய்ய அனுமதி வழங்கப்பட்டது. நவீன ஊடகங்கள் திறந்துவிட்ட அபார சாத்தியங்கள் நிறைந்த இக்காலத்திலும், வானொலியைக் கையாண்ட மோடியை வாழ்த்திய சிலர், இந்திராகாந்திக்குப் பின்னர் வானொலியைப் பயன்படுத்திய முதல் பிரதமர் என்ற பெருமையையும் வழங்கினர். நாட்டிலுள்ள 98 சதவிகித மக்களிடம் தன் மனதிலுள்ள வார்த்தைகளைக்

கொண்டு சேர்த்த மோடியைப் பற்றி மேலும் புகழ் மாலை சூட்டப்பட்டது. 15 நிமிடங்கள் நீண்ட தன் உரையில், சோம்பேறித்தனத்தைக் கைவிட்டு தேச முன்னேற்றத்தில் பங்களிக்குமாறு மக்களை உற்சாகப்படுத்தினார். காந்தியோடு உள்ள ஆதரவைக் காட்டும்விதமாக அனைவரும் கதர் ஆடைகள் உபயோகிக்க வேண்டும். கை லேஸோ, மெத்தை விரிப்போ ஏதாவது ஒன்றைத் தங்கள் திறமையை உணர்ந்து தாங்களே தயாரித்துச் செயல்பட வேண்டும். குறைந்த செலவில் செவ்வாய்க்குத் துணைக்கோள் அனுப்பி நமது விண்வெளி விஞ்ஞானிகள் வெற்றிபெற்றனர். நாட்டில் திறமைக்குக் குறைவில்லை. ஆனால் நாம் நமது திறமைகளை மறந்துவிட்டோம். சோம்பேறிகளாக மாறிவிட்டோம். நாம், நம் மனத்திறனை நன்றாகப் புரிந்துகொள்ள வேண்டும். தன்னுணர்வுடன் ஒவ்வொரு தனிமனிதரும் செயல்பட்டால் வெற்றி நிச்சயம் என்று உறுதிபடக் கூறினார். அனைத்து நிலைகளிலும் காந்தியை அனாதையாக்கிய அவர், தேவையென எண்ணும் சில சின்னங்களைச் சொந்தமாக்கவும் செய்தார். ஜவஹர்லால் நேருவையும் இதேவழியிலேயே அணுகினார்.

நேருவின் 125ஆம் பிறந்த நாள் விழாவைக் கொண்டாடுமாறு மக்களைக் கேட்டுக்கொண்ட மோடி, 2014 பாராளுமன்றத் தேர்தலில் வென்றவுடன் நேருயிஸக் காலகட்டம் கடந்துவிட்டது என்றார். 1950களில் நேருவால் வடிவம் பெற்ற முதலாம் குடியரசு தன் இறுதிக்கட்டத்தை அடைந்ததாகவும், இரண்டாம் குடியரசு துவங்கிவிட்டது என்றும் காவி ஆதரவாளர்கள் பல்வேறு வகைகளில் கூக்குரலிடுகின்றனர். இந்திய அரசியலில் இந்துத்துவ வலதுசாரிகள் வேரூன்றி ஒரு நூற்றாண்டு நிறைவுக்காலமாக 2014 கருதப்படுகிறது. அம்ரித்ஸரில் 1914இல் பண்டிட் மதன் மோகன் மாளவியாவும் லாலா லஜபதிராயும் இணைந்து இந்து மகாசபை துவக்கப்பட்டதுடன் அந்த வரலாறு தொடங்குகிறது. இருந்தாலும் 'இந்துக்களின் வாக்குகள்' காங்கிரஸின் பெட்டியிலேயே விழுந்தன. சர்தார் வல்லபபாய் பட்டேலும், ராஜேந்திர பிரசாத்தும், புருஷோத்தம் தாஸ் டாண்டனும், கே.எம். முன்ஷியும், மொரார்ஜி தேசாயும் பிறரும் இந்துக்களின் பிரச்சினைகளுக்கு முக்கியத்துவம்

வழங்கிச் செயல்பட்டது, இந்தத் துவக்க கால வெற்றிகளுக்கு அடிப்படையாக அமைந்தது. மேற்கூறப்பட்ட தலைவர்களில் பெரும்பாலானோர் குஜராத்தைச் சேர்ந்தவர்கள். 1927இல் கோத்ராவில் நடந்த இனக்கலவரத்தைக் கட்டுப்படுத்துவதில் காட்டிய கவனக்குறைவுக்காக அன்று துணை ஆட்சித்தலைவராக இருந்த மொரார்ஜிதேசாய் தரம் தாழ்த்தப்பட்டு துறைரீதியான நடவடிக்கையை எதிர்கொண்டார். அவரது இந்து சார்பான நிலைப்பாடு பிரச்சினைகளைத் தோற்றுவித்தது. சுமார் 75 ஆண்டுகளுக்குப் பின்னர் அதே கோத்ரா, இனக்கலவரத்தால் நரகமாக்கப்பட்டதை நாம் கண்டோம்.

காந்தி தனிமைப்படுத்தப்பட்டதையும் சபர்மதி ஆசிரமத்தின் நடுக்கங்களையும் நாம் இந்தப் பின்னணியில்தான் காண வேண்டும். ஒன்றிணைவின், தற்சார்பின், சத்தியச் சோதனைகளின், சமூக நல்லிணக்கத்தின் சின்னமாக இருந்த ஆசிரமத்தை காந்தி தன் இதயத்திற்கு நெருக்கமாகக் கொண்டிருந்தார். சத்தியத் தேடலுக்கு உகந்த ஓரிடமாக சபர்மதி ஆசிரமம் இருந்தது. தற்சார்பு, மதத்திற்கு அப்பாற்பட்ட சிந்தனைகளைக் கொண்ட குழுவினரின் ஒன்றிணைந்த மேடை. இங்கே வருகை தருபவர்களுக்கு மனித வாழ்வை நெருங்கிப் பார்க்க இயல வேண்டும் என்று காந்தி குறிப்பிட்டுள்ளார். ஆனால் இந்தப் பெருமைகளைக் காலம் ஆழமாகக் காயப்படுத்தியுள்ளது. சுதந்திரத்தின், பயமின்மையின் தாலாட்டுகளில் சதி நிலங்களும் கூரிய முட்களும் உருவாயின. பிரபல சமூகச் சிந்தனையாளர் மறைந்த அஸ்கர் அலி என்ஜினியர் இத்தகைய கடுமையான நிலையைப் பற்றி வேதனையுடன் எழுதியுள்ளார். 'நான் பலமுறை குஜராத் சென்றிருக்கிறேன். இந்து முஸ்லிம் கலவரங்கள் அங்கே தொடர்ந்து நடக்கின்றன. சமீப காலங்களில் ஒன்றும் சபர்மதி ஆசிரமத்திலுள்ள காந்தியவாதிகள் அமைதிச் செயல்பாடுகளில் ஈடுபடுவதேயில்லை. காந்தியின் மிகவும் மேம்பட்ட போராட்ட ஆயுதமாக இருந்தது சத்தியாக்கிரகம். ஒருநாள் உண்ணாவிரதமிருக்கக்கூட அங்கேயுள்ள காந்தியவாதிகள் முன்வரவில்லை. அவர்களெல்லாம் இனச்சக்திகளைக் கண்டு பயம் கொண்டுள்ளனர். இத்தகைய பிரச்சினைகளில் ஈடுபட்டால் மாநில அரசிடமிருந்து கிடைக்கும்

பொருளாதார உதவிகள் நின்றுவிடுமோ' என்று அவர்கள் பயப்படுவதாக அஸ்கர் அலி குற்றம் சாட்டுகிறார். இனப்படுகொலைத் தேர் உருண்டபோது சில முஸ்லிம்கள் சபர்மதி ஆசிரமத்தை நோக்கி ஓடி வந்தனர். காந்திய மூலகங்கள் தங்களைக் காப்பாற்றும் என்று எண்ணி அவர்கள் சரணடைந்தனர். ஆனால் புதிய காந்தியவாதிகள் வாசற்கதவை அடைத்தனர். குஜராத்தை ஆழத்தில் காயப்படுத்திய இனப்படு கொலைகளுக்குப் பின்னர் மேதாபட்கரின் தலைமையில் சில சமூகச் செயற்பாட்டாளர்கள் அமைதி மாநாடு நடத்த விரும்பினர். அதற்கு அவர்கள் தேர்ந்தெடுத்த இடம் சபர்மதி ஆசிரமம். இனப்படுகொலையை, அரசியல் பிரச்சினையாக மட்டுமே கருதிய ஆசிரம அதிகாரிகள் கூட்டம் நடத்த அனுமதி வழங்கவில்லை.

கனவு பூமியைக் காணுங்கள்

ஆர்ப்பாட்டத்துடன் மோடி தூய்மை இந்தியா திட்டத்தை அறிவித்தபோது, கனவுபூமியான குஜராத்தையாவது கவனத்தில் கொண்டிருக்க வேண்டும். தொழிற்சாலைக் கழிவுச் சுத்திகரிப்பு என்பது பெயரளவுக்குக்கூட நடக்காத, கழிவறைகளும் சிறுநீர் கழிப்பிடங்களும் அபூர்வமான, குடிநீர் ஊருணிகளையே துணி துவைக்கவும் பயன்படுத்துகிற, பொது இடங்களில் குப்பைகளின் கூடாரமான, குறுகிய பாதைகளில் மலமும் சிறுநீரும் கழிக்கப்படும் நரகத்தைத்தான் மோடி சொர்க்கமாகப் புகழ்கிறார். ஆபத்தான தொழிற்சாலைக் கழிவுகளைச் சுத்திகரிப்பதில் நாட்டிலேயே மிகவும் பின்தங்கியுள்ள மாநிலம் குஜராத்.

நிலைமை மிகவும் ஆபத்தானது என மத்தியக் கழிவுக் கட்டுப்பாட்டு வாரியத்தின் புதிய கணக்கு முன்னறிவிப்பு வழங்கியது. குஜராத் ஆண்டுதோறும் வெளியேற்றும் தொழிற்சாலைக் கழிவுகள் 11.07 லட்சம் டன். இதில் 4.47 லட்சம் டன் மட்டுமே அறிவியல் முறையில் சுத்திகரிக்கப்படுகிறது. இதன் பொருள் 6.5 லட்சத்திற்கும் அதிகமான டன் ஒவ்வொரு ஆண்டும் குவிந்து கிடக்கிறது என்பதுதான். குஜராத்தில் பெரு நகரங்களிலெல்லாம் தொழிற்பேட்டைகள் இருப்பதாகப் பெருமைகொள்ளும் மோடி, அவை உருவாக்கும் நரகச்சூழலை

மறைக்கிறார். அஹமதாபாத், வதோதரா, சூரத், ராஜ்கோட் நகரங்களில் மிகவும் ஆபத்தான நிலைமை. வாபி வரை பறந்து கிடக்கும் பத்தாயிரத்துக்கும் மேற்பட்ட தொழிற்சாலைகள் நாட்டிலேயே பயங்கரமான மரணக்குழிகளாக இருக்கின்றன. மாநிலத்தில் 7751 பெரிய தொழிற்சாலைகள் இந்தியாவில் ஆபத்தான தொழிற்சாலைக் கழிவுகளில் 28.76 சதவிகிதத்தை வெளியிடுகின்றன. வேறு எந்தவொரு மாநிலமும் இவ்வளவு கழிவுகளை வெளியேற்றவில்லை. தொழிற்துறைத் 'தங்கப்பாதை', விஷக்கழிவுகள் ஓய்வெடுக்கும் இடமாக இருக்கின்றன. மக்கள் வாழ்விடங்களெல்லாம் கொசுப் பண்ணைகள் போலக்

காட்சியளிக்கின்றன. சாலைகளிலும் சுவர்களுக்கு அருகிலும் குப்பைகளும், விஷக்கழிவுகளும், பயன்படுத்திக் கைவிடப்பட்ட கட்டிடப்

பொருட்களும் குவித்து வைக்கப்பட்டிருக்கின்றன. இவற்றையெல்லாம் தொடாமல், உதிர்ந்த சில இலைகளைப் பெருக்கி மோடியும் அவரது அமைச்சர்களும் தூய்மை இந்தியாவைக் கட்டி எழுப்புகின்றனர்.

அஹமதாபாத் நகரத்தில் கும்கா தடாகம், பொதுக் கழிவறை போலக் காணப்படுகிறது. 6.67 கோடி ரூபாய் செலவிட்டுக் கட்டப்பட்ட தடாகம் மலம், சிறுநீர் சேகரிக்கும் இடம் போலக் காணப்படுகிறது. வீட்டுடன் இணைந்த கழிவறை இல்லாத ஏழை மக்கள், தடாகத்தையே பயன்படுத்துகின்றனர். அந்த அசுத்தமான தடாகத்தையே பலரும் குளிக்கவும் துணி துவைக்கவும் பயன்படுத்துகின்றனர். குப்பைகளைக் கொட்டிச் சுற்றுப்புறத்தையும் நாசமாக்குகின்றனர். 2013 ஜனவரியில் தென்கொரியாவில் ப்யோன்சாந்த்தில் நடந்த சிறப்பு ஒலிம்பிக்கில் தங்கப்பதக்கம் வென்ற மாயாதேவி பூஜத்தின் பரிதாபநிலை மோடியின் வாய்ஜாலத்தைக் கேள்வி கேட்கிறது. மெஹ்ஸானாவில் உள்ள சேரியில்தான் அவளுடைய குடும்பம் வசிக்கிறது. அடிப்படை வசதிகள்கூட இல்லாமல் கடும் துயரத்தில் அக்குடும்பம் வசிக்கிறது. குஜராத்தில் கழிவறை இல்லாத வீடுகளே இல்லை என்று கூறிய முதல்வர் ஆனந்தி பென் பட்டேலின் உறுதிமொழி உண்மைக்கு வெகு தொலைவில் என்று நிரூபிக்கிறது. பணம் கொடுத்து உபயோகிக்கும் கழிவறைக்கு மாதம் ஒன்றுக்கு மாயாவின் குடும்பம் 1800 ரூபாய் செலவிடுகிறது. அவரது தந்தைக்கு மனநலம் பாதிக்கப்பட்டுள்ளதால் அவளுடைய தாய் காபுபென் மட்டும்தான் சிறிய அளவிலான வேலை செய்கிறார். தள்ளுவண்டியில் காய்கறிகள் விற்று அவர் சம்பாதிப்பதோ 7000 ரூபாய்க்கும் குறைந்த தொகைதான். சிறப்பு ஒலிம்பிக்கில் தங்கம் வென்ற இந்திய ஃப்ளோர் ஹாக்கி டீமில் ஒரேயொரு குஜராத்தி வீராங்கனை மாயாதான். அக்குடும்பத்தின் பரிதாபநிலையே இவ்வாறென்றால் பிறரது நிலையைப் பற்றி நாம் உணர்ந்து கொள்ள இயலும். சிறிதும் வருமானமில்லாதவர்கள் மலம் சிறுநீர் கழிப்பதற்குப் பயன்படுத்துவதும் ஒதுக்குப்புறமான இடங்களைத்தான். ஹிட்லர், மருத்துவர்களுக்கு, சமையற்காரர்களுக்கும் மேலான இடத்தை வழங்கியதில்லை. எப்போதெல்லாம் ஏதாவது மருந்து உட்கொள்ள நேர்கிறதோ அப்போதெல்லாம் அவர், மருத்துவர்களுக்கு

அதைக் கட்டாயமாக்கினார். நரேந்திரமோடிக்கும் இதற்கிணையான சில வழக்கங்கள் உண்டு. மருந்துகளுக்கு பதிலாக பிம்ப பண்டங்களை விழுங்க வைத்தார் என்பதே வேறுபாடு. எப்போதும் செய்தித் தலைப்புகளை விரும்பிய அவர், பலனளிக்கும் மக்கள் தொடர்புத் தந்திரங்களையும் கையாண்டார். முற்றிலும் அந்தரங்கமான நிகழ்வுகளைக்கூட ஒதுக்காமல் ஊடகங்களின் முன்பு கொண்டு செல்வார். சொந்தக் கிராமத்தில் அடிக்கடி தன் தாயைச் சந்தித்தது அவரது ஆசியைப் பெறுவதற்காக என்ற பெயரில் ஊடக நிறுவனங்களுக்கு அனுப்பியும், வீடியோக்களில் படம் பிடித்தும் பொதுக் கொண்டாட்டமாக்கி வருகிறாரல்லவா? வால்மீகி நகரில் விளக்குமாறு ஏந்தியதும் சுத்தம் செய்ததும் அதன் தொடர்ச்சிதான்.

வெறித்தனமான ஆணைகளுக்குப் பணியும் இரைகள்

பணத்திற்கு மேலே பருந்துகூடப் பறக்காது, பணம் பத்தும் செய்யும். - போன்ற பழமொழிகள், பணத்தின் சமூக நிலையைக் குறிப்பிடுகின்றன. பணத்தையும் வாழ்க்கையையும் பிணைத்துக் கொண்டு ஏராளமான மேற்கோள்களுமிருக்கின்றன. அவைக்கு மதம், மொழி, இலக்கணம் போன்றவற்றுடன் நெருங்கிய தொடர்பு இருக்கிறது. பணச் சிக்கல் ஏற்பட்டால் அனைவரும் ஒரே மதத்தினர்தான் என்ற வால்டரின் மேற்கோள் கவனிக்கத்தக்கது. 'மூலதனம் ஒருவிதத் தத்துவ முகமூடி' என்ற நம்பிக்கையின் பின்புலத்தையே அந்த ஃபிரன்ச் சிந்தனையாளர் அடக்கமாகக் கூறுகிறார். அனைத்து நாட்டினரும் புரிந்துகொள்ளும் புத்திசாலித்தனமான மொழியில்தான் பணம் பேசுகிறது என்று அஃப்ரா பென் எழுதியுள்ளார். மூத்த ஆங்கில வெகுஜன இலக்கியப் பெண் எழுத்தாளர்களில் ஒருவராகக் கருதப்படும் அவர் வால்டரின் பார்வையிலிருந்து மொழியைச் சென்றடைந்தார். அமெரிக்கக் கவிஞரும் பத்திரிகையாளருமான ராபர்ட் எலியட் கோன்ஸல், இலக்கணத்தைத் துணைக்கு அழைத்தார். பணம் பேசும்போது அது எந்த இலக்கணத்தைப் பயன்படுத்தியதென்று யாரும் கவனிப்பதில்லை என்று அவர் கூறினார்.

A-I-Z
DER SINN DES
HITLERGRUSSES:
MILLIONEN
STEHEN
HINTER MIR!

அமெரிக்க நிதியாளரும், பங்குச்சந்தை முதலீட்டாளரும், பொருளாதார ஆலோசகரும், அரசியல் ராஜதந்திரியுமான பர்னாட் ப்ரூச்சின் படைப்புகளில் ஒன்று How I became a Billianaire. இரண்டு உலகப் போர்களில் அமெரிக்க ஜனாதிபதியின் முதன்மை ஆலோசகராக இருந்தவர் அவர். பங்குச்சந்தைத் தரகர் என்ற நிலையிலிருந்து ப்ரூச், ஏ.ஏ. ஹௌசன் அண்ட் கம்பெனியின் பங்குதாரராக ஆனார். தனது வருமானத்தின் சிறிய பங்கைக் கொடுத்து நியூயார்க் பங்குச்சந்தை வளாகத்தில் அலுவலகமும் அமைத்துக் கொண்டார். 1905-07 காலக்கட்டத்தில் 15,560 ஏக்கர் நிலங்களை வாங்கிக் குவித்தார். பிரபலமான ஹோப் கா பரோனியின் சார்பு நிறுவனமான பெல்லே ஃபீல்ட் ப்ளான்டேஷனுக்கு சொந்தமானவையாக அந்நிலங்கள் இருந்தன. முதலாம் உலகப் போரின் இறுதியில் ஜனாதிபதி உட்ரோ வில்சனுடன் பாரிஸ் விவாதங்களில் பங்கேற்றார். இரண்டாம் உலகப்போரின் இறுதியில் அன்றைய ஜனாதிபதி ஃப்ராங்க்ளின் ரூஸ்வெல்ட்டுடன் பல பேச்சுவார்த்தைகளிலும் பங்கேற்றார். அணு ஆயுத ரகசியங்கள் மறைத்து வைக்கப்பட்டதற்குப் பின்னால் ப்ரூச்சின் ஆலோசனை இருந்தது. The Adventures of a Walt Street Legends என்ற ஜேம்ஸ் கிராண்ட்டின் வாழ்க்கை வரலாறு, அதன் முக்கியத்துவங்களை விவரிக்கிறது. ஆனால் தனது சுயவாழ்க்கையின் சுவடுகள் கொண்ட How I Became a Billianaire என்ற நூலை சோவியத் தலைவர் ஆந்த்ரே க்ரோமிகோவ்க்கு ப்ரூச் அனுப்பி வைத்தார். பின்னர் நேரில் பார்த்தபோது அதைப் பற்றிய அபிப்பிராயத்தைக் கேட்டார். தங்களுடைய கருத்து நன்றாக இருக்கிறது. ஆனால் என்னால் எப்போதும் பின்தொடர இயலாதென்று க்ரோமிகோவ் சொன்னார். க்ரோமிகோவ்க்கு பதிலாக நரேந்திர மோடியைக் கேட்டிருந்தால் பதில் என்னவாக இருக்குமென்று எளிதில் யூகிக்கவியலும். 1965 ஜூன் 20 அன்று ப்ரூச் மரணமடைந்துவிட்டதால் மூலதனக் காதலை மனம் திறந்து கூற அவருக்கு வாய்ப்பு ஏற்படவில்லை.

ஜெர்மன் அனுபவங்கள்

நாஜிஸம் பெரு நிறுவனங்களின் பொருளாதார விருப்பங்களுக்கு மிகவும் பயன்தரும் கவசங்களுள் ஒன்று என ஜெர்மன் அனுபவம்

நிரூபித்தது. 1920களின் துவக்கத்தில் தள்ளாடிய ஜெர்மன் முதலாளித்துவ அரசின் நெருக்கடிகளைப் பார்த்தால் அது தெளிவாகும். பெரு நிறுவனங்களும், படைத் தளபதிகளும் தங்களது பாதுகாவலராக பாசிஸ்ட் தலைமையைக் கண்டனர். மக்களைக் கொலை செய்வதையும் கூட லாப விகிதத்துடன் இணைத்து அங்கீகரிக்கப்பட்டதென்று எர்னஸ்ட் ஹென்றி (The Antiman) எழுதியுள்ளார். வன்முறை மிகுந்த மூலதனச் சேகரத்தால் மட்டுமே பாசிச நடைமுறைகளைத் துவக்க முடியுமென உணர்ந்து கொண்ட திஸ்ஸன்ஸ், கிர்தோஃப்ளஸ், கெப்ளெர்ஸ் துவங்கிய பெருநிறுவன முதலாளிகள் அரங்கிற்கு வந்தனர். 19ஆம் நூற்றாண்டின் இறுதியிலேயே ஜெர்மன் பெருநிறுவனங்கள் ஐரோப்பா முழுவதையும் கையகப்படுத்துவதற்கான திட்டங்களைத் தயாரித்தன. ஜெர்மனியில் பாசிசத்தின் வளர்ச்சியைத் தொடர்ந்து திஸ்ஸன்ஸின் செயல் இயக்குநர்களான திஸ்ஸனும் வோக்ளரும் 1927இல் ரோமில் முசோலினியைச் சந்தித்தனர். அதே ஆண்டில் திஸ்ஸன் நாஜி ஆட்சியில் சேர்ந்து அதன் முதன்மைக் காப்பாளரானார். 1929இல் ஹிட்லரை டஸன்டோர்ஃபிற்கு அழைத்து வந்து 300 பெருந்தொழிலதிபர்களை அறிமுகப்படுத்தினார். தொடர்ந்து 1932இல் 2000 தொழிலதிபர்களுடன் பேச்சுவார்த்தைக்கு ஏற்பாடு செய்தார்.

நாஜி தேர்தல் நிதிக்குப் பெருந்தொகையை அன்பளிப்பாக வழங்க பெருந்தொழில் நிறுவனங்களை நிர்ப்பந்தித்து அதில் வெற்றியும் பெற்றார். 1932 இல் ஜனாதிபதி தேர்தலில் நாஜிகளுக்கு 30 லட்சம் மார்க் நிதியுதவி வழங்கினார். ஹிட்லர் நெருக்கடிகளைச் சந்தித்த போதெல்லாம் திஸ்ஸனைப் போன்ற பெருந்தொழில் நிறுவனங்கள் துணைக்கு வந்தன. தொடர்ந்து மறுஉதவியாக ஜெர்மனி முழுவதுமுள்ள உருக்கு ஆலைகள் திஸ்ஸன் குழுமத்திற்கு வழங்கப்பட்டன. மேற்கு ஜெர்மனியில் மிகப் பெரும் பணக்காரராகக் கருதப்பட்ட ஃபிராடரிக் கார்ல் ஃபிளிக்கிற்கும் ஹிட்லருக்கும் இடையிலான உறவு விவாதங்களை எழுப்பியது. ஹிட்லர் அதிகாரத்தைக் கைப்பற்றிய உடனே அவர் ஃபாஸிஸ்ட் ஆனார். 1933 மார்ச்சில் ஃபிளிக், நாஜிகளுக்கு 2 லட்சம் மார்க் நிதியுதவி வழங்கினார். 12 வருடங்களில் அவ்வாறு வாரிக் கொடுத்த தொகை 77 லட்சம்

மார்க்கிற்கும் மேல். இதற்கான நன்றியாக நாஜி கான்ஸ்ட்டன்ட்ரேஷன் கேம்ப்களிடமிருந்து 45000 போர்க்கைதிகள் ஃபிளிக்கிற்கு வழங்கப்பட்டனர். ஹிட்லரின் நட்பு வளையத்திற்குள் ஐ.ஜி ஹார்பென் என்ற ரசாயன ஆலை நிறுவனமும் அடங்கும். கேஸ் சேம்பருக்கு விஷ வாயுவை இலவசமாக வழங்கியது அந்நிறுவனம். அதற்குப் பதிலாக ஐ.ஜி. ஹார்பனின் ஆலைகளில் போர்க்கைதிகள் கொத்தடிமைகளாக வேலை செய்ய நிர்ப்பந்திக்கப்பட்டனர்.

பிரதமரான பின்னரும், தொடர்ந்து 2014 அக்டோபரில் அமெரிக்காவின் மாடிஸன் சதுக்கத்திலும் நரேந்திரமோடி இனப்படுகொலை உட்பட தன்மேல் படிந்த இரத்தக்கறைகளை அகற்ற மூலதனத்தை உபயோகித்ததன் முதல் தளமாக குஜராத் இருந்தது. மூலதனத்தை ஆயுதமும் சரணமுமாக மாற்றியதற்கு எத்தனையோ காட்சிகள். மிகப் பெரும் பணக்காரர்களான இரு குஜராத்திகள் எனக் கருதப்படும் முகேஷ் அம்பானி, கௌதம் அதானி ஆகியோர்களின் பொருளாதார சாம்ராஜ்யங்களைப் பற்றி டி.என்.ஏ. நாளிதழில் பாவேஷ் ஷா எழுதிய முக்கியமான செய்தியறிக்கை (2014 அக்டோபர் 9) அதைப் பற்றிப் போதுமான ஆதாரங்களை வழங்குகிறது. இருவருக்குமிடையிலான பண இடைவெளி குறைந்து கொண்டே வருவதாகக் குறிப்பிடும் அச்செய்தி, 2020க்குள் லாப விகிதத்தில் அதானி முதலிடத்திற்கு வருவார் என்றும் முன்னறிவிப்பு செய்கிறது. 2014 மார்ச் கணக்குப்படி அம்பானியின் ரிலையன்ஸின் வருமானம் 3,90,201 கோடியாக இருந்ததெனில், அதானி குழுமத்தின் வருமானம் அதன் 10 சதவீதமான 37,491 கோடி ஆகும். அம்பானியின் லாபம் 22,008 கோடியாக இருந்தபோது அதானியின் வருமானம் 2,439 கோடியாக இருந்தது. லாப விகிதத்தில் அதானி குழுமம் ரிலையன்ஸைத் தாண்டியது. அதானியின் வளர்ச்சி இருமடங்கு வேகமானதாக இருக்கிறது. 2027க்குள் அது மேலும் முதலிடத்தையடையும். ரிலைன்ஸின் லாபமான 25,047 கோடிக்கும் அதிகமாக அதானியின் லாபம் 26,095 கோடியாகும். 1999க்கு பின்னர் ரிலையன்ஸின் வருடாந்திர வளர்ச்சி 8 சதவீதமாகவும் லாப மதிப்பு 47 சதவீதமாகவும் இருக்கும்போது, அதானியுடைய வருடாந்திர வளர்ச்சி 16

சதவீதமாகவும் லாபம் 33 சதவீதமாகவும் இருந்தது. சந்தை மூலதனமாக்கலின் வழியாகவும் பங்குச்சந்தை வீழ்ச்சியின் மூலமும் அதானி அடைந்த முன்னேற்றத்தின் விசை, மோடியின் ஆதரவும் வரவேற்பும்தான். மோடியும் அவருடைய அரசியல் கூட்டாளிகளும் சிவப்பு அறிகுறிகளையெல்லாம் மாற்றிப் பச்சைக்கொடி காட்டினர். வாய்ப்புகளிலிருந்து சூதாட்டம் நடத்த, அனைத்து உதவிகளையும் வழங்கினர். அதை வேகப்படுத்த அரசின் கொள்கைகளையும் மாற்றி உதவினர்.

சிக்கல்கள் இல்லாத அணுகுமுறைகள், துறைமுகம், ரயில்வே, மின்சாரத் துறைகளிலும் அதானியை ஈடுபடச் செய்தது. 2020க்குள் அதானி குழுமம் மின்சாரத்துறையில் 1,100 கோடி டாலர் முதலீடு செய்யத் தீர்மானித்துள்ளது. 10 ஆண்டுகளுக்குள் 280 கோடியிலிருந்து 5,093 கோடி சந்தை மூலதன வளர்ச்சியை எட்டிய சிம்ஃபொனி லிமிடெட்டின் வளர்ச்சி திடுக்கிடச் செய்வதாகும். 2004 செப்டம்பர் 13 அன்று அதன் ஒரு பங்கின் விலை 80 பைசாவாக இருந்தது. 2014இல் 1456.30 ரூபாயாக உயர்ந்தது. எதிர்பார்க்கப்படும் வளர்ச்சி விகிதம் 34 சதவீதம்தான். அதன் சி.எம்.டி. அச்சல் பகேரியின் பொற்கரங்களால் நிகழ்ந்ததாக இந்த வெற்றி கருதப்படுகிறது. 1998இல் ஏர்கூலர் உற்பத்தி செய்து கொண்டு தன் பயணத்தைத் துவக்கிய சிம்ஃபொனி நிறுவனம 26 வருடங்களுக்குப் பின்னர் குஜராத்திலேயே சந்தை மூலதனம் 5000 கோடியைக் கடந்த முதன்மை நிறுவனமாக மாறியிருக்கிறது. தானிய அரவை இயந்திரங்கள், வாட்டர் ஹீட்டர் போன்றவற்றின் தயாரிப்பையும் மேற்கொண்டது. 2002இல் நிறுவனம் கடனுக்குள் சிக்கியபோது Board for Industrial Financial Re-Construction-ஐ அணுகிக் கரையேறியது. இப்போது 1000 நவீன சில்லறை விற்பனையகங்களுடன் 78,000 விநியோகஸ்தர்களையும் கொண்டுள்ளது. மெக்ஸிகோவிலும் ஒரு ஆலையைத் துவங்கியுள்ளது. இம்ப்கோ ஏர்கூலர்ஸ் என்ற மெக்ஸிகோ நிறுவனத்தைக் கைப்பற்றி 60 நாடுகளுக்கு ஏற்றுமதி செய்கிறது. ஸ்ரீலங்காவின் சந்தையில் 90 சதவீதத்தையும் வங்கதேசத்தில் 80 சதவீதத்தையும் மெக்ஸிகோவில் 50 சதவீதத்தையும் கைப்பற்றியது. பாபா ராம்தேவின் ஹரித்துவாரிலுள்ள

பதஞ்சலி யோக பீடத்திற்குத் தேவையான அனைத்து ஏர்கூலர்களையும் வழங்கிய சிம்ஃபொனியின் முக்கியமான தயாரிப்பு ஆலைகள் சூரத்தில் சச்சின், காண்ட்லா சிறப்புப் பொருளாதார மண்டலங்களிலும் அஹமதாபாத்தின் 'தோல்' என்ற நகரத்திலும் இருக்கின்றன.

அனைத்தும் பெருநிறுவனங்களுக்கு

அரசுக்குச் சொந்தமான நிலங்களையும் பொது இடங்களையும் பணம் பெறாமலும் பெயரளவிற்குப் பணம் பெற்றுக்கொண்டும் பெருநிறுவனங்களுக்கு வழங்குவதில் நாட்டிலேயே குஜராத் முதலிடத்தில் இருக்கிறது. இதுமட்டுமின்றி தனி நபர்களின் நிலங்களும் கைப்பற்றப்பட்டு வழங்கப்படுகின்றன. அதனால் நிலத்தகராறு தொடர்பான ஏராளமான வழக்குகள் நீதிமன்றத்தில் நிலுவையில் இருக்கின்றன. அவ்வழக்குகளில் தீர்ப்பு வழங்க விரைவு நீதிமன்றங்கள் ஏற்படுத்துவதற்கான அரசின் முடிவு, மேலோட்டமான பார்வையில் சிறுநிலவுடைமையாளர்களுக்கு உதவுவதாகத் தோன்றினாலும் உண்மையில் தொழில் நிறுவனங்களின் நோக்கங்களுக்கே முன்னுரிமை வழங்கப்படுகின்றன. Urbun Land Ceiling and Regulation Act (UNCA)-படி 14,90,000 சதுர மீட்டர் நிலங்கள் கைப்பற்றப்பட்டுள்ளன. ஆனால் 24 லட்சம் சதுர மீட்டர் நிலங்கள் கைப்பற்றப்பட்டது தொடர்பான வழக்குகள் நீதிமன்றத்தில் நிலுவையில் உள்ளன. அஹமதாபாத்தில் மட்டும் UNCA-இன்படி கைப்பற்றப்பட்ட நிலங்கள் 1,28,536 சதுர மீட்டர். வதோதரா (5,50,000 ச.மீ) ராஜ்கோட் (5,68,000 ச.மீ) ஆகிய நகரங்களில் மிக அதிகளவில் நிலங்கள் கைப்பற்றப்பட்டுள்ளன. ஜாம்நகர் (99,657 ச.மீ) பவ்நகர் (92,891 ச.மீ) சூரத் (57,693 ச.மீ) எனப் பிற இடங்களிலும் கைப்பற்றப்பட்டுள்ளன. அளவுக்கு மீறிய நகர மயமாக்கல், குஜராத்தின் கிராமங்களை விழுங்கிக் கொழுக்கிறது. முக்கியமான நகரங்களிலெல்லாம் புறநகர்கள் அமைக்கப்படுகின்றன. கிராமப் பஞ்சாயத்துகளெல்லாம் நகராட்சிகளாக மாற்றப்படுகின்றன. தற்போதுள்ள நகராட்சிகள், பெரு நகரங்களுடன் இணைக்கப்படுகின்றன. 2011 இன் மக்கள் தொகைக் கணக்கெடுப்பைச் சுட்டிக்காட்டி, அஹமதாபாத், சூரத், வதோதரா, ராஜ்கோட் ஆகிய நகரங்கள்

தீவிர வளர்ச்சியடையச் செய்யப்படுகின்றன. அந்தக் கணக்கெடுப்பின்படி 65 புதிய கிராமங்கள் அவ்வாறு அஹமதாபாத்துடன் இணைக்கப்படவிருக்கின்றன. காந்திநகரும், சானந்தும் தவிர இந்த இரு நகரங்களைச் சுற்றிய கிராமங்களும் இணைக்கப்படுகின்றன. வாபியும் காந்திதாமும் வெகுவிரைவில் வளர்ச்சியடையச் செய்யப்படுகிறது. உயர்ந்த நகரத்தன்மை நோக்கி அவை விரைகின்றன. மெல்ல அவற்றின் தன்மையையும் மாற்ற அரசு தீர்மானித்துள்ளது. குஜராத்தில் கிராமப் பகுதிகள் உள்பட வாகன விற்பனை ஆச்சரியப்படுத்தும் விதத்தில் உயர்கின்றன. 2014 ஜூலை வரையுள்ள கணக்குகளின்படி கார் விற்பனை 31 சதவீதமும் இருசக்கர வாகன விற்பனை 35 சதவீதமும் உயர்ந்திருக்கிறது. அம்ரேலி, ஜாம்நகர், பர்தோலி ஆகிய இடங்களில் புதிய வாகனப் பதிவுகள் திடுக்கிடும் வகையில் உயர்ந்திருக்கின்றன. முறையே 91/97/111 சதவீதம் உயர்ந்திருக்கின்றன. 2014 ஏப்ரல் முதல் ஜூலை வரையுள்ள நான்கு மாதத்தில் அஹமதாபாத்தில் 16,652 புதிய கார்கள் விற்கப்பட்டுள்ளன. 2013இன் மொத்த விற்பனையில் 44 சதவிகிதம். அந்த வருடத்தில் பதிவு செய்யப்பட்ட மொத்த கார்களின் எண்ணிக்கை 37,671. இருசக்கர வாகனங்களும் குதித்தோடின. 2013இல் இறங்கிய இருசக்கர வாகனங்களின் 37 சதவிகிதம் 2014இல் நான்கு மாதத்தில் செலவானது. சௌராஷ்டிராவிலும் மாநிலத்தின் தென்பகுதிகளிலும் இதே நிலைதான்.

மேற்கு வங்கத்தின் ஒளிமயம்

மண்ணையும் சுற்றுச்சூழலையும் விருப்பம்போல் பயன்படுத்திக் கொள்ள அனுமதி பெற்ற பெருநிறுவனங்களுக்கு சலுகைகளை வாரி வழங்கினால் வேலைவாய்ப்புகள் வெள்ளம்போல் வரும் என்று நரேந்திரமோடி குஜராத்தின் வறண்ட இதயங்களைத் தொட்டு உரிமை கோரினார். முகேஷ் அம்பானிக்கும் கௌதம் அதானிக்கும் பிறருக்கும், தேவையற்ற, சட்டத்திற்குப் புறம்பான சலுகைகளும், இலவசங்களும் அனுமதிக்கப்பட்டதால் மாநிலத்திற்குத் தாங்க முடியாத நிதிச்சுமை ஏற்பட்டது. சிஏஜி சுட்டிக்காட்டியதன்படி 16,700 கோடி ரூபாய் இழப்பு. இருந்தாலும் வேலைவாய்ப்புகளின் நிலை என்னவானது? மோடியின்

வாதத்தைப் பொய் என நிரூபிக்க National Sample Survey-இன் மிகவும் புதிய அறிக்கை மட்டுமே போதுமானது. 2004 முதல் 2011 வரை இந்தியாவில் தொழில் உற்பத்தித் துறையில் மிகவும் அதிக வேலை வாய்ப்புகளை வழங்கியது மேற்கு வங்கம்தான். அக்கால அளவில் அங்கு ஆட்சிப் பொறுப்பில் இருந்ததோ இடதுசாரிகள். மேற்கூறிய காலங்களில் நாட்டின் தொழில் உற்பத்தித் துறையில் பெறப்பட்ட 58.7 லட்சம் old புதிய வேலைவாய்ப்புகளில் மேற்கு வங்கத்தின் பங்களிப்பு 24 லட்சமாக இருந்தது. குஜராத்தின் பங்களிப்போ 14.9 லட்சம் மட்டுமே.

முதலாளிகளுக்கும் அவர்களுடைய பணத்திற்கும் குஜராத்தில் அனுமதிக்கப்பட்ட சலுகைகளை நரேந்திர மோடி, தேசம் முழுவதிலும் வழங்க 2014 அக்டோபர் 16 அனறு தீன்தயாள் உபாத்யாயா சிரமேவ் ஜயதே திட்டத்தின் மறைவில் ஏற்பாடு செய்தார். மூலதனத்தின் விருப்பங்களுக்கு உட்பட்டு கடுமையான சுரண்டலுக்கு வசதியேற்படுத்தி கொடுப்பவையாக இருந்தது அதன் அறிவிப்புகள். Make in India திட்டம் வெற்றிபெற பெருநிறுவனங்களுக்கு அதிக வசதிகளை ஏற்படுத்தித் தர வேண்டியது அத்தியாவசியமென்று மாநில தொழில்துறை அமைச்சர்களின் கூட்டத்தில் பிரதமர் வெளிப்படையாகக் கூறினார். தொழிலாளர் நலத்துறை ஆய்வாளர்களின் தொழிற்சாலை பரிசோதனைகளுக்கு தடைவிதித்தல், தொழிற்சட்டங்கள் முறையாகப் பின்பறறப்படுகின்றனவென்று அறிவிக்க உரிமையாளர்கள் நிரப்பித் தரவேண்டிய பதினாறு படிவங்களை ஒன்றாக்குதல், நாற்பது தொழிலாளர்கள் வரையுள்ள தொழிற்சாலைகளை முக்கியமான பதினான்கு தொழிற்சட்டங்களிலிருந்து முழுமையாக விடுவித்தல், போக்குவரத்து வசதி வழங்கத் தயாராக உள்ள நிறுவனங்களில் பெண் தொழிலாளர்களை இரவு 7 மணிக்குப் பின்னரும் வேலை செய்ய வைத்தல் போன்றவை புதிய சீர்திருத்தங்கள் மூலமாகத் திணிக்கப்பட்டன. இதில் பல தீர்மானங்களையும் அசோசம் உட்பட தொழிற்குழுவினர் வரவேற்றனர் என்பதும் கவனிக்கத்தக்கது. தீன்தயாள் உபாத்யாயா சிரமேவ் ஜயதே திட்டத்தின் பகுதியாக புதிய தொழிற்சாலைகள் பரிசோதனைத் திட்டங்களும் துவக்கப்பட்டன. அதன்படி தொழிலாளர் நல

ஆய்வாளர்கள் தொழிற்சாலைகளில் தங்கள் விருப்பப்படி பரிசோதனை செய்ய இயலாது. இக்கூட்டம் முடிந்தவுடன் தொழிலாளர் நல ஆணையர், சுரங்கப் பாதுகாப்புப் பொது இயக்குநர், இ.பி.எஃப், இஎஸ்ஐ கார்ப்பரேஷன் ஆகியவற்றிலுள்ள 1800 தொழிலாளர் நல அலுவலர்களுக்கு, மோடி புதிய கொள்கையைத் தெளிவாக விளக்கி எஸ்எம்எஸ் அனுப்பினார். தனியார் தொழில் நிறுவனங்கள் பின்தொடர வேண்டிய 44 தொழிற்சட்டங்களில் 16 தொழிற்சட்டங்கள் மேற்கூறப்பட்ட நான்கு ஏஜென்சிகளின் கீழ்தான் வருகின்றன. அடுத்த கட்டமாக மீதியுள்ள சட்டங்களும் புதிய திட்டத்தின் கீழ் கொண்டுவரப்படும்.

தல்லா சிமெண்ட் ஆலைப் படுகொலைகள்

இந்துத்துவத்தின் தலைவர் ஹரிகிருஷ்ண டால்மியாவிற்கு சொந்தமான உத்திரப்பிரதேசத்திலுள்ள தல்லா சிமெண்ட் ஆலையில் போராடிய தொழிலாளர்கள் மீது துப்பாக்கிக் குண்டுகள் பாய்ந்த மிகச் சமீபகால நிகழ்வு இப்போது நினைவுக்கு வருகிறது. 1972 மார்ச்சில் அமைக்கப்பட்ட உத்திரப்பிரதேச மாநில சிமெண்ட் கார்ப்பரேஷனுக்குக் கீழ் தல்லா ஆலை துவக்கப்பட்டது. சுமார் இருபது ஆண்டுகள் செயல்பட்ட பின்னர் நஷ்டக்கணக்கு காட்டப்பட்டு அது டால்மியாவிற்கு வழங்கப்பட்டது. ஆலையிலுள்ள பதிமூன்று தொழிற்சங்கங்களும் இதைக் கடுமையாக எதிர்த்தன. தொடர்ந்து நடந்த கலவரங்கள், போலீஸ் குண்டர்களால் கொடூரமாக அடக்கப்பட்டன. நூற்றுக்கணக்கான தொழிலாளர்களும் மக்களும் படுகாயமடைந்ததுடன் ஏராளமான தொழிலாளர்கள் ரத்தசாட்சியுமானார்கள். அப்போது கல்யாண்சிங் உத்திரப்பிரதேச முதல்வராக இருந்தார். இயற்கை வளங்களைத் தனியாருக்குத் தாரை வார்ப்பதில் கண்ணும் காதுமில்லாமை பின்னர் மோடியையும் கவர்ந்தது. 2014 செப்டம்பரில் சபர்மதி ஆசிரமத்தைச் சாட்சியாக்கி, மோடியும் சீன அதிபர் ஷீ ஜின் பிங்கும் நடத்திய பேச்சுவார்த்தைகள் வணிக விருப்பங்களுடையனவாக இருந்தன. இயற்கை வளங்களை அலட்சியத்துடன் கவர்ந்து கொள்ள சீனாவில் விலக்கு ஏற்படுத்தப்பட்டுள்ளது. அதனால் 2008இல் பீஜிங் ஒலிம்பிக்ஸின்

கட்டுமானப்பணிகளுக்கு கர்நாடகாவிலிருந்து இரும்புத்தாது கொண்டு செல்லப்பட்டது. அந்த வணிகத்தின் மூலமாக கொழுத்த பல்லாரி ரெட்டி சகோதரர்கள் பாஜகவின் முக்கியப் பொருளாதார உறைவிடங்களுள் ஒருவராக இருந்தனர். இப்போது இந்தியாவிலிருந்து சீனாவுக்கு ஏற்றுமதி செய்யப்படும் முக்கிய இயற்கை வளம் கிரானைட் கற்களாகும். தற்சார்பின் செய்தியை மட்டுமே வழங்கிய காந்தியின் நினைவுகளை மௌனசாட்சியாக்கி மோடி மூலதனத்தின் மாந்திரீகத்தை ஜின் பிங்குக்கு முன்னால் நிகழ்த்தினார்.

மாடிஸன் நாடகம்

2014 செப்டம்பரில் நிகழ்த்தப்பட்ட அமெரிக்க மாடிஸன் நாடகம், வன்முறைக்குணம் மிகுந்த மூலதனத்தின் மூலமும், கும்பல் வெறித்தனத்தின் மூலமும் குஜராத்தில் பிரபலமாக்கப்பட்ட மோடி பிராண்டுக்கு சர்வதேச பேட்டண்ட் பெற்றுக் கொடுப்பதற்கான முயற்சியாக இருந்தது, ஆர்.எஸ்.எஸ்-உம் கார்ப்பரேட் ஊடகத் தொடர் நிறுவனங்களும், என்.ஆர்.ஐ. பணக்காரர்களும் பெருநிறுவனங்களும் இணைந்து மோடியை உலக குருவாகக் கட்டமைத்தனர். மாடிஸன் சதுக்கத்தில் 18000 இந்திய வம்சாவழியினர் அணி திரண்டனர். முன் வரிசையில் இருப்பதற்கு ஒவ்வொருவரிடமிருந்தும் 5000 டாலர் அனுமதிக் கட்டணம் வசூலிக்கப்பட்டது. ஆப்கோ வேர்ல்ட்வைட் போன்ற மக்கள் தொடர்பு நிறுவனங்களும் இந்தியன் அமெரிக்கன் கம்யூனிட்டி ஃபவுண்டேஷனும், யு.எஸ்.ஜுயிஷ் கவுன்ஸிலும் பல்வேறு வகையான நிகழ்ச்சிகளைப் பொறுப்பேற்று வழங்கின. அம்பானியும் அதானியும் இணைந்து அமெரிக்காவுக்கு வரவழைக்கப்பட்ட மோடி பதினொரு பெருநிறுவனங்களுடன் பேச்சுவார்த்தை மேற்கொண்டதும் கவனிக்கத்தக்கது. பெப்சி, கோலா முதல் கூகுள் வரை உள்ள நிறுவனங்களின் தலைவர்கள் அதில் இடம்பெற்றனர். அமெரிக்காவிலும் இஸ்ரேலிலும் உள்ள ஆயுத உற்பத்தி நிறுவனங்களுடன் நடத்திய பேச்சுவார்த்தைகளின்போது அவர்களை இந்தியாவிற்கு வருமாறு கேட்டுக் கொண்டது பேரதிர்ச்சியை ஏற்படுத்துவதாகும். அதன்பின்னர், இஸ்ரேலியக் கொலையாளி பெஞ்சமின் நெதன்யாஹுவுடன்

பேச்சுவார்த்தை நடத்தப்பட்டதையும் குறிப்பிடாமலிருக்க இயலாது. நாட்டின் இயற்கை வளங்களை உறிஞ்சியெடுப்பதற்கு, சுற்றுச்சூழல் தொழிற்சட்டங்கள் ஒன்றும் தடையாக இருக்காது என்ற வாக்குறுதி மோடியால் பெருநிறுவனங்களுக்கு வழங்கப்பட்டது.

மாடிஸன் சதுக்கத்தின் சுழலும் மேடையில் மோடியால் நிகழ்த்தப்பட்ட உரையை ராக்ஸ்டார் ராஜதந்திரம் என்று சிலர் புகழ்ந்தனர். அமெரிக்க கார்ப்பரேட் மூலதனத்தை இந்தியாவை நோக்கி பாய்ந்தோடச் செய்ய சேஃப்டி வால்வ் அமைக்கும் பெரும் பணக்காரர்கள் அதைத் திருவிழாவாக்கினர். மோடியின் மூலம் அவர்கள் தங்களது விருப்பங்களையும் எண்ணங்களையும் வெளியிட்டனர். குஜராத் தயாரித்த மோடி பிராண்டு மீண்டும் தேய்த்து மினுக்கப்பட்டது. பாலிவுட் தரத்திலுள்ள பாட்டும் ஆட்டமும் சேர்த்து பொழுதுபோக்கின் தரத்திலுள்ள பின்னணி அமைக்கப்பட்டிருந்தது. அங்குள்ள ஓவியன் வரைந்த மோடியின் ஸ்கெட்ச் மேடையில் வைக்கப்பட்டு அதற்கொரு கலாரீதியான தொடர்ச்சி ஏற்படுத்தப்பட்டது. இந்த ஸ்கெட்ச் பொருத்தப்பட்டதை அமெரிக்க காமெடியன் ஜோன் வில்லியம் ஆலிவர் பரிகசித்தார். பலமுறை பயன்படுத்தப்பட்டு பழகிப்போன வழிமுறையென அவர் விமர்சித்தார். தாங்கள் ஒரு சோர்வூட்டும் செயலைத் தொடர்ந்து மேற்கொள்கிறீர்கள் என்று ஆலிவர் கூறியது, நியுயார்க்கில் முடிவற்று நின்றுகொண்டிருந்த பக்தர்களுக்கு சிறிது இணக்கமின்மையை ஏற்படுத்தியது என்பது உண்மை. இந்தியப் பிரதமரின் சோப் ஓப்பரா போன்ற காட்சிகளைத் தனது ஞாயிறு நிகழ்ச்சிகளில் மறு ஆக்கம் செய்த அவர் திறன்மிகுந்த இந்தியத் தலைவரின் ஆபத்து நிறைந்த சோர்வூட்டும் செயல்களை நிகழ்த்தும் சக்தி விரைவில் மோசமான வடிவத்தைக் கைக்கொள்ளும் என்றும் கூறினார். பங்கஜ் மிஸ்ரா கூறியதுபோல தான் உருவாக்கிய விளையாட்டுத்தனமான சட்டங்களால் பெரிய ஆட்களுக்கு முன்னால் உடல் வளைத்து நடித்துத் தானும் பெரிய ஆளாக முயலும் பொறாமைக்காரனான சிறிய மனிதனின் பார்வைகளிலிருந்து முற்றிலும் வித்தியாசமான ஒன்றையே இந்தியா தீவிரமாகக் கோருகிறது என்று கூற வேண்டியதாக இருக்கிறது.

பணியும் வழக்கம் கொண்ட வெறித்தனத்தின் இரைகள்

பணியும் வழக்கம் கொண்ட வெறித்தனத்தின் இரைகள் என்ற தாழ்ந்த செயலை அரங்கேற்றிய பக்குவமற்ற கும்பல் உண்மையில் மாடிஸன் சதுக்கத்தை பேய் ஆட்டம் (madding) ஆடியது போலச் சலனடையச் செய்தனர். பகுத்தறிவிற்கோ, உண்மை நிலவரங்களுக்கோ, யதார்த்தத்துக்கோ அங்கே இடமில்லை. மோடியின் உரையைக் கேட்பதற்கும், பூஜிப்பதற்கும், கரவொலி எழுப்புவதற்கும் திரண்ட இந்திய வசம்சாவழியினரில் பெரும்பாலானோர் அமெரிக்கர்களைவிடவும் பணக்காரர்களான குஜராத்தைப் பூர்வீகமாகக் கொண்ட சங்பரிவார் ஆதரவாளர்களாக இருந்தனர். குஜராத்திலிருந்து அதானி குழுமம், யு.எஸ். ஹோட்டல் தொடர் நிறுவனமான நாவிகா குழுமம், இந்திய மருத்துவத் தயாரிப்புப் பெரு நிறுவனமான சன் பார்மா, என்.ஆர்.ஐ. டெலிவிஷன், பெரு எண்ணெய் நிறுவனமான எஸ்ஸார் துவங்கிய பெருநிறுவனங்கள், 15 லட்சம் டாலர் செலவிட்டு நடத்தியது மாடிஸன் நிகழ்ச்சி என்பது மறைத்து வைக்கப்பட்டது. 2002இன் கூட்டுப் படுகொலைச் சூத்திரதாரிக்கு எதிராக நடந்த எதிர்ப்புப் போராட்டத்தையும் ஊடகச் செயற்பாட்டாளர் ராஜ்தீப் சர்தேசாய் தாக்கப்பட்டதையும், தேசத்தந்தை மகாத்மாவின் பெயரின் துவக்கமாக மோகன்லால் என மோடியால் தவறாக உச்சரிக்கப்பட்டதையும் பலரும் தேவையான அளவுக்கு கௌரவத்துடன் எடுக்கவில்லை. இதே மோடி குஜராத் முதல்வராக இருந்தபோது 2005இல் மாடிஸன் சதுக்கத் தோட்டத்தில் நடந்த ஒரு நிகழ்ச்சியில் பங்கேற்பதைத் தடுக்க, யு.எஸ். வெளியுறவுத்துறை மோடிக்கு விசா வழங்க மறுத்ததும் மறக்கப்பட்டது. இனப்படுகொலையின் ரத்தக்கறையை மூலதனம் கழுவிக் களைந்த மறதி நோயாக இருந்தது 2014 செப்டம்பரில் நிகழ்ந்த வரவேற்பு. மனப்பிரமையில் ஆழ்ந்த பெரும் பணக்காரர்களின், வாத்தியக் குழுவினரின் வரவேற்புடன் நிகழ்ந்த கோமாளித்தனங்கள் அனைத்தும் சகித்துக் கொள்ளப்பட்டன. 2002இல் மோடியின் தலைமையில் நடந்த இனப்படுகொலையின்போது உண்மையான செய்திகளை ஆதாரத்துடன் வழங்கிய ராஜ்தீப் சர்தேசாய் அவமானப் படுத்தப்பட்டுத் தாக்கப்பட்டார். தன்னைத் தாக்கிய பணக்காரர்களை நோக்கி, பணமிருந்தால் பண்பாடும்

இருக்கும் என்பதில்லை என்று கூறிய அவரது வார்த்தைகள் மூலதனப் பைத்தியங்களைக் காயப்படுத்தியிருக்கலாம். இந்தியாவில் வாழாத அமெரிக்க இந்தியரின் சிக்கலான பாதுகாப்பற்ற நிலையை இந்து தேசியத்தின் மனப்பிரமைக் கற்பனைகளுடன் கோர்த்துக் கட்டப்பட்ட சொற்களாக இருந்தது மோடியின் நாவிலிருந்து தெறித்து வீழ்ந்தவை. சன் பார்மசூட்டிகல்ஸ், மாடிஸன் பொழுதுபோக்கை ஸ்பான்சர் செய்ததற்குப் பின்னால் பொருளாதாரக் காரணம் மட்டுமே இருக்கிறது. அமெரிக்கப் பயணத்திற்குச் சற்றுமுன்பு உயிர்காக்கும் மருந்துகள் உட்பட பல மருந்துகளின் விலைக் கட்டுப்பாட்டை நீக்கி மோடி செய்து கொடுத்த உதவி சாதாரணமானதல்ல. 1979இல் ஜனதா கட்சி அதிகாரத்திலிருந்த போது 347 அத்தியாவசிய மருந்துகளின் விலை, கட்டுப்பாட்டுக்கு உட்படுத்தப்பட்டது. 1970இன் பேட்டண்ட் சட்டத்துடன் இவ்விலைக்கட்டுப்பாடும் மருந்துகளின் விலையை நிர்ணயிப்பதில் முக்கியப் பங்கு வகித்தது. ஆனால் பெருநிறுவனங்களின் நெருக்குதல்களுக்கு இணங்கி விலைக்கட்டுப்பாட்டிற்கு உட்பட்டிருந்த மருந்துகளின் எண்ணிக்கையை மத்திய அரசு படிப்படியாகக் குறைத்துக் கொண்டு வந்தது. 1987இல் 142 ஆகவும் எட்டு ஆண்டுகளுக்குப் பின்னர் 84 ஆகவும் குறைக்கப்பட்டன. மிகவும் இறுதியில் மோடி நல்கிய சலுகை, சன் பார்மாசூட்டிகல்ஸின் பெருங்கொள்ளைக்கு உதவியாக இருந்தது.

அன்புள்ள விரோதம்

குஜராத் இனப்படுகொலையின் அனைத்துக் கறைகளையும் சந்தேகங்களையும் கழுவி மாய்த்த ஆங்கில ஊடகங்கள், மோடியின் நெருங்கிய நண்பர்களாக ஆனதற்கும் மாடிஸன் நாடகம் சாட்சியாக இருக்கிறது. முஸ்லிம் வேட்டையின் குரூர நாட்களில் உயர்த்திய சிறிய சந்தேகங்களையும் கைவிட்டு அவை மோடி மீதும் மோடி ஆதரவாளர்கள் மீதும் நம்பிக்கை கொண்டன. சுதந்திரச் சிந்தனை கொண்டவர்களுக்கும் ‘கபட மதச்சார்பற்றவர்களுக்கும்’ இடையே தகர்க்க இயலாத உறவு மெல்ல உருவாகியுள்ளது. பழைய எதிர்ப்புகள், அன்புள்ள விரோதமாகக் குறுகத் துவங்கியிருக்கின்றன. குஜராத் இனப்படுகொலைகளுக்குப் பின்னர்

ஐந்தாறு வருடங்கள் அதன் காயங்களைப் பிரதிபலித்து வந்த ஊடகங்கள், மோடியின் மூலதன வழிபாடுகளுக்கு முன் மனமாற்றம் கொண்டன. பிரதமரான பின்னர் அது மேலும் தெளிவானது. உலகம் முழுவதுமுள்ள நேயர்களுக்கு முன் தனிநபர் ஆடைத் தொகுப்பு, எளிதில் ஜீரணிக்கும் உணவு முதல் இந்தியாவின் பங்கை நிகழ்த்துவது வரை அவை ஒற்றி எடுத்தன. மாடிஸன் பொழுதுபோக்கு நிகழ்ச்சியைப் படம்பிடிக்க தங்கள் சொந்தச் செலவில் பறந்த பத்திரிகையாளர்களும் இருந்தனர். மோடியின் நிகழ்ச்சித் தொகுப்பாளர்கள் சுய ஆளுமையையும் நோக்கங்களையும் தங்கள் உரையில் எடுத்தெறிந்து அதிக அளவில் புகழ்ந்தனர். அசாதாரண மேதை என்பது போன்ற ஒரேவிதமான புகழுரைகளை நிகழ்ச்சித் தொகுப்பாளர்கள் மீண்டும் மீண்டும் கூறினர். மாடிஸன் எல்லை கடந்த செய்தி முக்கியத்துவம் பெற்றது. அங்கே கூடிய என்.ஆர்.ஐ.காரர்கள் சித்தம் கலங்கி 'மோடி மோடி மோடி' என அழைத்துக் கூவி வீர ஆராதனையை வளர்த்தெடுத்தனர். அது பயமுறுத்தும் தேசியவாதத்தை எதிரொலித்தது. 2014 அக்டோபர் 8 முதல் 10 வரை மத்தியப்பிரதேசத்தில் இந்தோரில் நடந்த Global Investers Submit-லும் மோடியை மூலதனத் தெய்வமாக்கினர். பேச்சாளர்களும், பெருநிறுவனத் தலைவர்களும், ஊடகங்களும், அனில் அம்பானியும், கௌதம் அதானியும், ஆதி கோத்ரெஜும், சைரஸ் மிஸ்திரியுமெல்லாம் நிறுத்தாமல் கரவொலி எழுப்பி மோடியின் மூலதனச் சுவிசேஷத்தை வரவேற்றனர். நோயால் பீடிக்கப்பட்ட மாநிலம் என்ற நிலையிலிருந்த மத்தியப்பிரதேசத்தின் அதிவேகக் குதிப்பை அடிக்கோடிட்டுப் பிரதமர் வாழ்த்தினார். பிரதமரின் ஜன்கன்ன யோஜனா, Digital India Campaign, Defence Manufacturing, Organic Farming ஆகிய துறைகளிலெல்லாம் மத்தியப்பிரதேசம் நாட்டிற்கே முன்மாதிரி மாநிலமாகத் திகழ்வதாக மோடி புகழ்ந்தார். ஜப்பான், சீனா, அமெரிக்கா ஆகிய இடங்களிலிருந்து வரும் 10,000 கோடி டாலர் மூலதனத்திலிருந்து நல்லதொரு பங்கைத் தேடி எடுக்க மாநிலங்கள் போட்டிபோட வேண்டுமென்றும் மோடி கேட்டுக்கொண்டார். தீய சிந்தனைகளுக்கு ஆட்பட்ட மந்தமான பொருளாதார நிலையை விரைவாக்கவும் மாநிலங்களை எழுச்சியடையச் செய்யவும்

உலகத்தலைமை அவசியமென்றும், மோடி அதன் குறியீடாக இருப்பதாகவும் மத்தியப்பிரதேச முதல்வர் சிவராஜ்சிங் செளகான் தன் வரவேற்புரையில் குறிப்பிட்டார். மோடி இந்தியப் பிரதமர் மட்டுமல்லவென்றும் உலகத் தலைவர் என்றும் அவர் கூக்குரலிட்டார். இந்தியாவில் தற்போதுள்ள தலைமையின்மையை நிறைத்த மோடி, முழுமையாக நாட்டை உணர்வுபெறச் செய்ததாகவும், உலகச்சந்தையில் வெட்கக்கேட்டை உருவாக்கிய கொள்கைரீதியான பக்கவாதத்தை விரட்டியதாகவும் செளகான் விவரித்தார். 'வைப்ரண்ட் குஜராத்' - சொற்கோவைக்கிடையிலும் இத்தகைய மோடி துதிகள் நிரம்பி வழிந்தன. மிகவும் கொண்டாடப்பட்ட குஜராத்தின் மூலதனச் சங்கமங்கள் எந்த அளவு வெற்றிகரமாக இருந்தனவென்று பரிசோதிக்காமலேயே, இப்போதைய மத்தியப்பிரதேச மாதிரி முன்னிலைப் படுத்தப்படுகிறது.

விவேகானந்தா இன்டர்நேஷனல் பவுண்டேஷன், இந்தியன் அமெரிக்கன்ஸ் ஃபார் ஃபிரீடம், இந்து அமெரிக்கன் பவுண்டேஷன் துவங்கிய அமைப்புகளின் இணைந்த ஏற்பாட்டில் நடைபெற்றது மோடியின் மாடிஸன் நாடகம். சுவாமி விவேகானந்தரின் சிக்காகோ மதப் பாராளுமன்ற உரையின் நூற்றாண்டு தொடர்பாக வாஷிங்டனை மையப்படுத்தி அமைக்கப்பட்ட 'குளோபல் விஷன் 2000' இதைப்போன்ற இந்துத்துவ அமைப்புகளின் பிரச்சார மேடையாக இருந்தது. ஓராண்டு நீண்ட நூற்றாண்டு விழாக் கொண்டாட்டத்தை, மூலதனமும், இனவெறியும் சேர்த்து கலக்கிய பல அறிக்கைகளின் வெளியீட்டுக் களமாக்கினர். அமெரிக்காவிலும் கனடாவிலும் சில பல்கலைக் கழகங்களை முன்னிறுத்தி பாஜக அரசியலுக்குத் தத்துவார்த்த ஆடை அணிவிக்கவும் முயற்சி மேற்கொள்ளப்பட்டது. 'பாஜகவின் வெளிநாட்டு இந்திய நண்பர்கள்' என்ற அமைப்பின் முக்கியப் பொறுப்பாளர் பென்சில்வேனியா பல்கலைக்கழகத்தின் தினேஷ் அகர்வால் என்பவர். பாஜகவையும், இந்தியாவையும் பற்றிய உண்மைகளை வெளிக்கொணர்வதில் மட்டுமே தாம் ஈடுபாடு கொள்வதாக அக்காலத்தில் வெளிப்படுத்தினார். அமெரிக்காவில் இந்தியர்களுக்கிடையில் காவி சார்பான மனோபாவத்தையும் இன அரசியலின் வெறித்தனங்களையும்

விதைக்க ஏராளமான இந்துத்துவ அமைப்புகள் இருக்கின்றன. பெருநிறுவனங்களின் மூலமான பிரச்சாரம், செய்தியறிக்கைகள், வார இறுதியில் கூட்டம் நடத்துதல் போன்ற வழிமுறைகளின் மூலம் அவை பாஜகவின் புகழை உயர்த்தப் பாடுபடுகின்றன.

பாஜகவின் பொருளாதாரக் கொள்கைகள், இந்தியர்களுக்கும் வெளிநாட்டு வாழ் இந்தியர்களுக்கும் ஒரே விதத்தில் நன்மையளிக்குமென்று அமெரிக்காவில் பெருமளவில் பிரச்சாரம் நடைபெறுகிறது. 'கமல்' என்ற இந்து மத மும்மாத இதழின் ஆசிரியராகவும் நியூயார்க்கில் சா.ஃப்ட்வேர் ஆலோசகருமாக இருந்த ரமணமூர்த்தி, பல வருடங்களுக்கு முன்பு, காங்கிரஸ் அறிமுகப்படுத்திய திறந்த பொருளாதாரமயமாக்கலுக்கு முதல் குறிப்பை வழங்கியது பாஜகதான் என உரிமை கோரினார். அமெரிக்காவில் இந்துத்துவத் தத்துவவாதிகளில் முக்கியமானவரான பாபு சுசீலன், இந்தியாவில் ஆர்.எஸ்.எஸ். தலைமையைப் போல வெளிநாட்டினருக்கு அமெரிக்க இந்தியரின் விருப்பங்களுக்கு இசைந்த கொள்கை வடிவமைப்பாளராக இருக்கிறார்.

காலிக்கோ மியூசியமும் இழையறுந்த வாழ்க்கையும்

உடலைப் போர்த்தி அழகை வழங்கும் ஆடைகள், கலையும் பண்பாடும் இழை சேர்ந்திருப்பவை. அவற்றை உற்பத்தி செய்பவர்களின் மத, பொருளாதார, சுற்றுச்சூழல், கைவேலைத்திறன் ஆகியவற்றின் பின்னணியும் தவிர்க்கக் கூடியதல்ல. அவ்வாறு அவற்றின் சமூக வரலாற்று வளர்ச்சியின் மேடு பள்ளங்களை அறிமுகப்படுத்தும் ஏராளமான டெக்ஸ்டைல் கண்காட்சிச் சாலைகளின் உலகில், வடமேற்கு வாஷிங்டனின் கலோரமாவில் உள்ள 'வாஷிங்டன் டிசி டெக்ஸ்டைல்ஸ் மியூசியம்' மிக முக்கியமானது. கலைஞன் ஜோர்ஜ் ஹெவிட் மயேர்ஸஜ்-இன் வீட்டில் 1925இல் அது துவக்கப்பட்டது. ஜோன் ரஸ்ஸல் போப் அதனை வடிவமைத்தார். தொடர்ந்து அருகிலுள்ள கட்டடமும் பயன்படுத்தப்பட்டது. அதை வடிவமைத்ததோ வாஜ்ஜிவுட். பிரதேச - தேசிய - சர்வ தேசியத் துணி வகைகளின் உருவ மாற்றங்களைப் பொதுமக்கள் அறியச் செய்வதை நோக்கமாகக் கொண்ட மியூசியம் இப்போது ஜார்ஜ் வாஷிங்டன் பல்கலைக்கழகத்துடன் இணைந்து செயல்படுகிறது. பார்ஸிலோனாவில் டெராஸயிலுள்ள கற்றாலன் டெக்ஸ்டைல்ஸ் மியூசியம் அண்ட்டாக்குமெண்டேஷன் சென்டரிலுள்ள நூலகம் பெரும் ஆய்வுக்குட்படுத்தப்பட வேண்டிய ஒன்று. ஆடைகளின்

ஃபாஷன், ஃபோட்டோகிராபி, துணிவகைகள் சேகரிப்பு முனையங்கள் ஆகியன அடங்கியவை அந்நூலகம். இத்தகையதொரு மியூசியம் பூட்டானில் தம்புவிலும் இருக்கிறது. பூட்டான் நேஷனல் லைப்ரரிக்கு அருகில் 2001இல் அது துவக்கப்பட்டது. டெக்ஸ்டைல்ஸ் ஆய்வையும் கண்டுபிடிப்புகளையும் நோக்கமாகக் கொண்டு ராணி அஷி சன்காய் சோதென் வான்க்அக், அத்தகையதொரு எண்ணத்தை முன்வைத்தார். பாரம்பரிய ஆடை தயாரிப்புக் கைத்திறனை உற்சாகப்படுத்துவதாக இருந்தது ராணியின் நோக்கம். டேனிஷ் அரசு 1,65,000 டாலர் நிதியுதவி அளித்தது. அமெரிக்காவில் பீ பாபு எஸெக்ஸ் மியூசியம் தொழில்நுட்ப உதவிகளை வழங்கியது. இங்கிலாந்தில் ஹாலிபாக்ஸில் பாங்க்ஃபீட், இந்தோனேஷியாவில் சுபா, கம்போடியாவில் ஏஷ்யன் டிரடிஷனல் மியூசியம் ஆகியவையும் குறிப்பிடத்தக்கன. ஸீம்ரிப் நகரத்திலுள்ள டிரடிஷனல் மியூசியத்தில் இந்திய ஆடைத் தொடர்புகளுக்கு முக்கியத்துவம் அளிக்கப்பட்டுள்ளது. துணி வகைகளுடன் தென்கிழக்கு ஆசியாவுக்குள் கடந்து சென்ற இந்திய வணிகர்களுக்கு நீண்ட வரலாறு இருக்கிறது.

ஸலார் ஜூங்க் மியூசியம்

இந்தியாவில் தாருஷிஃபாவில் ஸலார் ஜூங்க் மியூசியம் உள்ளது. ஹைதராபாத்தில் முஸி நதியின் தெற்குக் கடற்கரைப் பகுதியில் சிற்பங்களும் ஓவியங்களும் கடிகாரங்களும் ஃபர்னிச்சர்களும் தவிர துணிவகைகளும் காட்சிக்கு வைக்கப்பட்டுள்ள மியூசியம், 1951ல் பிரதமர் ஜவஹர்லால் நேருவால் துவக்கி வைக்கப்பட்டது. இந்தியாவைத் தவிர, ஜப்பான், சீனா, பர்மா, நேபாளம், பெர்ஷியா, எகிப்து, ஐரோப்பா, வட அமெரிக்கா போன்ற இடங்களிலிருந்து வந்த ஃபர்னிச்சர்கள் நம் மனம் கவர்பவை. ஸலார் ஜூங்க் குடும்பத்தின் சொத்துக்களால் அவையெல்லாம் வாங்கிச் சேகரிக்கப்பட்டன. ஹைதராபாத்தின் ஏழாம் நிஜாமின் முக்கிய அமைச்சராக இருந்த மூன்றாம் நவாப் மிர் யூசுப் அலிகான் ஸலார் ஜூங்க் மிகவும் நினைவு கூரத்தக்கவர்.

இத்தகைய மியூசியங்களில் உலகிலேயே பிரபலமானது அஹமதாபாத்தில் காலிக்கோ டெக்ஸ்டைல் மியூசியம். 1949இல் தொழிலதிபர் கௌதம் சாராபாயும் அவரது சகோதரி கீராவும் சேர்ந்து அமைத்தது அது. காலிக்கோ மில்லில் துவங்கிய மியூசியத்தில் சேகரிப்புகள் அதிகரித்தபோது அது ஷாகிபாகிலுள்ள சாராபாய் ஹௌஸுக்கு மாற்றப்பட்டது. இந்தியாவின் மான்செஸ்டர் என்று அழைக்கப்படும் அஹமதாபாத்தில் டெக்ஸ்டைல்ஸ் மியூசியம் துவங்கப்பட வேண்டும் என்ற எண்ணம் 1940 முதலே தோன்றியிருந்தது. டாக்டர் ஆனந்தகுமார சுவாமியும் கௌதம் சாராபாயும் நடத்திய பேச்சுவார்த்தைகள் அதற்கு அடிப்படைக் காரணங்களாக இருந்தன. சேகரிப்பின் முதல் பத்தாண்டுகளில் கைகளால் உருவாக்கப்பட்ட துணி வகைகளுக்கு முக்கியத்துவம் வழங்கப்பட்டது. பின்னர் மியூசியத்தில் பிரசுர வெளியீட்டுப் பிரிவு துவக்கப்பட்டது. ஹிஸ்டாரிகல் டெக்ஸ்டைல்ஸ் ஆஃப் இந்தியா (இந்தியத் துணிவகைகள் - ஒரு வரலாறு) என்ற தொடர் ஜோன் இர்வினின் ஆசிரியத்துவத்தில் வெளிவந்தது. Contemporary Textile Craft Survey of India என்ற துறை டாக்டர் ஆல்பிரட் பூலரின் தலைமையில் துவக்கப்பட்டது.

ஐந்து நூற்றாண்டுகளுக்கும் முன்னர் உள்ள ஆடைகள், துணி வகைகளின் புதையலாக காலிகோ மியூசியம் உள்ளது. கை நெசவு, பிரிண்டிங், பெயிண்டிங் போன்றவை முகலாயக் காலக்கட்டத்திலிருந்து காணப்படுகின்றன. பெரு மரங்களுடனும் செடிகளுடனும் பூக்களுடனும் தலை உயர்த்தி நிற்கிறது மியூசிய வளாகம். பசுமை நிறைந்த சூழல் இயல்பான குளிர்ச்சியையும் வழங்குகிறது. உட்புறத்தில் மின்சாரத்தின் உதவியுடன் அத்தகைய தட்பவெப்பம் நிலைநிறுத்தப்படுகிறது. சிற்ப வேலைபாடுகள் மிகுந்த பிரம்மாண்டமான வாசல்களும் தூண்களும் மேற்கூரைகளும் புராதான அரண்மனையை நினைவுறுத்துகிறது. குஜராத்திலும் ராஜஸ்தானிலும் பிற இடங்களிலும் சிதிலமடைந்த வீழ்ந்த பழைய அரண்மனைகளின் பகுதிகள், இருந்தவாறே கொண்டுவந்து பாதுகாக்கப்பட்டுள்ளன. நாட்டின் பல பகுதிகளிலும் சேகரித்த, இதயம் கொண்டும் கரங்களாலும் நெய்யப்பட்ட விதவிதமான துணிவகைகள்.

அவை இரண்டு கேலரிகளில் பிரித்து வைக்கப்பட்டுள்ளன. மதம் சார்ந்த ஆடை வகைகளுக்கும் வரலாற்று ரீதியான ஆடை வகைளுக்கும் தனித்தனிப் பிரிவுகள். துணிவகைகளை அடிப்படையாகக் கொண்டு மேலும் சில பிரிவுகள். மதம் சார்ந்த காலரியில் 15ஆம் நூற்றாண்டில் கிருஷ்ணா ஸெக்ட் பின்தொடர்ந்த 'வல்லப நடைமுறை' சிறப்பாக நம் கவனத்தை ஈர்க்கிறது. ஆலயங்களையும் பணக்கார பக்தகோடிகளின் வீடுகளையும் மாதிரியாகக் கொண்டு அமைக்கப்பட்டுள்ள சிறிய பிரார்த்தனைக் கூடம். ஒன்பது விதமான பக்தி நிலைகளை நினைவுறுத்தும் ஒன்பது படிகள். பக்திமயமான ஒலிகளின் சூழல். உற்சவ அனுஷ்டான முறையிலான ஆடைவகைகள், துணிவகைகளின் தொகுப்பு. ஜன்மாஷ்டமிக்கு கிருஷ்ண பகவானின் பெயரில் நடைபெறும் திருவிழாக்களை நினைவுறுத்தும் பருத்தி துணியில் வரையப்பட்ட ஓவியங்கள். தொடர்ந்து மதச்சார்பற்ற திருவிழாக்கள். அங்கே மழைக்காலமும் குளிர்காலமும் காட்சிப்படுத்தப்பட்டுள்ளன. யமுனை நதிக்கரையில் காதம்பரி மரச்சுவட்டில் ஸ்ரீகிருஷ்ணனை எதிர்பார்த்து நிற்கும் கோபிகையர். ராதாவின் பூர்வீக வீடு இருக்கும் வ்ரஜ கிராமத்தில் கிருஷ்ணன் மயிலைப்போல ஆடியதையும், போதி மரத்தையும், தர்மச்சக்கரத்தையும் தொடர்ந்து காணலாம். ஜைனப் பாரம்பரியத்திலிருந்து வந்த ஆடைகளும் உள்ளன.

பெர்ஷியன் கைத்திறன்

தொழில்முறையில் வளர்ந்த முகாலயக் கம்பளிகளின் தொகுப்பு, பெர்ஷியன் கைத்திறனையும் கடல் கடந்துள்ள யாத்திரைகளின் நினைவுகளையும் உணர்த்துகிறது. வாளும் கேடயமும் பிடித்து இரும்பு ஹெல்மெட் அணிந்து நிற்கும் படைவீரன் சிலை, முகலாயக் காலகட்டப் போர்க்கருவிகளின் குறியீடாக இருக்கிறது. அக்காலத்தைய துணி டெண்ட்டுகள் ராஜ ஓய்வுகளின் மேன்மையை அறிவிக்கிறது. வெளியே செல்லும் பயணங்களில் டெண்ட்டுகள் குதிரைகள் மூலம் கொண்டு செல்லப்பட்டன. ராஜ ரகசியங்களைக் காப்பாற்றும் கனமுள்ள துணிச் சுவர்கள்! ராணிகளுக்குத் தனிவிதமான டெண்டுகள். வெளியே கவனிக்க சில துளைகள் உள்ளன. அதுமட்டுமின்றி அந்நியர்கள் யாராவது அருகில்

வந்தால் டெண்டுகள் பிரதிபலிக்கும். அத்தகைய டெண்ட்டுகளுக்குள்ளிருந்து கொண்டுதான் அக்பர், தனது படையணிகளை வாழ்த்தி ஊக்கமளித்தார்.

இந்து முஸ்லிம் இரு பிரிவினரிடமும் செல்வாக்கு பெற்ற துணி வகைகளும் காட்சிக்கு வைக்கப்பட்டுள்ளன. எகிப்திலுள்ள ஃபோஸ்டாரில் நடத்தப்பட்ட அகழ்வாராய்ச்சியில் கண்டெடுக்கப்பட்ட சிறப்பான இந்தியப் பருத்தித் துணி வகைகள் முக்கியமாகக் குறிப்பிட வேண்டியவையாகும். எகிப்தின் கவனத்தை ஈர்த்த அத்துணிவகைகள், ஐரோப்பியர்களின் ஏற்றுமதிக்கு முன்பே, இந்தியத் துணிவகைகள் சிறப்பிடம் பெற்றிருந்தன. பட்டோலை என்று அறியப்பட்ட அவற்றின் முக்கியமான நுகர்வோர்கள் இந்தோனேஷியாக்காரர்கள். அவர்களுடைய சடங்குகளிலும் திருவிழாக்களிலும் பட்டோலை முக்கிய இடம் பெற்றிருந்தது. ஷால், மெத்தை விரிப்பு, ஸ்கார்ப்புகள், டிரவுசர்கள் போன்றவையும் ஏற்றுமதி செய்யப்பட்டன. பட்டான் கிராமத்திலுள்ள நெசவு என்பதால் அதற்குப் பட்டோலை எனப் பெயர் கிடைத்திருக்கலாம். அவை இந்தோனேஷியாவிலுள்ள பாலிக்கு முக்கியமாக ஏற்றுமதி செய்யப்பட்டன. விதவிதமான ஆடைகள் தரித்த பாவைகள், ஆடைகள் எவ்வாறு அணியப்பட வேண்டும் என்று விவரிப்பதைப் போலத் தோன்றியது. 300 வருடங்களுக்கு முன்பு குஜராத் துறைமுகங்கள் முக்கியமாக கேதா வழியாகக் கிழக்கிந்தியக் கம்பெனி எம்பிராய்டரி துணி வகைகளைக் கடத்திக் கொண்டு சென்றது. சித்திர எழுத்து கொண்டவையும் அதில் உட்பட்டிருந்தன. மோச்சி பிரிவினரின் கைத்திறனாக இருந்தது கடல் கடந்து சென்றது. அவர்கள் உபயோகித்த ஆரி என்றழைக்கப்படும் தனிச்சிறப்பான ஊசிகளும் பாதுகாக்கப்பட்டுள்ளன. வர்ணக்கற்கள் பொருத்தப்பட்ட விதவிதமான ஆடைகளும் துணிவகைகளும் இடம் பெற்றிருந்தன. 15ஆம் நூற்றாண்டில் குஜராத்திலிருந்து எகிப்துக்குச் சென்ற வடிவமைப்புகளையும், தமிழ்நாட்டில் கருப்பூர் என்ற கிராமத்தில் உற்பத்தி செய்யப்பட்ட ஆடைகளையும் கண்டேன். பழைய ஔரங்காபாத்

சேலைகளும் நாம் நஷ்டமடைந்தவைகளின் பட்டியலில் இடம்பெறும்.

பீகாரில் இருந்து வந்த சுஜானி மேற்கு வங்காளத்திலிருந்து வந்த கன்தான், பஞ்சாபிலிருந்து வந்த ஃபுல்காரி சேலைகளும் நம் மனம் கவரும். பழையகால குதிரை நாட்டியங்களுக்கு உபயோகித்த சித்திர வேலைப்பாடு கொண்ட துணி வகைகளும் நம் கடந்த காலத்தை நினைவுகூறுபவை. காளை வண்டியையும் ஒட்டக வண்டியையும் மூடி வைக்கப் பயன்படுத்தும் அழகான உறைகளும் வரதட்சணைப் பெட்டிகளும் மியூசியத்தில் காட்சிக்கு வைக்கப்பட்டுள்ளன. உலகின் கவனத்தைக் கவர்ந்த எம்பிராய்டரிகளின் சொர்க்கம் குஜராத் கட்ச் பகுதி. அதனால்தான் துணி வகைகளின் சொர்க்கம் என கட்ச் அழைக்கப்படுகிறது. பதினாறு வகையான கைநெசவுகளுக்குப் பெயர் பெற்ற இடம். கைகளால் பின்னப்பட்ட பூக்களின் மேல் வண்டுகள் வந்து அமருமோ என்று தோன்றும்விதம் நேர்த்தியாகப் பின்னப்பட்டவை. 1969இல் கட்ச் கடுமையான வறட்சியால் தாக்கப்பட்டு வறண்டது. மூன்று வருடங்கள் ஒரு துளி மழைகூடப் பெய்யவில்லை. அக்காலத்தில் தனேதி கிராமத்தில் ராமகிருஷ்ணா மிஷன் பொதுச் சமையலறை திறந்து உதவியது. சந்தாபென் ஃப்ரோஃப் அங்கு குடும்பங்களுக்கிடையில் சேவை செய்தது மற்றொரு கதை. வாழ்விழந்த சில பெண்களுக்கு பிளைன் ரகச்சேலைகளை வழங்கி எம்பிராய்டரி செய்து தருமாறு கோரினார். அவ்வாறு அருமையான சித்திர வேலைப்பாடுகளால் உருவம் மாறிய அச்சேலைகளை வைத்து சந்தாபென் 1969 அக்டோபரில் மும்பையில் ஒரு கண்காட்சிக்கு ஏற்பாடு செய்தார். அவற்றை வாங்கியவர்கள் அதன் கைத்திறனில் மயங்கினர். தொடர்ந்து அத்தகைய சேலைகளுக்குத் தேவை ஏற்பட்டது. அவ்வாறு கிராமத்தில், அடித்தட்டில் 'ஷ்ருஜன்' என்ற அமைப்பு ஏற்படுத்தப்பட்டது. கட்ச் பகுதியில் பத்து குழுவினர் நெய்து கொடுக்கும் பதினாறு வகையான எம்பிராய்டரிகள் பிரபலமானது. அதன் வேலைப்பாடுகள் நகைகளைப் போல மனம் கவர்பவையாக இருந்தன. சேலை தவிர ஷால்களும், துப்பட்டாக்களும் பிற துணி வகைகளும் இதேபோல் நெய்து சந்தைப்படுத்தப்பட்டு பெண்கள் தங்கள் வாழ்க்கையை வளமுள்ளதாக மாற்றினர். பாரம்பரியத் தன்மையுடன் நவீன விருப்பங்களையும்

இணைத்துக் கொண்டுள்ள சோதனைகள் பின்னரும் பெருவெற்றி பெற்றன. சில்க், உல்லன் குர்த்தாக்களும் ஜாக்கெட்டுகளும் வந்தது பின்னரும் மாபெரும் பாய்ச்சலை உருவாக்கியது. கட்ச்சில் பின்தங்கிய நிலையிலிருக்கும் நூறு கிராமங்களிலிருந்து 3500 கைத்திறன் மிகுந்த பெண்கள், தங்கள் வாழ்க்கைக்கு மாற்றுவழி கண்டனர் எனக் கூறலாம். ஆடைகள் தவிர கைப்பைகளும், போர்வைகளும், குஷன் உறைகளும், ஃபர்னிஷிங், டெக்கரேஷன் துணி வகைகளுமெல்லாம் உற்பத்தி செய்யப்பட்டு தொழில் வளர்ந்தது. பெண்கள் வீட்டிலிருந்து வேலை செய்து உற்பத்திப் பொருட்களைச் சந்தைக்குக் கொண்டு வருகின்றனர். நூலும் துணியும் பிற சிறிய உபகரணங்களும் குக்கிராமங்களிலுள்ள பெண்களுக்கு அவர்களின் வீட்டிற்கு வந்து வழங்குகிறது ஷ்ருஜன்.

உலக அதிசயம்

1949இல் காலிக்கோ மியூசியத்தைத் திறந்து வைத்து ஜவஹர்லால் நேரு நாகரிகங்களின் துவக்கம் துணி உற்பத்தியுடன் பிணைந்து இருப்பதாகவும், துணி வகைகளை முக்கியமான பிரிவாகக் கொண்டே வரலாறு எழுதப்பட்டிருக்கிறது என்றும் கூறினார். யதார்த்தங்களை விவரிப்பதற்கு ஆடைகளால் படைக்கப்பட்ட மொழியே ஃபாஷன் என்று ஜெர்மானிய ஆடை வடிவமைப்பாளரும் ஃபோட்டோகிராபருமான கார்ல் லான்கெர் ஃபெல்ட்டின் வார்த்தைகள் அதன் மற்றொரு கட்டத்தை பிரதிநிதித்துவப்படுத்துகிறது. பெருவாரியான மக்கள் ஒத்த கருத்துடன் மேற்கொள்ளப்படும் சமூக உடன்படிக்கையாகவும் ஃபாஷன் கருதப்படுகிறது. சுருக்கமாக, எண்ணங்களும் வாழ்க்கை வழிமுறைகளும், நிகழ்வுகளுமெல்லாம் ஒன்றிணைந்த துணி, ஆடைத் தயாரிப்பில் குஜராத், முக்கியமாக அஹமதாபாத் உலகையே ஆச்சரியப்படுத்தியது. அது பழைய காலம். இயற்கைச் சீற்றங்களும், புதிய பொருளாதாரக் கொள்கைகளும், சமுக உறவுகளும், அரசின் நிலைப்பாடுகளும், இனவெறியின் கனல் காற்றும் உலக மயமாக்கலின் ஆக்கிரமிப்புகளும் அந்த வரலாற்றின் இழைகளைத் தீக்கிரையாக்கின. 1890களில் அஹமதாபாத்தில் மூன்றில் இருவர் சார்ந்திருந்த அத்துறை 1980 முதல்

அசைவின்றிக் கிடந்து பின்னர் ஒரு பத்தாண்டு கடப்பதற்குள் முழுமையாக நோய்வாய்ப்பட்டது. தொழிற்துறை உற்பத்தியின் இருபது சதவீதத்தையும் ஏற்றுமதி வருமானத்தில் இருபது சதவீதத்தையும் மொத்த உள்நாட்டு உற்பத்தியின் நான்கு சதவீதத்தையும் வரி வருமானத்தின் ஒன்பது சதவீதத்தையும் தொழில்துறையில் தொழிலின் பதினெட்டு சதவீதத்தையும் ஜவுளித்துறையிலிருந்து பெற்ற ஒளிமயமான நினைவுகள் இந்தியாவைப் பொறுத்தவரை உண்டு. காலனிய ஆட்சி, இந்தியாவின் பாரம்பரியத் துணி உற்பத்திக்குப் பெரும் தடைகளை ஏற்படுத்தியது. லங்காஷையரிலும் மான்சஸ்டரிலும் பெரும் ஆலைகளில் உற்பத்தி செய்யப்படும் துணி வகைகளுக்கான சந்தையாக இந்தியாவை மாற்றி இந்தியத் துணிவகைகளை வீழ்ச்சியடையச் செய்தனர். நிலைமை அவ்வாறு இருந்தாலும் 1818இல் கல்கத்தாவில் முதல் ஆலை துவக்கப்பட்டது. 1854இல் மும்பையிலும் 1861இல் அஹமதாபாத்திலும் ஆலைகள் துவக்கப்பெற்றன. 19ஆம் நூற்றாண்டின் இறுதிக்குள் நாடு முழுவதும் 178 பருத்தித் துணி ஆலைகள். ஆனால் 20ஆம் நூற்றாண்டின் முதற்பகுதியில் ஏற்பட்ட வறட்சி காரணமாக மும்பையிலும் அஹமதாபாத்திலும் பல ஆலைகள் மூடப்பட்டன. இரண்டு உலகப்போர்களும் சுதேசி இயக்கமும் பருத்தித் துணி ஆலைகளுக்கு உணர்வையளித்தன. இரண்டாம் உலகப் போர்க் காலங்களில் ஜப்பானிலிருந்து இறக்குமதி முழுவதுமாக நிறுத்தப்பட்டது முக்கியமானது. 1901இல் 178 ஆலைகள் இருந்தனவெனில் இருபதாண்டுகளுக்குப் பின்னர் அது 249 ஆக ஆனது. 1941இல் 396, 1945 இல் 417 என வளர்ந்தன. தேசப்பிரிவினை சிறிய சிக்கல்களைக் கொடுத்தது. 423 ஆலைகளில் 14 ஆலைகளும் 22 சதவீத நிலங்களும் பாகிஸ்தானுக்கு சென்றன. அப்போதும் சில ஆலைகள் பூட்டப்பட்டன. சுதந்திரத்திற்குப் பின்னர் திட்டமிடலின் திறனால் இந்தியாவில் மீண்டும் ஒளிமயமான பாய்ச்சல் நிகழ்ந்தது.

ரஞ்சோத்லால் சோட்டாலால்

நாட்டின் பொதுவான நிலை இதுதான் என்றாலும், அஹமதாபாத்தின் மேடு பள்ளங்கள் சிறப்பு ஆய்வுக்கு உட்படுத்தப்பட வேண்டியவை. 1861இல் ரஞ்சோத்லால் சோட்டாலால் என்பவர் அங்கு முதன்முதலில்

ஜவுளி ஆலையைத் துவக்கினார். தனது தந்தையைப் போலவே முழுமையான மத நம்பிக்கையாளராக இருந்த அவர், மும்பை அரசிலும் தனியார் நிறுவனங்களிலும் ஊழியராகப் பணியில் சேர்ந்து நிர்வாகியாக உயர்ந்தார். ஆங்கிலேயர்களின் கீழ் பஞ்சமஹாலில் அஸிஸ்டெண்ட் சூப்பிரண்டெண்ட் ஆக இருந்தார். அக்காலத்தில் ஒரு இந்தியனால் வகிக்க முடிந்த மிக உயர்ந்த பதவி அது. அத்துறையில் அரசின் பிரதிநிதியுமாக இருந்தார். அவர் மீதான லஞ்ச வழக்கு விவாதமானவுடன் ஆங்கிலேயர்கள் அவரைக் கைவிட்டனர். தொடர்ந்து வணிகத்தில் கவனம் செலுத்தினார். மும்பையிலிருந்து மேற்குப் பகுதிக்கு விரிவடைந்த ஜவுளித் தொழிலில் நிலை கொண்டார். 1851 முதல் முதலீட்டுக்குப் பணம் திரட்டத் துவங்கினார். ஆங்கிலேய உற்பத்தியாளர்களுடனும் இயந்திரத் தயாரிப்பு நிறுவனங்களுடனும் தொடர்பு கொண்டார். தன்னிடமிருந்த 25,000 ரூபாயுடன் ஆங்கிலேயரிடமிருந்து திரட்டிய 75,000 ரூபாயையும் சேர்த்து மூலதனத்தைத் திரட்டினார். அக்காலத்தில் இங்கிலாந்தில் இருந்த தாதாபாய் நௌரோஜி இயந்திரங்களைக் கொள்முதல் செய்வதில் முகவராகச் செயல்பட்டார். கப்பலில் கொண்டுவரப்பட்ட இயந்திரங்கள் தீப்பற்றியதால் கடலில் கைவிடப்பட்டனவாம். அதனால் தாதாபாய் மீண்டும் இயந்திரங்களை வாங்கினாராம். காம்பேயில் இயந்திரங்களை இறக்கி 52 கிலோ மீட்டர் தொலைவிலுள்ள அஹமதாபாத்துக்கு மாட்டுவண்டியில் கொண்டு சென்றதைப் பார்க்க சோட்டாலால் நேரில் வந்தார்.

ஆங்கிலேயர்கள் ராவ்பகதூர் பட்டம் வழங்கி ஆதரித்த ரஞ்சோத்லால் சோட்டாலால் அஹமதாபாத்தின் வளர்ச்சிக்கு ஆற்றிய பெரும் பங்கை மறக்க இயலாது. 1885இல் அஹமதாபாத் நகராட்சியின் முதல் இந்தியத் தலைவராக தேர்ந்தெடுக்கப்பட்ட அவர், அதற்கு முன்பே தனது ஜீவகாருண்யச் செயல்பாடுகளால் புகழ் பெற்றிருந்தார். அஹமதாபாத்தில் பெண்களுக்கான முதல் மருத்துவமனை - விக்டோரியா ஜுபிலி மருத்துவமனை - அவரால் 1865லேயே துவக்கப்பட்டது. பிரபலமான குஜராத் கல்லூரி துவக்கப்படவும் அவர் பின்புலத்தில் இருந்தார். சோட்டாலாலின் கனவுத் திட்டமான அரபிக் கடல் கப்பல் பாதை,

நிதிச்சுமையால் ஆங்கிலேய அரசால் கைவிடப்பட்டது. அஹமதாபாத் பாரம்பரியமும் நவீனமும் இணைந்த நகரமாக இருந்தது. மும்பையும் கல்கத்தாவும் சென்னையும் போல அது ஆங்கிலேயர்களால் உருவாக்கப்படவில்லை. நகரமயமான தொழிலாளர் வர்க்கப் பண்பாடு முதலில் தோன்றிய இந்திய நகரங்களில் ஒன்றான அஹமதாபாத்தை நோக்கி பிற மாநிலங்களிலிருந்தும் குஜராத்தின் பிற இடங்களிலிருந்தும் தொழிலாளர்கள் வந்துகொண்டே இருந்தனர்.

உயர்ந்த மரணவிகிதம்

தொழில்மயமாக்கலின் துவக்க காலத்தில் அஹமதாபாத் பரிதாபகரமான நிலையிலிருந்தது. உயர்ந்த மரணவிகிதமும், கழிவுகளின் குவியலும் அதன் முகத்தைக் கருமையாக்கியது. அதனால் மராத்தி, முகலாய அரசுகளால் அந்நகரம் புறக்கணிக்கப்பட்டது. தொடர்ந்து அதிகாரத்தைக் கைப்பற்றிய ஆங்கிலேயர்கள் அதைச் சீரமைத்தனர். மக்கள்தொகைக் கட்டுப்பாடும், வணிக ஊக்குவிப்பும் அதன் ஒரு பகுதியாக இருந்தது. பருத்தி, சில்க், தங்க ஆபரணத் துறைகள் உயிர்பெற்றன. நகர வளர்ச்சிக்காக வரி வசூலிக்கப்பட்டது. வணிக நோக்குடையோர் பெரும்பொருளீட்டினர். இதை அக்காலத்தில் கட்டப்பட்ட பெரிய கட்டடங்களிலிருந்து உணர்ந்து கொள்ளலாம்.

சோட்டாலாலின் முதல் ஆலை துவக்கப்பட்ட முப்பது ஆண்டுகளுக்குள் மேலும் எட்டு ஆலைகள் வந்தன. அது பொருளாதார நிலையிலும், மக்களின் மனோபாவத்திலும் சிறப்பான மாற்றங்களை உருவாக்கின. 1891-1905 கால அளவில் இந்த வளர்ச்சி வேகமடைந்தது. முதல் உலகப்போரும், 1915 முதல் சுமார் 15 ஆண்டுகளுக்கும் மேலாக காந்திஜி சபர்மதி ஆசிரமத்தில் தங்கி பல இயக்கங்களை நடத்தியதும், சுதேசிப் பிரச்சாரங்களும் அதற்கு உதவின. காந்திஜியின் தொழிலாளர் நிர்வாகத் திறனாலும், நல்லிணக்கச் செயல்பாடுகளாலும் அவை வளர்த்த தன்னம்பிக்கையாலும் வெற்றிநடை போட்டன.

1965இல் எடுக்கப்பட்ட கணக்கெடுப்பின்படி 62 ஆலைகளில் 1,30,000 தொழிலாளர்கள் வருடத்திற்கு 115 கோடி அடி துணி உற்பத்தி செய்தனர்.

அஹமதாபாத்தின் மக்கள் தொகையில் பத்தில் ஒருவர் ஜவுளித் தொழிலுடன் தொடர்பு கொண்டிருந்தனர்.

1930கள் வேறொரு வரலாற்றை வரைந்தது. அஹமதாபாத்தில் பிறந்த ஐந்தில் மூவர் ஜவுளித் தொழிலுடன் பிணைக்கப்பட்டிருந்தனர். அருகிலுள்ள கிராமப்புறங்களிலிருந்து தொழிலாளர்கள், குறிப்பாக தாழ்த்தப்பட்ட இனத்தினர் அஹமதாபாத் நோக்கி வந்தனர். அக்காலத்தில் விவசாயத் துறையில் ஏற்பட்ட வீழ்ச்சி, அதற்குக் காரணமாக இருந்தது. அத்துறையில் வேலை இழந்தவர்கள் அஹமதாபாத்தை விட்டுச் செல்லவில்லை. அவர்களுக்குக் கல்வியறிவு இல்லாததால் வேறு வேலைக்கும் செல்ல இயலவில்லை. 1930களில் ஜவுளி ஆலைத் தொழிலாளர்களில் மூன்று சதவீதத்தினர் மட்டுமே பெண்கள் என்பது கவனிக்கத்தக்கது. தகர்க்க இயலாத சாதிமுறைகளும், தொழிற்சட்டங்களும் அறிமுக நிலையிலிருந்த தொழில் நுட்ப முன்னேற்றமும் அவர்களுக்குத் தடைகளை ஏற்படுத்தின. ஜவுளி ஆலைக்கு வேலைக்குச் செல்ல, தாழ்த்தப்பட்டவர்களே அனுமதிக்கப்பட்டனர். உயர்ந்த சாதியினரும் முஸ்லிம்களும் வீட்டிலிருந்து தார் (நல்லி) சுற்றிக் கொண்டிருந்தனர். பிரசவ விடுமுறைகளையும், பெண்கள் இரவில் பணி செய்வதிலிருந்து விலக்கப்பட்டதையும் ஆலை முதலாளிகள் ஏற்றுக் கொள்ளவில்லை. புதிய தொழில்நுட்பத்தைச் செயல்படுத்த பெண்களால் இயலாது என்ற வாதமும் பெரும்பாலோனாரால் ஏற்கப்பட்டது. ஆலைகள் பூட்டப்பட்ட காலத்தில் தெருவில் விடப்பட்டவர்களில் ஆறில் ஒருவருக்குக்கூட எழுதவும் வாசிக்கவும் தெரியவில்லை என்பதிலிருந்து கல்வியிறிவின்மையை உணர்ந்து கொள்ளலாம்.

யாசகர்களைப் போல

1980 முதல் ஆயிரக்கணக்கான ஜவுளி ஆலைகளின் தொழிலாளர்கள் யாசகர்களைப் போலத் தெருவிற்கு வந்தனர். 40,000 பேர் அமைப்புசாரா பொருளாதாரத்தைச் சார்ந்து வாழத் தொடங்கினர். அரசின் கொள்கைகளும் ஆலை அதிபர்களின் பொறுப்பற்றத்தனமும், மூலதனங்கள் திரும்பப் பெறப்பட்டதும், போட்டிகளை எதிர்கொள்ளும்

திறன் இல்லாமையும் தொழிலாளர்களின் நலனுக்குக் காவலாக தொழிற்சங்கங்கள் செயல்பட இயலாத நிலையும் கடுமையான பாதிப்புகளை உருவாக்கின. தொழிலாளர் குடும்பங்களின் சாதாரண சலனங்கள்கூட சாத்தியமற்று வீட்டுக்குள் அடைபட்டுக் கிடந்தனர். அவர்களுடைய குழந்தைகள் கல்விக்கூடங்களிலிருந்து வெளியேற்றப்பட்டனர். புத்தகச் செலவு, சீருடைச்செலவு, கல்விக் கட்டணங்கள் ஆகியன தாங்கமுடியாத சுமைகளாயின. 1985க்குப் பின்னர் இரண்டாம் கட்ட வேலைநீக்கமும் கதவடைப்பும் நிகழ்ந்தன. அன்றைய தொழிற்கொள்கை மரணமணி முழக்கியது. ஆலையின் தொழிலாளர் பிரச்சினைகளில் அரசியல்வாதிகளின் ஈடுபாடும் ஊடகங்களின் செய்தி முக்கியத்துவமும் மெல்ல மெல்லக் குறைந்து இல்லாமற் போனதால் தேவையான முன்னேற்றங்கள் ஏற்படவில்லை. 1996க்குள் தொழிலாளர்களின் எண்ணிக்கை 25,000ஆகக் குறைந்தது. இரண்டு வருடங்களுக்குள் பிரபலமான காலிக்கோ, அரவிந்த் ஆலைகள் மூடப்பட்டன. தொடர்ந்து பெட்ரோ கெமிக்கல், பார்மசூட்டிக்கல், பவர்லூம், டயமண்ட் கட்டிங், சிமெண்ட் ஆலைகளிலும் சிக்கல்கள் ஏற்பட்டன. சில களத்திலிருந்து வெளியேறின. 20ஆம் நூற்றாண்டின் இறுதி பத்தாண்டுகளில் மேலும் 52 ஆலைகள் பூட்டப்பட்டன. உலகமயமாக்கல், தனியார் மயமாக்கலின் சார்பான நிலையைச் சாதகமாக்கி உரிமையாளர்கள் ஆலையின் இடத்தை விற்றுப் பெரும்பணம் பெற்றனர். மும்பை ஜவுளி ஆலைகளைப் பற்றிய சில ஆய்வுகளில் 1990களின் துவக்கம் முதல் இத்தகைய விற்பனைக்கான நிபந்தனைகள் அரசால் நீக்கப்பட்டது முக்கியமாகக் குறிப்பிடப்பட்டுள்ளது. அமெரிக்காவில் மேற்கொள்ளப்பட்ட தொழிலாளர் வேலைநீக்கமும், தொழிற்சாலைகளின் சொத்துக்கள் விற்பனையும், மூலதனம் ரியல் எஸ்டேட் போன்ற வணிகம் நோக்கி திருப்பப்பட்டதும் இந்தியாவிலும் நிகழ்ந்தன. ஜவுளி ஆலைகள் பூட்டப்பட்டதால் மும்பையில் மட்டும் 600 ஏக்கர் நிலம் கிடைத்தது. அந்நிலங்கள்தான் பின்னர் வளர்ச்சி வாக்குறுதியின் விளையாட்டு மைதானங்களாயின. கொலாபாவில் பழைய முகேஷ் ஆலை இருந்த இடத்தில் ஐந்து நட்சத்திர ஹோட்டல் உயர்ந்தது. ஜவுளித் துறையில்

இருந்த 2,50,000 தொழிலாளர்கள் ஒரு லட்சமாகக் குறைந்தனர். அவ்வாறு பலரும் அமைப்புசாரா பொருளாதாரத்திற்கு இரையானார்கள். மும்பையில் 60 சதவீத மக்கள் எவ்விதப் பாதுகாப்புமின்றி பலமணி நேரங்கள் அலைந்து திரிகின்றனர். 40 வயது கடந்தவர்களானதால் பிற இடங்களில் குடியமர்த்தவும் இயலவில்லை. அவர்களுடையது வாழக்கையல்ல; மாறாக உயிரோடிருத்தல் மட்டுமே.

நில விற்பனை

அஹமதாபாத்தில் காலிக்கோ ஆலையின் நிலமும் பிளாண்ட்டும் இயந்திரங்களும் 270 கோடி ரூபாய்க்கு ஏலம் விடப்பட்டது. 2010 ஏப்ரல் 24 அன்று ஏலம் நடைபெற்றது. 1880இல் கரம்சந்த் பிரேம்சந்த் சேட் என்பவரால் நிறுவப்பட்ட காலிக்கோ ஆலை, அம்பாலால் சாராபாயின் காலத்தில் பெரும்புகழுடனும் செல்வாக்குடனும் செயல்பட்டது. 2014 ஜூன் மாதத்தில் நான் நடத்திய குஜராத் பயணத்திற்கிடையில் இத்தகைய ஏராளமான விற்பனைகள் என் கவனத்திற்கு வந்தன. அஹமதாபாத்தில் மேலும் 53 ஆலைகள் பூட்டப்பட்டன. 12 ஆலைகள் மட்டுமே இப்போது பெயரளவில் செயல்பட்டுக் கொண்டிருக்கின்றன. பூட்டப்பட்ட ஆலைகளுக்குச் சொந்தமாக 37,34,360 சதுர மீட்டர் நிலங்கள் இருக்கின்றன. வணிக, குடியிருப்புக் கட்டுமானங்களுக்காகப் புதிய பெரும் பணக்காரர்கள் ஆலைகளுக்கு மேல் கழுகுக் கண்களுடன் பறந்து கொண்டிருக்கின்றனர். ராய்ப்பூரில் ஓமெக்ஸ் ஆலையின் 13,896 சதுர மீட்டர் நிலத்திற்காக ஷீதல் இன்ஃப்ராஸ்ட்ரக்சரின் சார்பு நிறுவனமான வேதிகா ப்ரோகோன் லிமிடெட் 148 கோடி ரூபாய் தருவதாக 2013இல் வாக்குறுதி வழங்கியது. ஆனால் சில பொருளாதாரச் சிக்கல்களைத் தொடர்ந்து, அந்நிறுவனம் கால அவகாசம் கோரியதை அறிந்த பல்லேஸ்வர் கிரீன்ஸ், 160 கோடி ரூபாய்க்கு வாங்கியது. தரியாபூர் கேட்டில் ஸ்டார் ஆஃப் குஜராத் டெக்ஸ்டைல் மில்ஸின் 28,710 சதுர மீட்டர் நிலத்திற்கு ரித்தி ஸித்தி என்டர்பிரைஸஸ் கொடுக்கத் தயாராக இருந்ததோ 5,788 கோடி ரூபாய். கலோலிலுள்ள மஹேந்திரா மில்லின் 1,20,000 சதுர மீட்டர் நிலத்திற்கு நிச்சயிக்கப்பட்ட தொகை 130 கோடி.

ஜீவன் தாக்கூரின் கவிதை

மோனோகிராம் ஆலையிலிருந்து வேலை நீக்கம் செய்யப்பட்ட தொழிலாளி ஜீவன் தாக்கூர் எழுதிய கவிதை, கடுமையான சுரண்டல் நிலையின் நேரடி மொழியாக்கமாக இருந்தது. குரூரகாலத்தின் நினைவுகூறல்களெல்லாம் ஆலயம், தெய்வம், பருந்து, ஆதரவற்ற நிலை, நஞ்சு, கொள்ளை, இருள், அழித்தொழிப்பு, சண்டாளன் போன்ற உருவகங்களாகக் கடந்து வருகிறது.

‘கழுகுகள் ஆலை ஆலயத்திற்கு மேலே
சுற்றிச் சுற்றிப் பறக்கின்றன.
ஆலை அதிபர்களின் குரூரக் கரங்கள்
வாழ்வைப் பறித்துக் கொள்கின்றன
அழித்தொழிப்பு நிகழ்கிறது இங்கே.
உதவி வழங்க வேண்டிய அலுவலர்கள்
உறக்கத்திலும் தொழிலாளர்களின் உரிமைகளை
மூழ்கடித்துக் கொன்றனர்.
எதிர்காலம் இருளில்தான்;
சர்வ நாசம் இங்கே.
அவர்களால் முடிந்த அளவுக்குச் சுரண்டினர்
இப்போது இதோ மெல்ல நஞ்சூட்டுகின்றனர்
ஆதரவற்ற தொழிலாளர்கள் விண்ணப்பிக்கின்றனர்
சில இளைஞர்களின் திருமணம் தடைபட்டிருக்கிறது;
இளம்பெண்களின் மகிழ்ச்சி வற்றி வறண்டது.
குடும்பங்கள் தரித்திரத்திலும் ஆதரவற்றும் இருக்க,
சண்டாளர்கள் வாட்களுடன் இருக்கின்றனர்.
கழுகுகள் ஆலை ஆலயத்திற்கு மேலே
சுற்றிச் சுற்றிப் பறக்கிறது.

தெய்வம் மரணித்திருக்கிறது.

இங்கே எங்கும் பேரழிவு மட்டுமே'

வாழ்வின் அனைத்துத் துறைகளிலிருந்தும் விரட்டியடிக்கப்பட்ட ஆலைத் தொழிலாளர்களின் பரிதாபமான நிலையையும் தினசரிச் சங்கடங்களையும் துயரத்துடன் குறிப்பிடுகின்றன இவ்வரிகள். குறைந்த கல்வியறிவே பெற்றிருந்தாலும் ஜீவன் தாக்கூர் வேதனையுடன் யதார்த்தங்கள் தெறிக்கும் ரத்தத்தில் மூழ்கி அக்கவிதையை எழுதியுள்ளார். ஆசியாவிலேயே மிகவும் பெரிய ஆலை எனப் புகழ்பெற்ற காலிக்கோவின் பொற்காலங்களை ஜவுளித்துறை ஆலோசகரும் பய்யனூரைச் சேர்ந்தவருமான அருணன் எஸ். பொதுவாள் உற்சாகத்துடன் விவரித்துக் கொண்டே இருந்தார். 12,000 தொழிலாளர்கள் வரை வேலை செய்திருந்த அங்கே உயர்ந்த ஊதியமும் வழங்கப்பட்டது. ஆனால் பின்னர் காலத்திற்கிணையான வளர்ச்சி ஏற்படவில்லை. ஷிப்டுகள் துவங்கும்போது 13 வாசல்களும் திறக்கப்படுவது கண்கொள்ளாக்காட்சி. இந்தியா - பாகிஸ்தான் போர்க்காலத்தில் காலிக்கோ ஆலை, பாகிஸ்தானால் வெடிகுண்டு வீசித் தகர்க்கப்பட்டதாக கேரளத்தில் கூட வதந்தி பரவியதாக அருணன் வெளிப்படுத்தினார். அங்கேயுள்ள தொழிலாளர்கள் ஜமால்பூரைத் தவிர வஸ்த்ராபூரிலும் பஞ்சவடியிலும் வசித்தனர். வஸ்த்ராபூர் என்ற இடப்பெயர்கூட ஜவுளி ஆலைகளுடன் தொடர்பு கொண்டதாக இருக்க வேண்டும்.

ராக்கி, பட்டம் தயாரிப்புகள் மூலம் சிறிய ஆலைகள் தாக்குப்பிடிக்க முயன்றாலும் அவற்றின் நம்பிக்கைச் சரடும் அற்றுப்போனது. அருணன் எஸ். பொதுவாளின் அனுபவ சாட்சியமும் ஜீவன் தாக்கூரின் கவிதையின் சுட்டுப் பொசுக்கும் தீவிரமும் அஹமதாபாத்தின் இரு பக்கங்கள். இத்துடன் இணைத்துப் பார்க்கப்பட வேண்டியது திருபாய் அம்பானியைப் பற்றி ஹருஷ் மக்டொனால்ட் எழுதிய வாழ்க்கை வரலாறு (The Polyster Prince: The Rise of Dhirubhai Ambani) 1958இன் இறுதியில் இந்தியாவுக்கு வந்த அவர், ஆட்சித் தலைமையுடனும் அதன் உள்வட்டத்துடனும் ஏற்படுத்திக் கொண்ட நெருங்கிய உறவு, பண சிம்மாசனத்திற்கான மலர்களால்

அலங்கரிக்கப்பட்ட பச்சைக் கம்பளங்களாக இருந்தன. இந்திராகாந்தி மீண்டும் அதிகாரத்தைக் கைப்பற்றியது அம்பானியின் வளர்ச்சியில் முக்கியக் கட்டம். இந்தியாவில் மிகவும் முக்கியமான ஐம்பது நிறுவனங்களின் பட்டியலில் இடம்பிடித்த ரிலையன்ஸ் 1984இல் ஐந்து முக்கிய நிறுவனங்களுள் ஒன்றானது. பாலியஸ்டர் நூலிழைக்கு 1980 அக்டோபரில் மூன்று நிறுவனங்களுக்கு அனுமதி வழங்கப்பட்டபோது அதில் ரிலையன்ஸ் ஒன்றைக் கைப்பற்றியது. எவ்வாறாவது அரசிடமிருந்து காரியம் சாதிப்பது என்ற நிலையிலிருந்து அரசின்மீது செல்வாக்கு செலுத்துபவராகவும் பின்னர் கட்டுப்படுத்தும் திறனுள்ளவராகவும் மாறினார் திருபாய் அம்பானி. இதை வாரிசுகள் சங்பரிவார அரசியலிலும் தொடர்ந்து வெற்றிபெற்றதுதான் அவரது தொலைநோக்குப் பார்வையின் திறன். குஜராத்தில் பாடுபடுபவனை மரணத்தை நோக்கித் தள்ளிய எத்தனையோ உடன்படிக்கைகளை நாம் பார்த்தோம். ஓரளவு வளத்துடன் இயங்கிக் கொண்டிருந்த ஜவுளி ஆலைகளுக்கு மேல், ஜீவன் தாக்கூரின் கவிதை கூறுவது போல கழுகளாகப் பறந்தனர் அம்பானியின் வாரிசுகள்.

அந்நியமாதல்

ஜவுளி ஆலைகளின் வீழ்ச்சியும் தொழிலாளர்களின் அந்நியமாதலும் உருவாக்கிய சமூக மாற்றங்களைப் பற்றி ஜான் பிரிமாரும் ஆஷிஷ் நந்தியும் ஹொவார்ட் ஸ்பொடெக்கும் தரில் டிமோன்டேயும் பிறரும் நடத்திய ஆய்வுகள் மிகுந்த ஆழமுள்ளவை. 33 வருடம் நீண்ட இனக்கலவரங்களைச் சில பிரிவினர் வாழ்வாதாரமாகவே ஆக்கிக் கொண்டிருப்பதைக் குறிப்பிட்டுக் கொண்டு ஆஷிஷ் நந்தி (Obituary of a Culture) தன் விசாரணையைத் துவக்குகிறார். கலவரங்கள் சிலருக்குத் தற்காலிகப் பலன்களைத் தந்ததையும் சிலர் வீரபுருஷர்களாக உயர்த்தப்பட்டதையும் அவர் கண்டார். உத்திரப்பிரதேசத்திலிருந்து மாறுபட்டு குஜராத்தின் ஐம்பது நகரங்களை, விரைவான நகரமயமாக்கல் வழங்கும் இம்சைகளின் பின்புலத்தில் நிறுத்தி, ஜவுளி ஆலைகளின் வீழ்ச்சிகளை ஆய்வு செய்ய வேண்டும். சமூக ஏற்றத்தாழ்வுகள் வழங்கிய புறந்தள்ளல்களும், குற்றமயமாக்கலும் ஆய்வுக்குட்படுத்தப்பட

வேண்டும். அஹமதாபாத்தில் தொழிலாளர்களின் தற்காலிக, ஒப்பந்த முறைகள் உருவாக்கிய கேடுகள் கொஞ்சமல்ல. ஒரு லட்சம் தொழிலாளர்களில் இருபதாயிரத்திற்கும் மேற்பட்டோர் முஸ்லிம்கள். குறைந்த ஊதியத்திற்கு வேலை செய்ய நிர்பந்திக்கப்படும் அவர்களுக்கு அதை ஏற்பதைத் தவிர வேறு எந்த வழியும் இல்லை. அதனால் அவர்கள் மீது எளிதில் மாஃபியாக்கள் ஆதிக்கம் செலுத்துகின்றனர். மும்பை ஜவுளி ஆலைகள் பூட்டப்பட்ட நிகழ்வுகள், 1992-93 காலி இனக்கலவரங்களுக்கு அடித்தளமானதாக தரில்டி மோன்டே (Ripping the Fabric: The decline of Mumbai and its mills) விவரித்துள்ளார்.

1992 டிசம்பர் 6 அன்று பாபர் மசூதி தகர்க்கப்பட்டதைத் தொடர்ந்து நிகழ்ந்த கலவரம், மும்பையில் முஸ்லிம்களுக்கும் தலித் பிரிவினருக்கும் எதிராகத் திருப்பி விடப்பட்டது. அதைப்போல 2002இல் குஜராத் இனப்படுகொலையின் தயாரெடுப்புகளில் முக்கியமானது, முஸ்லிம்களைப் பற்றிய கணக்கெடுப்பாகும். கோயம்புத்தூரிலும் அத்தகைய முயற்சி நடைபெற்றது. ஜவுளி ஆலைகளிலிருந்து ஆழ்கடலுக்குள் எறியப்பட்ட ஆதரவற்ற தொழிலாளர்களைப் பயன்படுத்தி சங்பரிவார் இத்தகைய கணக்கெடுப்பை மேற்கொண்டது. அதற்கு அவர்களுக்கு ஊதியமும் வழங்கப்பட்டது. அடிப்படைத் தொழிலையும் வாழ்வாதாரத்தையும் வருமானத்தையும் சமூகப் பாதுகாப்பையும், தொழிற்சங்கங்கள் மூலதனத்திற்குச் சார்பாக நடந்து கொண்டதால் தங்கள் குரலையும், பிரதிநிதித்துவத்தையும், உரிமைகளையும் இழந்த தொழிலாளர்கள், ஈனச்செயல்களை நோக்கி ஈர்க்கப்படுவது இயல்பே. விலைபேசும் திறனை இழந்து மிகக் குறைந்த ஊதியத்திற்கு இறுதி வருடங்களில் தொழிலாளர்கள் ஜவுளி ஆலைகளில் வேலை செய்து தங்கள் வயிற்றைக் கழுவினர். மாதத்தில் பாதி நாட்களுக்கும் அதிகமாக வேலை கிடைக்காத அவர்கள் பெண்களையும் குழந்தைகளையும் தொழிற்சந்தைக்குத் தானமாக வழங்கினர். குடும்பச்சிக்கல்களும் வறுமையும் அஹமதாபாத்தில் ஓல்ட் சிட்டியின் ரத்தவோட்டத்தை மீண்டும் நிலைக்கச் செய்தது. சபர்மதி நதியின் வலது பகுதியின் கவர்ச்சிக்கு நேர் மறுபக்கம். முன்பு நடந்த இனப்படுகொலைத்

தொடர் நிகழ்வுகள், இவர்கள் பணியமர்த்தப்பட்டு அரங்கேற்றியவை. முன்பெல்லாம் இனக்கலவரங்களை எதிர்கொள்ள தொழிலாளி வர்க்க ஒற்றுமையைச் சார்ந்திருந்தனர். காந்திஜியின் மஸ்தூர் மஹாஜன் சபையின் நினைவுகள் முற்றிலும் இல்லாமற் போனது. அக்காலத்திலும் கலவரங்கள் நிகழ்ந்தன.

1969இல் தொழிற்சங்க அலுவலகத்தில் கட்டுப்பாட்டு அறை திறக்கப்பட்டு அமைதிச் செயற்பாடுகள் நடைபெற்றன. வன்முறை நிகழ்வுகள் குறித்து தொழிற்சங்கத் தலைவர்கள் அவ்வப்போது காவலர்களுக்குத் தெரிவித்தனர். ஆலைகள் இரு தினங்கள் இயங்காமலிருந்தாலும் மூன்றாம் நாள் வேலைக்கு வர, தொழிலாளர்களுக்கு அழைப்பு வந்தது. பல்வேறு சாதி மதத்தினர்களுடன் இணைந்து ஆலைக்கு வருவதும், இணைந்து திரும்பிச் செல்வதுமாக இருந்தனர். ஒருவருக்கொருவர் உதவிக் கொள்வதும், சாதிமதப் பிரிவினைகளை மீறிய பழக்கவழக்கங்களும் சாத்தியமற்று இருப்பதாக ஜான் பிரிமான் (Communal Upheaval as the Resurgence of Social Darwinism) எழுதியுள்ளார். 80,000 நிரந்தரத் தொழிலாளர்களும், 50,000 தற்காலிகத் தொழிலாளர்களும் முற்றிலும் வருமான வாய்ப்பின்றி அனாதைகளாக்கப்பட்ட நிலையின் எதிரொலிகள் உணரக்கூடியவைதான். 1,50,000 தொழிலாளர்களை உறுப்பினர்களாகக் கொண்ட நாட்டிலேயே மிகப்பெரிய தொழிற்சங்கங்களுள் ஒன்றான ஆலைத் தொழிலாளர் சங்கம், பத்தில் ஒன்றாகச் சுருங்கியது சாதாரணமானதல்ல. ஆனந்திலும், கேதாவிலும் உள்ள புகையிலைத் தோட்டங்களும் கருகின. நவீன காலத்தை, காந்தியக் கட்டம், அஹமதாபாத் நகரை மேற்கத்திய நகரமாக்கிய பெருந்தொழிலதிபர்களின் கரங்கள், 1969 முதல் 2014 வரை சாதி இன அரசியல் சலனங்களை நிர்ணயித்தது என மூன்று விதமாகச் சிலர் பிரித்துள்ளனர்.

சிந்தனைகளும் ஆயுதங்களும்

ஜெர்மனியன் - இத்தாலியன்

பெனிட்டோ முஸோலினி துப்பாக்கிக் குழல்களின் மூலம் இத்தாலியில் நடைமுறைப்படுத்திய கல்விச் சீர்திருத்தங்கள் பல விபரீதங்களை ஏற்படுத்தின. எளியவர்களையும் உயர்ந்தவர்களையும் ஒரே மாதிரி பணிவுடையவர்களாக்குவதை உன்னதமான நோக்கமாகக் கொண்டிருப்பதாகக் கூறிக்கொண்டு பல்வேறு கல்விக்கூடங்களில் பயத்தை விதைத்து கட்டுப்பாடும் அமைதியும் கற்றுக் கொடுக்கப்பட்டன. ஈர்க்கும் ஒளிமயமான நவீன இத்தாலியைப் பொலிவுறச் செய்யும் ஒளிமயமான புத்துயிர்ப்பு, கல்வித்திட்டங்களில் இணைக்கப்பட வேண்டும் என உரிமைக்குரல்கள் எழுப்பப்பட்டன. அனைத்துக் கல்விக்கூடங்களும் ஒற்றைச் செல் உயிரினமாக இருக்க வேண்டும் என்பதற்கு முக்கியத்துவம் அளிக்கப்பட்டது. பல்கலைக்கழகங்களுடன் இணைந்து பாசிஸப் பொருளாதாரம், கருஞ்சட்டங்கள், பண்பாடு ஆகிய துறைகளில் அரசின் நோக்கங்களைத் திணிக்கவும் முயற்சிகள் நடந்தன. திறன் மிகுந்த கல்விப்புலம் சார்ந்த ஒரு தூய்மையான உலகை அளிப்பதாக வாக்குறுதி அளித்து பாசிஸம் புகுத்தப்பட்டது. ஆனால் பாசிஸக் கல்வி

நிறுவனங்களை விடவும் முசோலினியைக் கவர்ந்தது, 'நேஷனல் ஆர்கனைசேஷன் ஆஃப் பலிலா'தான். பாசிஸப்புரட்சியின் உண்மையான அனைத்து முத்திரைகளையும் கொண்ட பலிலாவில் 'கண்டிப்பு மிகுந்திருந்தாலும் கொண்டாட்டத்துடன் கூடிய தீவிரமான பணி செய்தல் மூலமும், அதற்கிசைவாக வடிவமைக்கப்பட்ட தேசிய வாழ்வின் மூலமும்' பயிற்சி வழங்கப்பட்டது. பாசிஸ்டுகளிடம் நேரடியாகச் செல்வாக்கு செலுத்தியது இத்தகைய சிந்தனைகள் என்றால் நரேந்திரமோடி அதன் வரலாற்றிலிருந்து சில திட்டங்களைத் தீட்டினார்.

ஆர்.எஸ்.எஸ் உருவாக்கத்திற்கு முன்பே அடிப்படைவாத இயக்கங்கள் இத்தாலியையும் ஜெர்மனியையும் நோக்கித் தங்கள் கண்ணையும் காதையும் திறந்து வைத்திருந்தன. பாசிஸத்திலும் அதன் தத்துவங்களிலும் அதை நடைமுறைப்படுத்துவதிலும் அவர்கள் பெருவிருப்பம் கொண்டனர். இத்தாலிய பாசிஸத் தத்துவங்களிலும் அதன் கட்டுப்பாடான தலைமையிலும் ஆவேசம் கொண்டனர். அது பின்பற்றப்பட வேண்டிய அரசியல் மாதிரியென இந்து அடிப்படைவாதிகள் பிரச்சாரம் செய்தனர். சில ஊடகங்கள் அதற்குப் பொறுப்பேற்றுக் கொண்டன. முசோலினியின் காந்தம் போன்ற தலைமைக்குணத்தைப் பற்றியும் பாசிஸம் பற்றியும் 'கேசரி' இதழில் அடிக்கடி கட்டுரைகளும் தலையங்கங்களும் தீட்டப்பட்டன. பின்தங்கிய நிலையின் இருளிலிருந்து இத்தாலியைக் கைப்பிடித்து உயர்த்தி முதலிடத்திற்குக் கொண்டுவந்த அரசியல் வழிமுறைதான் பாசிஸமென்று அக்காலத்தில் மராத்தி இதழ்கள் புகழ்ந்தன. அராஜகத்திலிருந்து பணிவிற்கான பரிணாமத்தில் பாசிஸம் பெரும் பங்கை ஆற்றியிருப்பதாக அவை எழுதின. தாராளவாத அரசிலிருந்து பாசிஸ அரசுக்கான மாற்றத்தைத்தான் அச்சு ஊடகங்கள் இவ்வாறு பெருமையுடன் குறிப்பிட்டன. தேர்தல் மூலம் பாராளுமன்றம் அமைவதைத் தடுத்து நியமன முறையை ஏற்படுத்திய முசோலினியின் நடைமுறைகளை அவை உற்சாகத்துடன் வரவேற்றன. பாராளுமன்றத்தையே பாசிஸ மன்றமாக்கியதை உயர்த்திப் பிடிக்கவும் செய்தன.

கூட்டு உடற்பயிற்சியின் மூலம் ஒற்றுமையுணர்வு

விளையாட்டுச் சங்கங்கள் பாசிஸ இயக்கங்களில் முக்கியப் பங்களிப்பைக் கொண்டிருக்கின்றன. கூட்டு உடற்பயிற்சியின் மூலம் சிறப்பான முறையில் ஒற்றுமையுணர்வை ஏற்படுத்த இயலும் என அத்தகைய அனைத்து இயக்கங்களும் உணர்ந்திருக்கின்றன. உடற்பயிற்சியின் மூலம் பாசிஸச் சிந்தனைகளை ஆர்.எஸ்.எஸ் மிகவும் சரியாகப் பின்பற்றியுமிருக்கிறது. இந்தியாவின் பின்தங்கிய நிலைக்குக் காரணம் உடற்பயிற்சியில் ஈடுபாடின்மையே எனப் பிரச்சாரம் செய்தனர். இந்தப் பாசிஸ நடைமுறை, முசோலினிடமிருந்து கடன் பெறப்பட்டது. அவரது கனவுத் திட்டமான பலிலாவைப் புகழ்ந்தும் அதன் உடற்பயிற்சி முறைகளில் ஆவேசம் கொண்டும் மராத்தி இதழ்கள் எழுதின. பலிலாவின் கட்டுப்பாடுகளைக் குறித்துப் பெருமையும் கொண்டன. கேசரியின் லண்டன் பிரதிநிதியும் முசோலினியின் ஆதரவாளருமான டி.வி. கமல்கர் எழுதிய முசோலினியும் பாசிஸமும் என்ற நூலையும் புறந்தள்ளவியலாது. உலகப் பாசிஸக் கருத்துக்களை இறக்குமதி செய்து அதன் அமைப்பியலை முன்மாதிரியாகக் கொண்ட இந்தியப் பாசிஸம் தெளிவான உறவை நோக்கி முன்னேறிய வரலாறும் உண்டு. பாசிஸ ஆட்சியுடனும் முசோலினியுடனும் முதலில் தொடர்பு கொண்டவர், இந்து மகாசபைத் தலைவராக இருந்த டாக்டர் பி.எஸ். மூஞ்சே. ஆர்.எஸ்.எஸ். நிறுவனர் ஹெட்கேவரின் ஆலோசர்களில் ஒருவராகவும் நண்பராகவும் இருந்த மூஞ்சே, ஆர்.எஸ்.எஸ்-இன் வன்முறையை மேலும் புதிய வழிகளில் பரப்ப விரும்பினார். அதை நாடு தழுவிய இயக்கமாக வளர்க்கவும் கட்டுக்கோப்புடன் செயலாற்றவும் உறுதிமொழி எடுத்துக் கொண்டார்.

1925இல் விஜயதசமியன்று ஆர்.எஸ்.எஸ்.-ஐ உருவாக்குவதற்காகக் கூட்டப்பட்ட தலைமைக்குழுக் கூட்டத்தில் ஹெட்கேவர், டாக்டர் எல்.வி. பராஞ்ச் பை, டாக்டர் பி.பி. தால்க்கர், வி.டி. வர்க்கர் ஆகியோருடன் மூஞ்சேயும் பங்கேற்றார். இப்போதைய சத்தீஸ்கரிலுள்ள பிலாஸ்பூரில் பிறந்த மூஞ்சே, 1898இல் மும்பை கிராண்ட் மருத்துவக் கல்லூரியில் எம்.பி.பி.எஸ். பட்டம் பெற்று மும்பை மாநகராட்சியில் மருத்துவ

அலுவலராகப் பணியில் சேர்ந்தார். அமைதியும், கௌரவமுமுள்ள அந்த வேலையைக் கைவிட்டு, போவர் போரின்போது அதன் மருத்துவப் பிரிவிற்கு ஈர்க்கப்பட்டார். போர்ச்சேவையில் அடங்காத ஈடுபாடு அக்காலத்தில் அவரை ஆப்பிரிக்காவுக்கு அனுப்பியது. திரும்பி வந்த பின்னர், நாக்பூரில் மருத்துவராகப் பணிபுரிந்தார். அக்காலத்தில் இறந்த ஆடுகளில் சில பரிசோதனைகளை மேற்கொண்டது பெரும் விவாதத்தை எழுப்பியது. சமஸ்கிருதத்திலும் புலமை பெற்ற மூஞ்சே மருத்துவத்துறையைக் கைவிட்டு முழுநேர அரசியல்வாதியானார். பாலகங்காதர திலகரை வழிகாட்டியாகக் கொண்டார். 1907இல் குஜராத்திலுள்ள சூரத்தில் கூடிய காங்கிரஸ் மாநாட்டில், தலைவர் தேர்வு குறித்து மிதவாதிகளுக்கும் தீவிரவாதிகளுக்கும் இடையே மோதல் ஏற்பட்டது. லாலா லஜபதி ராய், பாலகங்காதர திலகர், பிபன் சந்திரபால் (லால், பால், பால்) ஆகியோரின் தலைமையிலுள்ள தீவிரவாதிகளை மூஞ்சே ஆதரித்தார். அதுமட்டுமல்ல, சிலர் திலகரை நோக்கி நாற்காலிகளையும் கற்களையும் எறிந்தபோது, திலகருக்கு மெய்க்காப்பாளராகவும் செயல்பட்டார். இதனால் இருவருக்குமிடையிலான உறவு உறுதிபெற்றது. திலகரின் செயல்பாடுகளுக்காக மத்திய இந்தியா முழுவதும் பயணம் மேற்கொண்டு நிதி திரட்டினார். விநாயகர், சிவாஜி உற்சவங்கள் நடத்தி அச்செயல்பாடுகளுக்கு இந்துத் தன்மையளிக்கவும் முயன்றார். நாக்பூரில் 'மஹாராஷ்டிரா' என்ற பெயரில் ஒரு நாளிதழ் துவக்கினார். கோபால்ராவ் ஒகாலே அதன் ஆசிரியராகப் பணியாற்றினார்.

தீவிர இந்து உணர்வு

1920இல் திலகரின் மரணத்தையடுத்து மூஞ்சே காங்கிரசுடனான தொடர்பைத் துண்டித்தார். காந்தியின் அகிம்சைத் தத்துவத்துடனும் முஸ்லிம்களின் மீதான கரிசனத்திலும் கடுமையான எதிர்ப்பை வெளிப்படுத்தினார். 1948இல் மரணம் வரை இந்துப் பிரச்சாரகனாக இருந்தார். 1927 முதல் வீர் சவார்க்கர் பொறுப்பை ஏற்றுக்கொண்ட 1937 வரை இந்து மகாசபையின் அகில இந்தியத் தலைவராக இருந்தார். அதன்

தொடர்ச்சியாக நாடு முழுவதும் பயணங்கள் மேற்கொண்டார். சவார்க்கருடன் இணைந்து தீவிர இந்து உணர்வைத் தூண்ட மிகவும் பாடுபட்டார். லண்டனில் நடந்த 2 வட்ட மேசை மாநாடுகளில் காங்கிரஸ் தலைவர்களின் எதிர்ப்பைப் பொருட்படுத்தாமல் மூஞ்சே இந்துக்களுக்காக வாதாடினார். முசோலினியின் நடைமுறைத் திட்டங்களில் ஆவேசம் கொண்ட அவர், 1931 பிப்ரவரி - மார்ச் மாதங்களில் இத்தாலி சென்றார். முசோலினியை நேரில் சந்திப்பது மட்டுமல்ல நோக்கம். பலீலா போன்ற பாசிஸ ராணுவப் பயிற்சி மையங்களுக்கும் கல்வி நிறுவனங்களுக்கும் சென்றார். அங்கே நடைபெற்ற செயல்பாடுகளைக் கண்டு மதிப்பிட்டார். திரும்பி வந்தபின்னர் எழுதிய பயணக் கட்டுரையில் 13 பக்கங்கள் முழுவதும் உடற்பயிற்சி முறைகளை இந்தியச் சூழலில் எவ்வாறெல்லாம் பயன்படுத்தலாம் என விவரித்து அறிமுகப்படுத்தினார்.

பாசிஸ இயக்கங்களின் ஒட்டுமொத்தத் தத்துவத்தின் முதன்மைத் தந்திரம் சிறுவயதிலேயே ஆட்களைத் திரட்டுவதுதான். சிந்தனைகளால் மனம் மாசடையும் முன்பே இள நெஞ்சங்களைக் கட்டுப்படச் செய்வதே நோக்கமென்று ஆர்.எஸ்.எஸ் தலைவர்கள் பலமுறை கூறியுள்ளனர். ஆறு முதல் பதினெட்டு வயது வரையுள்ள சிறுவர்களை பலீலாவில் உறுப்பினராகச் சேர்த்தனர். ஒவ்வொரு வாரமும் கூடும் அவர்கள் உடற்பயிற்சிகளுடன் துணைநிலை ராணுவப் பயிற்சிகளையும் குழு விளையாட்டையும் மேற்கொண்டனர். முக்கியமாக விவசாயத்தைச் சார்ந்து வாழ்ந்த இத்தாலிய மக்கள், பொதுவாக அமைதி விரும்பிகளாக இருந்தனர் என்று கூறலாம். அவர்கள் தயாரித்தது ராணுவத் தளவாடங்கள் அல்ல; மாறாக அமைதியின் கலையாக இருந்தது. இந்தத் துர்பாக்கியத்தை இத்தாலியின் கோழைத்தனமாக முன்னிறுத்தி அதற்காகவே பலீலா தோற்றுவிக்கப்பட்டதென மூஞ்சே நியாயப்படுத்தினார். இந்து இந்தியாவுக்கு அத்தகைய அமைப்பு தேவையென்றும் அதற்காகவே ஆர்.எஸ்.எஸ் தோற்றுவிக்கப்படுவதாகவும் அவர் எழுதினார். ‘முசோலினியின் இயக்கக் கட்டுமானத்தை முன்மாதிரியாகக் கொண்டு

ஆர்.எஸ்.எஸ்.-ஐ நாடு முழுவதும் வளர்க்க வியர்வை சிந்துவேன்' என தனது நாட்குறிப்பில் குறிப்பிட்டுள்ளார்.

'கோழைத்தனத்தின், சமரசத்தின் கடலில் ஒரேயொரு ஒளி நிரம்பிய அறைதான் பாசிஸம்' என்று பெனிட்டோ முசோலினியின் தன் வரலாறு குறிப்பிடுகிறது. அரசியலை இந்து மயமாக்க வேண்டுமென்றும் இந்துத்துவத்தை ராணுவ மயமாக்க வேண்டுமென்றும் நரேந்திரமோடி அறிவித்தது அதன் இந்திய மொழி பெயர்ப்பே. வி.டி. சாவர்க்கரின் சிந்தனைகளையும், செயல்பாட்டையும் பாசிஸம் அடையாளம் காணவியலாத வகையில் மாற்றியமைத்தது. 1937-1942 காலத்தில் இந்து மகாசபைத் தலைவராக இருந்த அவர் ஜெர்மன் - இத்தாலிய அரசுகளை முழுமையாக நியாயப்படுத்தினார். பாசிஸத்திற்கெதிரான இந்தியக் குரல்களையும் நிலைப்பாட்டையும் கேள்விக்குட்படுத்திய சவார்க்கரின் உரை கூர்ந்து நோக்கப்பட வேண்டிய ஒன்று. 1938 ஆகஸ்டு 1 அன்று பாசிஸத்திற்கு ஆதரவாக அவ்வுரை நிகழ்த்தப்படடது. அதை இந்து மகாசபை அதிகாரப்பூர்வமாக ஏற்றுக்கொண்டது. சபையின், பம்பாய் கிளை சவார்க்கரின் உரையை அச்சு ஊடகங்களுக்கு வழங்கியது. ரஷ்யாவில் போல்ஷெவிஸமும் பிரிட்டனில் ஜனநாயகமும் இருக்கலாமெனில் ஜெர்மனிக்கு நாசிஸமும் இத்தாலிக்கு பாசிஸமும் அவசியமென்று சவார்க்கர் விவரித்தார். நாசிஸம், பாசிஸத்தின் மாந்திரீகத் தொடுதல்களை ஏற்று ஜெர்மனியும் இத்தாலியும் வீறுகொண்டு எழுந்து பலம் கொண்ட நாடுகளாக மாறியிருப்பதாகவும் அவர் வாதிட்டார். அடோல்ஃப் ஹிட்லரின் தன்வரலாறும் பாசிஸ்டுகளின் நடைமுறைத் திட்டங்களுக்கு வழிகாட்டியுமான மெய்ன் காம்ப்பும் ஆர்.எஸ்.எஸ்.-இன் தத்துவ ஆசானான எம்.எஸ். கோல்வாக்கரின் எண்ண அலைகளும் ஒரே தத்துவத்தைத்தான் பங்கிட்டுக் கொள்கின்றன. நாசி முன்மாதிரி கோல்வாக்கரை ஆவேசம் கொள்ளச் செய்திருக்கிறது. இந்துத்துவத்தின் அடித்தளம் அதுதான் என்று கூறலாம். இன்று உலகம் உற்றுநோக்கும் நாடான ஜெர்மனிதான், இந்தியா பின்பற்ற வேண்டிய முன்மாதிரி. வம்சத்தின், பண்பாட்டின் பரிசுத்தத்தை நிலைநாட்ட உலகத்தை நடுங்கச்

செய்த ஜெர்மனி, செமிட்டிக் மதத்தினரை - யூதர்களை - வெளியேற்றியது. வம்சப் பெருமிதம் அதன் உச்சத்தை அடையும் காட்சியை நாம் இங்கு கண்டோம். அடிப்படையிலேயே வேறுபட்ட வம்சத்தினர்களும் வேறுபட்ட பண்பாட்டையுடையவர்களும் ஒன்றாக இணைந்து வாழ இயலாதென்ற உண்மையை ஜெர்மனி உணர்த்துகிறது. ஹிந்துஸ்தான் இதிலிருந்து நல்ல பாடத்தைக் கற்றுக்கொள்ள வேண்டும் என்ற சவார்க்கரின் அறைகூவலை அப்படியே நடைமுறைப்படுத்தினார் மோடி. குஜராத்தின் இனப்படுகொலைகளின் மூலம் இந்தியாவில் முஸ்லிம் பிரச்சனையைத் தீர்க்க சவார்க்கர் குறிப்பிட்ட பரிகார முறைகளை இத்துடன் இணைத்துப் பார்க்க வேண்டும். 1938 அக்டோபர் 14 அன்று நடைமுறைப்படுத்த ஆணையிடப்பட்ட அந்தத் தந்திரம் ஜெர்மனிய தந்திரத்திலிருந்து வேறுபட்டதல்ல. யூதப் பிரச்சினையை அவர்கள் தீர்த்துக்கொண்டதைச் சுட்டிக்காட்டியே அவர் ஆணையிட்டார். இரு இனங்களுக்கிடையேயுள்ள கலப்பு, அல்லது இரு இனங்களைச் சேர்ந்தவர்கள் இணைந்து வாழ்வதும் செயல்படுவதும்தான் வரவிருக்கும் மிகப்பெரிய விபத்து என்கிற சிந்தனை பாசிஸச் சிந்தனையாகும். யூதர்களின் ரத்தம் கலந்ததால்தான் ஆரிய இனம் வீழ்ச்சியடைந்தது என்று ஹிட்லர் கூறினார். குஜராத்தில் இனச்சுத்திகரிப்பின் அடிப்படையும் அதுவாகவே இருந்தது.

எர்தோகனும் மிலோசெவிக்கும்

துருக்கி அதிபர் ராஸெப் தயீப் எர்தோகனுடனும் செர்பியன் அதிபர் ஸ்லோபோதன் மிலோசெவிக்குடனும் நரேந்தரமோடியை ஒப்பிட்ட சில அறிவுஜீவிகளை எனது குஜராத் பயணத்திற்கிடையில் காண நேர்ந்தது. இனவெறி, மனிதகுலப் பேரழிவு, ஜனநாயகப் படுகொலை, பொய்ப்பிரச்சாரங்கள், பிற்போக்குத்தனங்கள் ஆகியவற்றிற்கிணையான ஏராளமான உதாரணங்கள். கால்பந்தாட்டத்திலும் கவிதையெழுதுவதிலும் நாடகங்களிலும் தன் திறனை வெளிப்படுத்திய எர்தோகன் மூன்று முறை தேர்தலில் வென்றார். 1994 முதல் நான்கு வருட காலம் இஸ்தான்புல் மேயராக இருந்த அவர் 13 ஆண்டுகாலம் கஸிம்பஸ்

கால்பந்தாட்டக்குழுவில் உறுப்பினராக இருந்தார். மேயராக இருந்தபோது குற்றச்செயலுக்கு ஆதரவாகக் கவிதை எழுதியதற்காக அலுவலகத்திலிருந்து விலக்கப்பட்டார். பத்துமாதச் சிறைத் தண்டனையும் பெற்றார். இருபதாம் நூற்றாண்டின் துவக்கத்தில் ‘பான் துர்க்கி’ உணர்வைத் தூண்டிய மெஹ்மத்ஸியா கொகால்ப்பின் எண்ணங்களை விவரித்தது அவரது கவிதை. மசூதிகள்தான் எங்களுடைய போர்க்களங்கள், கோபுரங்கள்தான் தலைக்கவசங்கள், மினாரங்கள்தான் குறுவாள், நம்பிக்கைதான் போராளிகள் என்பது போன்ற வரிகள். 1974இல் எர்தோகன் எழுதி, நடித்து, இயக்கிய நாடகத்தின் தலைப்பு ‘கல்லுடைப்பவன் - கம்யூனிஸ்ட் - யூதன்’ என்பதாகும். அந்நாடகத்தில் கல்லுடைப்பவனையும், கம்யூனிஸ்ட்டையும், யூதனையும் விபத்தாகச் சித்தரிக்கப்பட்டிருந்தது. விவாத அரங்குகளிலும் நாடக அரங்குகளிலும் ஈடுபாடு காட்டிய மாணவனாகயிருந்த மோடியைக் குறித்தும் சில கதைகள் பரப்பப்பட்டன. வட்நகரில் பகவதாச்சார்யா நாராயணாச்சார்யா உயர்நிலைப் பள்ளியின் சராசரி மாணவனான மோடி, கலை, இலக்கிய ஆர்வலராகவும் களப்பணியாளராகவும் உயர்த்திக் காட்டப்பட்டார். பின்னர் குஜராத்தில் கவிதைகள் புனைந்தவராகவும் முன்னிறுத்தப்பட்டார். நண்பர்களுடனான வாக்குவாதங்களுக்கிடையில் ஹிட்லர் ஒரு சிறந்த பேச்சாளராக வளர்ந்தார் என்ற பழைய விவரிப்பு போல. ஓவியராக இருந்த அவரால், ஓவியக் கல்லூரியின் நுழைவுத் தேர்வில் வெற்றிபெற இயலவில்லை. வெள்ளித்திரையிலும் விளையாட்டுத்துறையிலும் உள்ள நட்சத்திரங்களுடனான மோடியின் உறவைச் சிறப்பித்துக் காட்டவும் சிலர் முயன்றனர். அனுபம்கெர், சுனில்ஷெட்டி, அஜய்தேவ்கன், அமிதாப் பச்சன், ரஜினிகாந்த் போன்றோர் அந்தக் காந்த வளையத்திற்குள் இருந்தனர். குஜராத்தில் செஸ் விளையாட்டினைப் பிரபலப்படுத்த நடந்த விழாவின் திறப்பாளராக விஸ்வநாதன் ஆனந்த் அழைக்கப்பட்டதும் விவாதமானது. ‘இந்து பிஸ்மார்க்’ என்று அறியப்படும் மோடியைப்போல எர்தோகன் நியோ ஓட்டோமினின் வெளியுறவுக் கொள்கையும் பெரும் விவாதத்தை எழுப்பியது. சமத்துவமின்மை உச்சத்திற்குச் சென்ற அவரது ஆட்சிக்காலத்தில் குழந்தைப் பருவ வறுமை அறுபத்தியாறு சதவீதத்திற்கு

உயர்ந்தது. ஐரோப்பியாவிலேயே அதிக அளவில் தொழிலாளர்கள் மரணமடைந்தனர். நாட்டைவிட்டு ஓடிய மதத்தலைவர் ஃபெத்துல்லா குலெனுடனான தீவிர உறவு மற்றொரு கறை.

10,000 கோடி டாலர் ஊழலைத் தொடர்ந்து கேபினெட் அமைச்சர்களின் உறவினர்கள் உட்பட பலரும் சிறைத்தண்டனை பெற்றுள்ளனர். ஊடகத் தணிக்கை என்ற பெயரில் செய்தியாளர்களைச் சிறையிலடைத்துத் துன்புறுத்துகின்றனர். தேர்தல் முறைகேடும் போலீஸ் நடவடிக்கைகளும் நடந்தேறின. 2013-14 காலத்தில் நாடு முழுவதும் போராட்ட அலை அடித்தது. போலீஸூம் அவரது ஆதரவாளர்களும் சேர்ந்து விமர்சகர்களை எதிர்கொண்டபோது இருபத்தியிரண்டு பேர் இறந்தனர். இத்தகைய மிருகவதைகளுக்கு எதிராக சர்வதேசிய அளவில் கடுமையான முன்னறிவிப்பும் எச்சரிக்கையும் விடுக்கப்பட்டன. பலம் மிகுந்த தலைமை என்கிற எர்தோகனின் உரிமைக்குரலை நினைவுறுத்துகிறது மோடியின் வாய்ஜாலங்கள். இப்போது உலகத்தில் மிகவும் அதிகமான ஊடகவியலாளர்களைச் சிறைக்கு அனுப்பிய நாடு துருக்கி. செர்பியன் முன்னாள் அதிபர் ஸ்லோபாதன் மிலோசெவிக், இனச் சுத்திகரிப்பின் பெயரால் சர்வதேச விசாரணையை எதிர்கொண்டார். ஆனால் மோடி, கண்டம் விட்டுக் கண்டம் பறந்து கொண்டிருக்கிறார். சுதந்திரமான கருத்து வெளிப்பாட்டிற்கும் ஊடகச் சுதந்திரத்திற்கும் கனத்த கைவிலங்குகளை அணிவித்திருந்தார் மிலோஸெவிக். 1991 மார்ச்சில் இரண்டு தொலைக்காட்சி நிறுவனங்களை ஒன்றரை நாள் மூடச் செய்தார். 2000இன் துவக்கத்தில் தனக்கு முன்னர் அதிபராக இருந்த இவான் ஸ்டம் போலிக்கைக் கடத்திச் சென்றார். மூன்று ஆண்டுகளுக்குப் பின்னர் சடலம்தான் கிடைத்தது. அக்கொலைக்கு மிலோசெவிக் திட்டம் தீட்டிக் கொடுத்தார். 1997 பிப்ரவரி 4 முதல் நடந்த 97 நாட்கள் நீண்ட போராட்டத்தின் இறுதியில்தான் அவர் எதிர்க்கட்சிகளை அங்கீகரித்தார்.

பலீலாவின் செல்வாக்கு

ஜியோவன்னி ஜியோலிட்டியின் அமைச்சரவை நடைமுறைப்படுத்திய பாரம்பரிய ஆய்வின் தொடர்ச்சியாக இருந்தது

பலீலா. எதிர்காலவியல் என்கிற ‘புரட்சிகரப் பண்பாட்டு இயக்கம்’ பாசிஸத்திற்குத் தூண்டுகோலாக இருந்தது. ‘விளையாட்டுத்திறனும் நாட்டுப்பற்றும்’ என்ற அதன் கருத்தை ஃபிலிப்போ தொம்மஸோ மாரிநெட்டி 1919இல் செயல்படுத்தினார். பின்னர் ஏழு வருடம் கடந்த பின்னர்தான் முசோலினி பலீலாவை நிறுவினார். விரைவில் அது நாஜிகளின் இளைஞர் பிரிவானது. ஜனோவா நகரைச் சேர்ந்த இளம்போராளியைப் பற்றிய கட்டுக்கதையுடன் பலீலா தொடர்புபடுத்தப்பட்டது. 1746இல் ஹாப்ஸ்பர்க்களுக்கெதிரான கலகத்தை அந்த இளம் போராளிதான் துவக்கினார் என நம்பப்படுகிறது. கல்விக்கூடங்களிலிருந்து வித்தியாசமான சிந்தனைகளை உருவாக்கிய பலீலா, பண்பாட்டு இயக்கமாக அறிமுகப்படுத்தப்பட்டது. நாளைய பாசிஸ்டுகளைத் தயாரிக்கும் ஆலையென பலீலாவைக் கூறலாம். பலீலா தவிர பிற அனைத்து இளைஞர் இயக்கங்களும் தடை செய்யப்பட்டன. அதனைத் தவறின்றிக் கட்டமைப்பதற்காகத்தான் பெயரளவில் செயல்பட்ட ரோமன் கத்தோலிக்கத் திருச்சபையின் செயல்பாடுகளுக்குக் கடும் நிபந்தனைகள் விதிக்கப்பட்டன. கருஞ்சட்டைக்காரர்களைப் போல பலீலாவின் உறுப்பினர்களுக்குச் சிறப்புச் சீருடைகள் வழங்கப்பட்டன. பிரிட்டிஷ் காலனியாக இருந்த மால்ட்டாவிலும் பலீலாவின் கிளைகள் துவக்கப்பட்டன என்றாலும், இரண்டாம் உலகப்போரின் துவக்கத்தில் கலைக்கப்பட்டன. இத்தகைய பரிணாமங்களும் பின்புலங்களும்தான் ஆர்.எஸ்.எஸ் உருவாக்கத்திற்கும் காரணங்கள். 1927 ஏப்ரல் முதல் ஜூன் வரை இருபது ஸ்வயம்சேவக்குகள் பங்கேற்று நடத்தப்பட்ட பயிற்சி முகாம் கவனத்திற்குரியதாக இருந்தது. வாளும் குறுந்தடியும் உட்பட்ட ஆயுதங்களை எடுத்துக்கொண்டு இந்து தேசியத்தையும் பிற இனங்களின் அறிவின்மையையும் குறித்து விவாதம் செய்யப்பட்டன. பிரிட்டிஷ் அதிகாரச் சக்திகளுக்கெதிராக விரலசைப்பதற்குப் பதிலாக, அமைப்புசாரா இந்துக்களைப் பற்றிப் போலியான கவலையைப் பரப்பினர். சைமன் கமிஷனுக்கு எதிராகக் கிளர்ந்தெழுந்த போராட்டங்கள் எதிலும் ஆர்.எஸ்.எஸ் பங்கேற்கவே இல்லை. ஜூன் மாதத்தில் முகாம் நிறைவுபெற்ற மூன்று மாதங்களுக்குள் நாக்பூரில் இனக்கலவரம்

தூண்டிவிடப்பட்டது. கலவரத்தை நியாயப்படுத்த முன்வைத்த வாதங்கள் கலவரத்தை விடவும் பயங்கரமாக இருந்தன. கலவரத்தின் வெற்றி ஆர்.எஸ்.எஸ்.இன் செல்வாக்கைப் பெருகச் செய்தது. தொடர்ந்து 1928 மார்ச் மாதத்தில் ஸ்வயம்சேவக்குகள் சிறப்பு உறுதிமொழி எடுத்துக் கொண்டனர். இந்து தேசத்திற்காகத் தன் உயிரையும் பலி கொடுப்பேன் என்பது அந்த உறுதிமொழியின் உள்ளடக்கம். மார்ச் 31 அன்று நிகழ்ந்த உறுதியேற்பு நிகழ்ச்சியில் கேட்கேவர் உரையாற்றினார். 1958 தீபாவளியன்று அத்தகைய உறுதிமொழி எடுத்துக்கொண்ட சிறுவன்தான் நரேந்திரமோடி.

பெரேட்டா பிஸ்டல்

ஆர்.எஸ்.எஸ் சிறிதுகூடத் தயங்காமல் நடைமுறைப்படுத்திய கொலை பாதகங்களில் மிகவும் குரூரமானது காந்தி படுகொலை. 1934 முதல் அதற்கு முயற்சிகள் மேற்கொள்ளப்பட்டன. ஐந்துமுறைகள் பலன் தராத முயற்சி 1948 ஜனவரி 30 அன்று வெற்றிபெற்றது. சகிப்பின்மை, அழித்தொழிப்புச் சிந்தனைகளுடன் ஆயுதமும் இத்தாலியிலிருந்து இறக்குமதி செய்யப்பட்டது என்பது எதிர்பாராததாக இருக்கலாம். 1934 முதல் இத்தாலியில் ஆயுதப்படைப் பிரிவினர்களுக்கு வழங்கப்பட்ட பெரேட்டா தானியங்கி பிஸ்டல்தான் நாதுராம் கோட்சேவின் கரங்களிலிருந்து குறி பார்த்தது. 1526 முதல் துப்பாக்கித் தயாரிப்பில் ஈடுபட்ட தொழிற்சாலை பின்னர் உலக அளவில் பிரபலமடைந்தது. அதன் தயாரிப்புகள் நாஜிகளின் ஜெர்மனியிலும் ருமேனியாவிலும் அதிகார பூர்வமாகப் பரிந்துரைக்கப்பட்டன. சில இடங்களில் கள்ளச்சந்தைகளில் வாங்கப்பட்டன. 606824 வரிசை எண் கொண்ட பெரேட்டா எம்.மாடல் துப்பாக்கி, காந்தியை வீழ்த்தியபோது ஒரு குவாலியர் கதையும் முழங்கியது. பல கரங்களைக் கடந்து அது நாதுராமின் கரங்களை அடைந்தது. குவாலியரில் ஜகதீஷ் பிரசாத் கோயல் என்பவர் துப்பாக்கியை கங்காதர தந்தவதேவுக்கு வழங்கினார். அவரிடமிருந்து தத்தாரேய சதாசிவ பர்ச்சுரேவிடம் சென்றது. தொடர்ந்து நாதுராமின் கரங்களை அடைந்தது.

ஹோமியோபதி மருத்துவராக இருந்த பர்ச்சுரே, அகில பாரதிய இந்து மகாசபையின் துவக்க காலச் செயல்பாட்டாளர்களில் ஒருவராக இருந்தார். பின்னர் எம்பிபிஎஸ் பட்டம் பெற்றார். மேற்கத்திய மருத்துவ முறைகளை விரும்பாத அவர், குவாலியரில் ஆயுர்வேத மருத்துவமனையைத் துவக்கினார். அகில பாரதிய இந்து மகாசபையின் குஜராத் கிளையை நிறுவி, தீவிரவாதச் செயல்பாடுகளில் முழுவேகத்துடன் உற்சாகமாகப் பங்கேற்ற பர்ச்சுரே 1939இல் வி.டி. சவார்க்கரைச் சந்தித்தார். 'இந்து தேசியப்படை' என்ற இணை ராணுவ அமைப்பு அதன்பின்னர் தோற்றுவிக்கப்பட்டது. முஸ்லிம் ஆட்சியாளர்கள் இந்துக்களின் மீது காட்டிய அவமரியாதையை உயர்த்திப்பிடித்து பிரச்சாரம் செய்யப்பட்டது. 1942இல் அவரைச் சந்தித்த நாதுராம் இந்து தேசியப்படையை முன்மாதிரியாகக் கொண்டு 'இந்து ராஷ்டிரதள்' என்ற அமைப்பைத் துவக்கினார். இரு அமைப்புகளும் இணையத் தீர்மானித்தாலும் அது நடைபெறவில்லை. 1947 டிசம்பர் 2 அன்று நடைபெற்ற இந்து மகாசபையின் புனே மாநாட்டில் சிறப்புரையாற்றிய பர்ச்சுரேவை இரண்டாம் சாவர்க்கர் என்று இந்துத்துவ ஆவணங்கள் மதிப்பிட்டன. காந்தி படுகொலை உறுதியான பின்னர் நாதுராமும் நாராயணன் ஆப்தேவும் 1948 ஜனவரி 28 அன்று டில்லியிலிருந்து குவாலியர் சென்று பர்ச்சுரேவைச் சந்தித்தனர். நாதுராமிடமிருந்த பழைய துப்பாக்கிக்குப் பதிலாக தானியங்கித் துப்பாக்கியைத் தேடி அப்பயணத்தை மேற்கொண்டனர். 300 ரூபாய் கொடுத்து அதை வாங்கிய நாதுராம், பர்ச்சுரேவின் வீட்டு வளாகத்தில் பரிசோதிக்கும்விதமாக வெடியுதிர்த்தார். காந்தி படுகொலை நிறைவேற்றப்பட்டவுடன், உற்சாகமடைந்த பர்ச்சுரே, இனிப்புப் பண்டங்களை விநியோகித்தார். வழக்கில் குற்றம் சாட்டப்பட்ட அவர், பிப்ரவரி 3 அன்று கைது செய்யப்பட்டார். ஆயுதம் வழங்கிக் கொலையில் ஈடுபட்டவர்களுக்கு உதவியதாகக் குற்றம் சாட்டப்பட்டார். கீழமை நீதிமன்றம் ஆயுள் தண்டனை விதித்தாலும், பஞ்சாப் உயர்நீதிமன்றம் விடுதலை செய்தது. நாதுராமின் சகோதரனும் முக்கியச் சூத்திரதாரியுமான கோபால் கோட்சேவிடம் அவரது மகள் ஹிமானி சாவர்க்கர் துப்பாக்கியின் உறைவிடத்தைப் பற்றிப் பலமுறை கேட்டாலும் இறுதிவரை மௌனத்தை மட்டுமே பதிலாக அளித்தார்.

கொடும் குரூரங்கள்

ஜெர்மன் - இத்தாலிய அனுபவங்களைப் பாடப்புத்தகம் போல மனனம் செய்த நரேந்திரமோடி இனப்படுகொலை நடந்த வேளைகளில் அதன் வெறியாட்டங்களை இங்கேயும் நிகழ்த்தினார். இனச் சுத்திகரிப்பின் தத்துவத்தை முன்னிறுத்தி அடோல்ஃப் ஹிட்லர் திறந்துவிட்ட சிந்தனைகளும் அக்கிரமங்களும் குஜராத்திலும் நிகழ்த்தப்பட்டன. கூட்டுப் படுகொலைகளையும் உடலுறுப்புகளை வெட்டி எறிந்ததையும், தீயிடல்களையும், பலாத்காரத் தொடர் நிகழ்வுகளையும் நிகழ்த்திக் காட்டி, மோடி இந்துத்துவத்தின் வெற்றியை அறிவித்தார். நரவேட்டையாடும் மனிதர்களைக்கூடத் தலைகுனியச் செய்யும் வெறித்தனத்தின் பாடங்களை அவர் கற்றுக்கொண்டது ஹிட்லரிடமிருந்தும் முசோலினியிட மிருந்தும்தான். யூத வெறுப்பு கரைபுரண்டோடிய பல குறிப்புகளும் ஹிட்லரின் தன்வரலாற்றில் உண்டு. காரல் மார்க்ஸை, 'யூத மார்க்ஸ்' என்று குறிப்பிடப்பட்டிருப்பது நினைவிருக்கலாம். தார்மீக முறையிலும் பொருளிலும் சுத்தமற்றவர்கள் யூதர்கள். அழுக்கடைந்த ஆடைகளை அணிந்து குளிக்காத இந்த யூதர்கள் சகிக்க முடியாத நாற்றமுடையவர்கள். இதையெல்லாம் தவிர்த்து அசுத்தமான புற உருவத்தைவிட மோசமானது அவர்களது அகம். சமூகத்தின் பல்வேறு துறைகளில் யூதர்களின் செயல்பாடுகள் ஆபத்தை விளைவிப்பவை. சமூகத்தின் அனைத்துத் தீய முயற்சிகளுக்குப் பின்னால் ஒரு யூதனாவது இருப்பான். சமூகத்தைப் பாதித்த எந்தக் கட்டியை அறுத்தாலும் இறுதியில் வெளிவருவது ஒரு யூதப் புழுவாக இருக்கும். கலையிலும் இலக்கியத்திலும் நாடக அரங்கிலும் திரைப்படங்களிலும் ஊடகங்களிலும் அவர்களது கேடுகெட்ட தலையீடுகள் இருந்தன. பிளேக் நோயைவிட ஆபத்தான நோயாக அவை படர்கின்றன. மனிதகுலத்தின் முகத்தை நோக்கி அவர்கள் தங்களது கழிவுக் குழாய்களை திறந்து வைத்துள்ளனர். அவர்கள் எண்ணிக்கையிலும் அதிகளவில் உள்ளனர். ஒரு பகுதியில் 10,000 கேடுகெட்ட யூதர்கள் என்ற கணக்கில் மெயின் காம்ப்பில் இந்த எதிரி நிர்ணயத்தைத்தான் மோடி, குஜராத்திலும் நிகழ்த்தி மக்களைக் கொடிய ஆபத்தில் தள்ளிவிட்டார்.

பாசிசம், மக்களைக் கொலை செய்வதைக்கூட அதற்கே உரித்தான குரூரமான நடைமுறைகளின் மூலம்தான் செய்யும். 1941 மே மாதத்தில் ஸ்டோம் ட்ரூப்பேர்ஸின் மருத்துவர் ரோஷர் சில பரிசோதனைகளுக்கு அனுமதி கோரினார். வதைமுகாம்களிலுள்ள கைதிகள் இந்தக் கொடிய பரிசோதனைகளின் எலிகள். அவர்களை முழு நிர்வாணமாக்கி மைனஸ் 270-300 செல்சியஸில் ஒன்பது முதல் பதினான்கு மணிநேரங்கள் நிறுத்திவைக்கப்பட்டு பரிசோதனைகள் மேற்கொள்ளப்பட்டன. இவ்வாறு செய்தால் கைதிகள் மீண்டு உயிருடன் திரும்புவார்களா என்று பரிசோதிக்கப்பட்டனர். 300 பேர் அத்தகைய குரூரங்களுக்கு முன் இறந்து வீழ்ந்தனர். சிலர் முழுமையாக மனநிலை பாதிக்கப்பட்டனர். 1942 அக்டோபர் 24 அன்று பாசிஸத் தலைமை, ரோஷரை வாழ்த்தி ஒரு கடிதம் அனுப்பியது. இந்தப் பரிசோதனைகளை எதிர்ப்பவர்கள் தேசத்துரோகிகளாகக் கருதப்படுவார்கள் எனறு ஹென்ரிச் ஹிம்லரைப் போன்றவர்கள் அறிவித்தனர். மயக்கமருந்து செலுத்தப்பட்ட ஆடவரை, முழு நிர்வாணமான இரண்டு இளம்பெண்களுக்கிடையில் கிடத்தினால் உணர்வு பெறுவாரா எனச் சோதனை செய்ய வேண்டுமென்ற ஆணையையும் ஹிட்லர் ரோஷருக்கு வழங்கினார். இதற்கு இணையான சில நிகழ்வுகளை 2002இல் இனப்படுகொலைகளுக்கிடையில் மோடி குஜராத்தில் நிகழ்த்திக்காட்டினார். பத்தொன்பது உறுப்பினர்களைக் கொண்ட குடும்பத்தை வீட்டிற்குள் அடைத்து, காற்றுகூடக் கடக்காத வண்ணம் கதவுகளும் ஜன்னல்களும் அடைத்துப் பூட்டப்பட்டன. பின்னர் ஒரு துளைவழியாக பம்புகள் உபயோகித்து வீடு முழுவதும் நீர் நிரப்பப்பட்டது. தொடர்ந்து மின்சாரம் செலுத்தப்பட்டது. சிறிது நேரத்திற்குப் பின்னர் அறைகள் திறக்கப்பட்டபோது ஒருவர் தவிர அனைவரும் இறந்திருந்தனர். படுகொலையும், ஆட்சியாளர்களின் பயங்கரமும் இணைந்து வெறியாட்டமாடிய குஜராத் இனப்படுகொலைகள் நிகழ்ந்த நேரத்தில் பிப்ரவரி 28 அன்று நடந்த போலிஸ் துப்பாக்கிச் சூட்டில், மொரார்ஜி சௌக்கிலும் சரோதியா சௌக்கிலும் நாற்பது பேர் இறந்து வீழ்ந்த நிகழ்வில் அனைவரும் முஸ்லிம்களாக இருந்ததைக் காணலாம். 230 முஸ்லிம் பெண்களும்

இளம்பெண்களும் கூட்டுப் பாலியல் வன்முறைக்கு இரையானார்கள். தொடர்ந்து தீயிட்டுக் கொளுத்தப்பட்டனர். நரோதபாட்யாவில் 96 கூட்டுச் சவக்கல்லறைகளில் 46 பேர் பெண்கள். பலரையும் நெடுந்தொலைவுக்கு நிர்வாணமாக்கி நடத்திக் கொண்டு வந்து பாலியல் வன்முறைக்குட் படுத்தித் தீயிட்டனர். பதினொரு வயது மட்டுமேயான சிறுமியைக்கூட விடவில்லை. முஸ்லிம் வீடுகளையும் நிறுவனங்களையும் கொள்ளை யடிக்கவும், வீட்டிலுள்ள பெண்களைப் பாலியல் வன்முறைக் குட்படுத்தவும் தாக்குதல் நடத்தவும் இந்துத்துவ வீரர் வீராங்கனைகள் ஈடுபடுத்தப்பட்டனர் என நரேந்திர மோடி பெருமை கொள்ளலாம்.

சிறுவர்களையும் சிறுமிகளையும் பிடித்து முகத்தை மூடிக்கட்டி அதன் ஒருமுனையில் இணைக்கப்பட்ட பம்பின் மூலம் மூச்சுக்குழல் உடைந்து தெறிக்கும்வரை காற்றடித்த கொடூரம் ஹிட்லரின் மற்றொரு வழிமுறையாக இருந்தது. குஜராத்திலோ, சிறுவர்ளும் சிறுமிகளும் பிடித்து வரப்பட்டு வாயில் பெட்ரோல் ஊற்றி கியாஸ் லைட்டரால் தீ வைக்கப்பட்டனர். கலவரத்திற்குப் பின்னர் குற்றவுணர்வும் வெறுப்பும் கொண்டு தலைகுனிந்து தளர்ந்த தோள்களுடன் வெளியேறியதாக ஹர்ஷ் மந்தர் எழுதியது கல் இதயம் கொண்டவர்களையும் கரையச் செய்யும். அஹமதாபாத்தில் 29 தற்காலிக முகாம்களில் பெண்களும் குழந்தைகளும் முதியோர்களும் உட்பட 63,000 பேர் நரக வேதனைக்குள்ளானார்கள். காயமடைந்தவர்களுக்கு உதவி செய்துகொண்டும் குழந்தைகளுக்குப் பால் தேடிக்கொண்டும் மௌனமொழியில் பலவற்றைப் பற்றியும் கூறினார்கள். குழந்தைகளுக்கும் பெண்களுக்கும் எதிரான அத்துமீறல்கள் அதிபயங்கரம். பயத்தால் பீடிக்கப்பட்ட கண்கள், அனைத்தையும் இழந்த நிலையைக் கூறின. ஒருமுறையும் நினைத்துப் பார்க்க விரும்பாத எத்தனையோ நிகழ்வுகள், அவர்களை மரணத்துக்கருகில் இருப்பவர்களைப் போல மௌனத்தில் ஆழ்த்தின. எட்டு மாதக் கர்ப்பிணியின் வயிற்றைச் சூலத்தால் பிளந்து அவருடைய கண்முன் கருவை அழித்தனர். ஜுஹராபுரா முகாமில் ஆறு வயதுச் சிறுவனுக்கு நேர்ந்த கொடுமை இதயத்தை நடுங்கச் செய்வது. தாயும் ஆறு சகோதரர்களும் கொல்லப்பட்டனர். சுயநினைவற்று மயங்கி விழுந்ததால்

அவன் மட்டும் காப்பாற்றப்பட்டான். பல வன்முறை நிகழ்வுகள் அரங்கேறிய நரோதாபாட்டியாவில் ஒரு இளம்பெண்ணையும் அவளது மூன்றுமாத மகளையும் காவலர்கள் பொறிவைத்துப் பிடித்தனர். பாதுகாப்பதாகக் கூறிய காவலர்கள் அவளை வன்முறைக்கும்பலிடம் ஒப்படைத்தனர். அந்த வெறியர்கள் மண்ணெண்ணெய் ஊற்றித் தீயிட்டனர்.

ஜெர்மானியத் துயரங்களை நினைவுகூறும்விதமாக எண்ணற்ற கூட்டுப் பாலியல் வன்முறைகள் நிகழ்த்தப்பட்டன. குடும்ப உறுப்பினர்களின் கண் முன்பாகவே பலர் பாலியல் வன்முறைக்கு உட்படுத்தப்பட்ட பின் சுட்டுக் கொல்லப்பட்டனர். பின்னர் சுத்தியையும் ஸ்குரு டிரைவரையும் பிற ஆயுதங்களையும் கொண்டு தாக்குதல்கள் மேற்கொள்ளப்பட்டன. இந்துத்துவத்தின் வெற்றிக்கொடியை பெண்ணுடல்களின்மேல் வீசிப் பறக்கவைக்க இளைஞர்கள் ஊக்கப்படுத்தப்பட்டனர். ஆயுதம் தாங்கிய குண்டர்களால் பகை நாட்டவர் போல நடத்தப்பட்டனர். இனக்கலவரங்களைப்போல அவை நடைபெறவில்லை; மாறாக, திட்டமிட்டுத் தீர்மானித்து அனைத்துவிதமான முன்னேற்பாடுகளுடன் நடத்தப்பட்ட கூட்டுக் கொலைகள். மொபைல் போன்களில் தகவல்கள் பரிமாறப்பட்டு மனித உயிர்கள் பறிக்கப்பட்டன. முஸ்லிம் குடும்பங்களைப் பற்றியும் அவர்களுடைய சொத்து விவரப்பட்டியல் பற்றியும் தகவல்கள் அடங்கிய கம்ப்யூட்டர் பிரிண்டைக் கையில் வைத்துக்கொண்டு எதிரிகள் வேட்டையாடப்பட்டனர். சிறுபான்மைச் சமூகத்தினரால் நடத்தப்பட்ட வியாபார நிறுவனங்களைப் பற்றியும் அவர்களுடைய கட்டடங்களைப் பற்றியும் அனைத்துத் தகவல்களும் சேகரிக்கப்பட்டன. டிரக்குகளில் கியாஸ் சிலிண்டர்கள் நிறைக்கப்பட்டு தேவையான இடங்களிலெல்லாம் இறக்கப்பட்டன. பணக்கார முஸ்லிம்களின் வீடுகளும் வியாபார நிறுவனங்களும் முழுவதுமாகக் கொள்ளையடிக்கப்பட்டுத் தீவைத்து எரிக்கப்பட்டன. வெல்டிங் இயந்திரங்கள் கொண்டுவரப்பட்டு பெரிய கட்டடங்கள் தகர்க்கப்பட்டன. முஸ்லிம் பள்ளிகளும் தர்காக்களும் தகர்க்கப்பட்டுத் தரை மட்டமாக்கப்பட்டு அவ்விடங்களில் அனுமன் சிலைகளும் காவிக்

கொடிகளும் நிறுவப்பட்டன. அஹமதாபாத் நகரத்தில் சில தர்காக்கள் தகர்க்கப்பட்டு கட்டுமான பொருட்கள் இறக்கப்பட்டன. அங்கே என்ன இருந்தது என்று கண்டுபிடிக்க இயலாத வண்ணம் மாற்றியமைக்கப் பட்டன. சில இடங்களில் டிராபிக் தூண்கள் நிறுவப்பட்டன.

காவல்துறையும் அரசு இயந்திரங்களும் சிறுபான்மையினரைத் தவறாக வழிநடத்தி கலவரக்காரர்களிடம் சேர்ப்பித்துக் கொண்டிருந்தனர். அதேநேரம், கொள்ளையும், தீவைப்பும், பலாத்காரமும், படுகொலையும் நிகழ்த்திக் கொண்டிருந்தவர்களுக்குப் பாதுகாப்பு அரணாகவும் இருந்தனர். முஸ்லிம்களை இலக்காகக் கொண்டு தாக்குதல் நடைபெற்ற பல இடங்களிலும் துப்பாக்கிச் சூடுகள் நடத்தப்பட்டன. ஆனால் கலவரத்தால் பாதிக்கப்பட்டவர்கள்தான் மோடி அரசால் சுடப்பட்டனர்; கைது செய்யப்பட்டனர்.

1984 - 2002

உலகப் புகழ்பெற்ற கெனிய நாட்டைச் சார்ந்த புகைப்பட நிபுணரும் ஆசிரியருமான ஆண்ட்ரூ ப்ரெளன், நக்ருவில் தனது கல்விக்கூட அனுபவங்களை உணர்ச்சிகளின் வண்ணக் கலவையுடன் விவரித்துள்ளார். ப்ரியான் என்ற அனாதை மாணவன் தன்னை ஒரு புகைப்படமெடுக்குமாறு அவரிடம் கோரினான். வகுப்பறையின் வாயிலை நோக்கி இருவரும் நகர்ந்தனர். தொடர்ந்து அவன் களங்கமற்றும் அதைவிட இயல்பாகவும் போஸ் கொடுத்தான். அத்தருணத்தைப் புகைப்படமாக்கிய ப்ரௌன் சொன்னார், நான் ப்ரியானைப் படமெடுக்கவில்லை. மாறாக அவன் எனக்கு ஒரு புகைப்படம் தந்தான். தனது சீடனான அனாதைச் சிறுவனின் புறந்தள்ளப்பட்ட தீவிரமான வாழ்வியல் சந்தர்ப்பங்களும் அது வழங்கிய கைவிலங்குகளும் அந்த ஆசிரியரின் வார்த்தைகளில் படர்ந்து கிடந்தன. ஜப்பானில் 2011இல் நிகழ்ந்த அணு வெடிப்பின் எச்சங்களைப் புகைப்படக்கருவியில் ஒற்றியெடுத்த டேவிட் கட்டன் ஃபெல்டரின் மனதிலும் இதற்கிணையான முத்திரைகள் இருந்தன. பூகம்பத்தால் கசக்கியெறியப்பட்ட ஃபுக்குஷிமா முழுவதும் நடுங்கியது. அங்கேயுள்ள, கொரியாமா கன்வென்ஷன் மையத்தில் ‘ஹார்டு போர்டு’-ஆல் உருவாக்கப்பட்ட வீட்டிற்குள்

AHSAN JAFRI

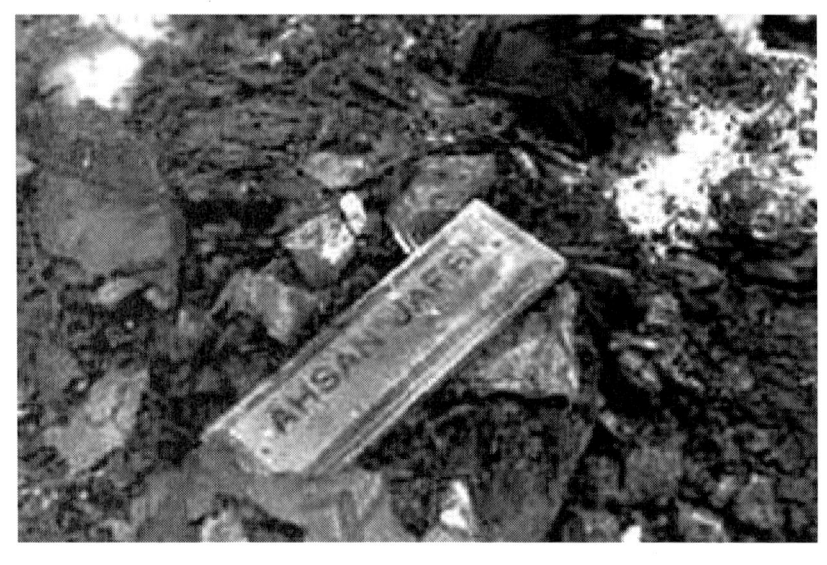

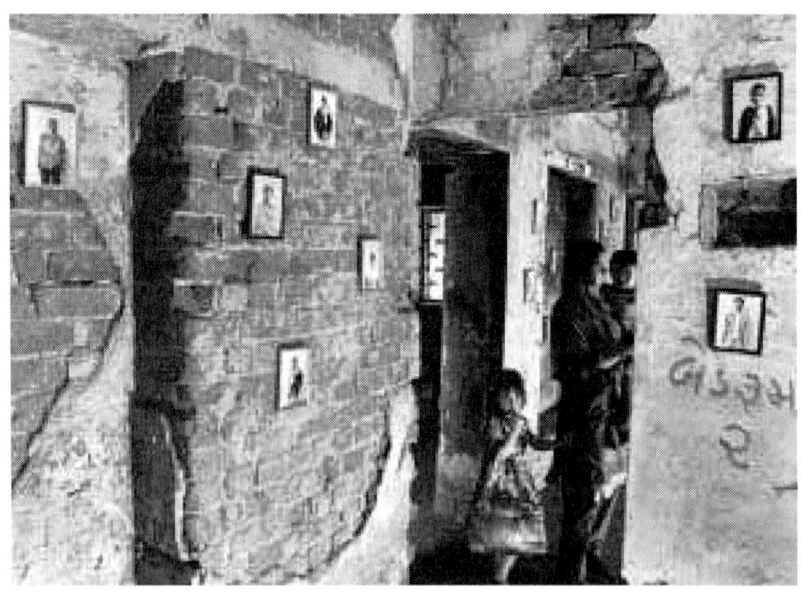

நெருக்கடியுடன் இருந்த நோபுக்கோ சான்பெய் என்ற முதியவளின் துயரங்கள் ஒரு புகைப்படத்தில் இருக்கின்றன. அதி பயங்கரமான வெப்பத்தால் வாடிக் கரியத் துவங்கிய அந்த 74வயது முதியவள் போர்டு கொண்டு உருவாக்கப்பட்ட சுவற்றில் துளையிட்டுக் கொண்டிருந்தார். நியூக்ளியர் மண்டலத்தில் ஒரு வீட்டில் மாட்டப்பட்டிருந்த குடும்பப் புகைப்படம் இளகி ஆடிக் கொண்டிருந்தது. நூலில் தொங்கிக் கொண்டிருந்த அதைப் போன்றவை யதார்த்தத்தில் துயரங்களின் குறியீடுகள்தான். டௌன்பிரஷன் என்ற சொல்லால் அவை பரிசோதிக்கப்பட்டு வந்தன. ஆனால் மனிதனால் ஏற்படுத்தப்பட்டதும் அரசு இயந்திரங்களின் ஆதரவுள்ளதுமான ஆபரேஷன்தான் கலவரங்களும் இனப்படுகொலைகளும். 1984இல் நடந்த சீக்கிய படுகொலைகளுக்குப் பின்னர், 2002இல் நடந்த குஜராத் இனப்படுகொலையும் அத்தகையதொரு சதித்திட்டமாக இருந்தது. இரண்டிற்குமிடையில் எண்ணற்ற ஒற்றுமைகள்.

சீக்கியப் படுகொலைகள்

பிரதமர் இந்திராகாந்தி இரண்டு பாதுகாவலர்களால் 1984 அக்டோபர் 31 அன்று படுகொலை செய்யப்பட்டதைத் தொடர்ந்து வன்முறை வெறியாட்டமாடிய காங்கிரஸ் தலைவர்களும் ஆதரவாளர்களும் எட்டாயிரத்துக்கும் மேற்பட்ட சீக்கியர்களை வெட்டிக் கொன்றனர். தாயின் மரணத்திற்குப்பின் ஆட்சியமைத்த மகன் ராஜிவ்காந்தியின் ‘ஒரு பெருமரம் வீழும்போது பூமி குலுங்கும்’ என்ற அறிக்கை வன்முறைக்கான மிகச்சரியான நியாயப்படுத்தலாக இருந்தது. பல்லாயிரக்கணக்கான சீக்கியர்கள் நாட்டின் பல பகுதிகளிலும் வேரறுக்கப்பட்டனர். அவர்களுடைய உயிரையும் சொத்துக்களையும் சுயமரியாதையையும் வெட்டித் தகர்த்துக் கொண்டு கொடூரங்கள் பரவின. டெல்லியில் சீக்கியப் பகுதிகளில் படுகொலைகள் மிருகத்தனத்துடன் நடைபெற்றன. ஏழை, எளியவர்கள் அதிகமுள்ள திரிலோக் புரி, ஷஹ்தாரா, மங்கோல்புரி, கீதா, சுல்தான்புரி, பாலம் குடியிருப்புகள் பெருமளவிலான அக்கிரமங்களுக்கும் கொள்ளைகளுக்கும், படுகொலைகளுக்கும் சாட்சியாக இருந்தன.

குஜராத் இனப்படுகொலைகளிலும் பின்பற்றப்பட்ட 1984இன் வழிமுறைகள் அதுவரை நாடு காணாதவையாக இருந்தன. டெல்லி காவலர்கள் மற்றும் மத்திய அரசின் உயர் அலுவலர்களின் தீவிர ஆதரவுடன் சீக்கியப் படுகொலைகள் நிகழ்த்தப்பட்டன. அரசு இயந்திரங்கள் அதற்காகப் பெருமளவில் சட்டத்திற்குப் புறம்பாகப் பயன்படுத்தப்பட்டன. கொடிய வன்முறைகளுக்கு இரையானவர்களுக்கு யாரும் உதவி செய்ய முன்வரவில்லை. அதனால்தான் அக்காலத்தில் குடியொழிப்புகள் அதிகரித்தன. குஜராத்தில் முஸ்லிம்களும் இவ்வாறுதான் நடுத்தெருவுக்கு வந்தனரென்பதைக் காணலாம். வாக்காளர் பட்டியலைப் பார்த்துச் சீக்கியர்களும் அவர்களது உறவினர்களும் வீடுகளும் அவர்களது வியாபார நிறுவனங்களும் அடையாளம் காணப்பட்டன. வாசிக்கத் தெரியாத வன்முறைக் கும்பலுக்கு பட்டியலை வாசித்துக்காட்டவும் சீக்கியர்களை அடையாளம் காணவும் காங்கிரஸ் தலைவர்கள் உதவினர். சில வீடுகளில் பெருக்கல் குறியிட்டு அடையாளம் காண்பதை எளிதாக்கினர். குஜராத்திலும் இவ்வாறு அனுமன், ஸ்வஸ்திக் சின்னங்கள் வரையப்பட்டன. சீக்கியப் படுகொலைகளின் போது ஆட்டோ ரிக்ஷாக்களில் மண்ணெண்ணெய் கேன்கள் விநியோகிக்கப்பட்டன என்றால் குஜராத்தில் கியாஸ் சிலிண்டர்கள் வழங்கப்பட்டன. இரண்டு படுகொலைகளிலும் காவல்துறை - அரசு இயந்திரங்களின் செயலற்ற தன்மைதான் படுகொலைகள் விரைந்து பரவக் காரணமென நிரூபிக்கப்பட்டது. 1984இல் டெல்லிக் காவலர்கள் வன்முறையாளர்களுக்கு எதிராகச் செயல்பட அனுதிக்கவில்லை என்பதுடன் சுய பாதுகாப்பைத் தேடிய சீக்கியர்களை எதிரிகளைப் போல எதிர்கொண்டனர். உயிர் பயம் காரணமாக ஆயுதமெடுத்தவர்களை நீண்டகாலம் வெளிவராத வகையில் பொய் வழக்குகள் போட்டுச் சிறையிலடைத்தனர். தீவைப்புகள் நடந்த இடங்களுக்கு தீயணைப்புப் படையை அனுப்பக்கூடாது என ஆணை வழங்கப்பட்டது. இதையெல்லாம்விட நடுங்கச் செய்யும் செயல், சிறைகளிலிருந்தும் லாக்-அப்களிலிருந்தும் கொடிய கிரிமினல் குற்றவாளிகளுக்கு மூன்று நாட்கள் விடுமுறை கொடுத்து வெளியே அழைத்துச் சென்று அவர்களையும் படுகொலையில் ஈடுபடுத்தினர் என்பதுதான்.

பணமும் வாகனங்களும் மண்ணெண்ணெய்யும், வாளும், கத்திகளும் வழங்கி வன்முறையாளர்களை உற்சாகப்படுத்தியவர்கள் காங்கிரஸின் முன்னணித் தலைவர்களாக இருந்தனர். பாராளுமன்ற உறுப்பினர் சஜ்ஜன்குமார், தொழிற்சங்கத் தலைவர் லலித் மக்கான், ஜெகதீஷ் டைட்லர், எச்.கே.எல். பகத் ஆகியோரின் பங்கு அவப்புகழ்பெற்றது. நவம்பர் 1 அன்று அதிகாலை முதல் சஜ்ஜன்குமார் டெல்லியின் பல்வேறு பகுதிகளில் ஆதரவாளர்களைத் திரட்டி கொலை பாதகங்களைச் செய்ய ஆணையிட்டார். பணமும் மதுவும் வழங்கப்பட்டு அவர்கள் அணி திரட்டப்பட்டனர். அந்தந்தப் பகுதி காங்கிரஸ் தலைவர்களின் கடைகளிலிருந்து மண்ணெண்ணெய் எளிதில் கிடைக்க ஏற்பாடு செய்யப்பட்டது. காட்டுமிராண்டித்தனமான வன்முறைகளிலிருந்து தப்பி வந்த சீக்கியர்களை, பிற மதத்தினர் காப்பாற்றிய ஏராளமான அனுபவங்கள் நிகழ்ந்தன. அவ்வாறு வன்முறையாளர்களிடமிருந்து நூலிழையில் தப்பிய அமர்சிங் என்பவருக்கு நேர்ந்த துயரம் மிகவும் பரிதாபகரமானது. வீடு தகர்க்கப்பட்டவுடன் அமர்சிங்கைப் பக்கத்துவீட்டுக்காரரான ஒரு இந்து இழுத்துக்கொண்டு சென்றார். கொலை செய்ய வந்தவர்களிடம் அவர் இறந்துவிட்டார் என உணர்த்த முயன்றார். அவர்கள் திரும்பிச் செல்லவில்லை. 18 நபர்களைக் கொண்ட குண்டர் குழு, பின்னர் அவரது சடலத்தைக் கோரியது. சடலத்தைச் சிலர் எடுத்துக்கொண்டு சென்றுவிட்டதாப் பக்கத்து வீட்டுக்காரர் கூறியும் அவர்கள் அடங்கவில்லை. குண்டர்களில் ஒருவன் ஒரு பட்டியலைக் காட்டினான். அமர்சிங்கின் பெயர் அப்பட்டியலில் அடிக்கப்படவில்லை. அதனால் அவருடைய சடலம் கொண்டு செல்லப்படவில்லை என்று வாதாடினான். நினைத்துப் பார்த்தாலே நடுங்கச் செய்யும் இத்தகைய குரூரங்களுக்கிணையான ஏராளமான நிகழ்வுகள் குஜராத்திலும் அரங்கேறின.

உண்மையான எதிரி

குஜராத் படுகொலைகளை முன்னிறுத்தி மேற்கொள்ளப்பட்ட அனைத்து உண்மையறியும் குழுவின் அறிக்கைகளும் ஒரே விதத்தில்

கண்டடைந்த உண்மை, அது முன்கூட்டியே தீர்மானிக்கப்பட்டது என்பதுதான். கோத்ரா தீ வைப்புச் சம்பவம், அதற்குக் காரணமாகச் சுட்டிக்காட்டப்பட்டது, அவ்வளவுதான். குஜராத்தின் பல்வேறு பகுதிகளில் திறந்துவிடப்பட்ட வெறுப்பு நிறைந்த உரைகளும், சிறு வெளியீடுகள் விநியோகமும் உண்மையான எதிரிகளை அடையாளம் காட்டின. கரசேவகர்களை ஆயுதங்களுடன் தயார்படுத்திய விஸ்வ இந்து பரிஷத்தின் திட்டங்களும் கோத்ராவில் நடைபெற்றன. தீவிரவாதத் தாக்குதல் என்ற அரசின் அதிகாரபூர்வ அறிவிப்பும் கலவரத்தைப் பரவச் செய்தன. குஜராத் அச்சு ஊடகங்கள் பரப்பிய நிந்திக்கத்தக்க பொய்ச் செய்திகள் வன்முறையை மேலும் தூண்டின. பாபர் மசூதி தகர்க்கப்பட்டபோது நிகழ்ந்த ஊடகக் கரசேவைகளை விடவும் அதிகக் காயங்கள் ஏற்படுத்திய அந்தப் போக்கை பிரஸ் கவுன்சில் ஆப் இந்தியா கடுமையாக விமர்சித்தது. கோத்ராவில் கொல்லப்பட்ட கரசேவகர்களின் உடல்களை அஹமதாபாத்துக்கு வரவழைக்க நரேந்திர மோடி நிர்ப்பந்தித்ததும் சதித்திட்டத்தின் ஒரு பகுதியாக இருந்தது. மாநில புலனாய்வுத் தலைவரின் முன்னெச்சரிக்கையை அலட்சியப்படுத்தி உடல்கள் அஹமதாபாத்துக்கு வரவழைக்கப்பட்டன. மேல்நிலை அதிகாரிகள் கூட்டத்தில் முதல்வராக இருந்த நரேந்திரமோடி, 'குஜராத்தில் மக்களின் உணர்ச்சிகளை வெளிப்படுத்த அனுமதிக்க வேண்டும்' என்று உரையாற்றினார். வன்முறையாளர்களுக்கு அது ஒரு அதிகாரபூர்வ அங்கீகாரமானது. 2002 பிப்ரவரி 28 அன்று வி.எச்.பி. அறிவித்த முழுஅடைப்பிற்கு அரசு ஆதரவளித்தது. நரோதா, குல்பர்க், பெஸ்ட் பேக்கரி, பண்டார்வாட, லிம்பாடியா, சோக்ஸி, சர்தார்புரா, விஸ்நகர், தெலோன், அஞ்சன்வா படுகொலைகளிலெல்லாம் அது நிரூபிக்கப்பட்டது. இந்துத்துவத் தலைவர்களின் ஆணைகளுக்கேற்ப காவலர்கள் செயல்பட்டனர்.

மனித உரிமைப் போராளி பிரசாத் சாக்கோ கூறியதுபோல, குஜராத் படுகொலை, முஸ்லிம்களின் உயிரையும் சொத்துக்களையும் தகர்த்ததை விடவும் பயங்கரமானது அவர்களுடைய சுயமரியாதையும் குடியுரிமையும் கவரப்பட்டதுதான். மத, பண்பாட்டுச் சின்னங்கள் தரை

மட்டமாக்கப்பட்டன. முஸ்லிம் பெண் உடல்கள் அதிகாரச் செயல்பாட்டின், வெற்றி அறிவிப்பின் களங்களாக மாற்றப்பட்டன. சமூகப் பொருளாதாரப் புறக்கணிப்புகளும் ஊர்விலக்கும் மற்றொரு தாக்குதல். அவை இப்போதும் தொடர்கின்றன. முஸ்லிம்களின் நிலங்களும் இடங்களும் இந்துக்களால் பறிக்கப்பட்டன. சொத்துக்களும் தொழில்களும் பறிக்கப்பட்டு சிறுபான்மையினர் பொருளாதார நெருக்கடிகளுக்குள் தள்ளப்பட்டனர்.

பாலஸ்தீனப் பெண் கவிஞர் அல்மரே ஜஸீர், இதயத்தால் போராடுபவர்களை, தலையால் போராடுபவர்கள் தோற்கடிப்பர் என்று பாடியுள்ளார். அதனால் நாம் எப்போதும் வெல்லப்போவதில்லை என்றும் பாடியுள்ளார். தன்னுடைய இனத்தில் தானொரு ஜடமென்றும் மோக ரகசியங்கள் எதுவும் அறியாததால் இரவில் ஏராளமான கனவுகளுடன் படுத்துறங்குவதாகவும் அவர் பாடியுள்ளார். காலையில் சூரியனுடன் அவை மறையுமென்றாலும் அதன் எச்சங்கள் மட்டும் இருக்கும் என்பதுபோல குஜராத்தில் முஸ்லிம் பெண்களின் வாழ்க்கை இருக்கிறது.

வி.எச்.பி.யும் பஜ்ரங்தளும் வெறுப்பின் விஷ மைகளால் எழுதிய சிறு வெளியீடுகள் முஸ்லிம்களை மிகப்பெரிய எதிரியாக அறிமுகப்படுத்தின. நாவினால் அவமானப்படுத்தவும் ஆயுதத்தால் வெட்டி வீழ்த்தவும் அவை ஆணையிட்டன. சிதறிப்போகுமாறு விரட்டியடித்தும் குடியிருப்புகளிலிருந்து வெளியேற்றியும் நிர்க்கதியாக்கப்பட்ட முஸ்லிம்களின் அனைத்து மறு குடியேற்றங்களைத் தடுக்கவும் முயன்றனர். பஞ்சமாபாதகங்களின் பெருமழையில் மூழ்கடிக்கப்பட்டு அலைவுறும்போதும் அரசு இயந்திரங்களின் ஒரு குடையும் அடைக்கலம் அளிக்கவில்லை. மனித உரிமை ஆணையத்தின் அறிக்கைகளையும் பரிந்துரைகளையும் அரசு அலட்சியம் செய்தது. உடற்திறன் வெற்றியின் நினைவுகள், சின்னங்கள் வழியாகவும் பிரதேசக் குழப்பங்கள் வழியாகவும் கெடாமல் நிலைநிறுத்தத் திட்டங்கள் தீட்டப்பட்டன. தாராளவாத, ஜனநாயக, மதச்சார்பற்ற பாரம்பரியம் பெயரளவில் தலைதூக்கினாலும் அடித்து அமர்த்தப்பட்டது. 2007இல் வி.எச்.பி. குண்டர்கள் ஃபைன் ஆர்ட்ஸ் ஃபேகல்டியில் நடத்தப்பட்ட கண்காட்சியை

மூடச் செய்தது சாதாரணமானதல்ல. திரைப்பட, நாடக அரங்கேற்றங்களுக்கெதிராகவும் தொடர்ச்சியான சகிப்பின்மைகளும் வன்முறைகளும் அரங்கேற்றப்பட்டன. கலப்புத் திருமணம் செய்து கொண்டோர் தாக்குதலுக்கு உள்ளானார்கள். 1970களில் சாதி வேறுபாடுகளைப் புறந்தள்ளிய திருமணங்கள், தற்போதைய நிலையைவிடப் பல மடங்கு அதிகமாக இருந்ததென்று பிரசாத் சாக்கோ குறிப்பிட்டார். வேரறுக்கப்பட்ட முஸ்லிம் குடும்பங்கள் தங்கள் சொந்தக் கிராமத்திற்குத் திரும்பிச் செல்ல அனுதிக்கப்படவேயில்லை. அவர்களை இரண்டாம்தரக் குடிமக்களாக்கி அவமானப்படுத்தியதன் வெற்றிச் சின்னம் போல இருந்தது அந்த நிர்ப்பந்தம்.

மோடியின் தனிமனித ஆளுமை - இயக்க வாழ்க்கை

குஜராத்தின் இனமயமாக்கலுக்கும் நரேந்திரமோடியின் சுய ஆளுமை - இயக்க வாழ்க்கைக்கும் இடையே பிரிக்க முடியாத உறவிருக்கிறது. காந்தி படுகொலைக்குப் பின்னர் தடை செய்யப்பட்ட ஆர்.எஸ்.எஸ். அமைப்பு, 'வக்கீல் சாஹிப்' என்று அழைக்கப்பட்ட லக்ஷ்மண் ராவ் இனாம்தாரின் பெரு முயற்சியால் குஜராத்தில் மீண்டும் தன் காலடித்தடத்தைப் பதித்தது. எட்டு வயதுச் சிறுவனான மோடி அவருக்குக் கீழ் சாகாவில் இணைந்தார். பூனேயிலிருந்து 130 கி.மீ. தெற்கிலுள்ள கதாவ் கிராமத்தில் இனாம்தார் பிறந்தார். பூனே பல்கலைக்கழகத்தில் 1943 இல் சட்டப்படிப்பில் பட்டம் பெற்றவுடன் ஆர்.எஸ்.எஸ்.-இல் இணைந்தார். ஹைதராபாத் நிஜாமின் ஆட்சிக்கு எதிராக பல போராட்டங்களை நடத்திய அவர் பின்னர் குஜராத்தில் குடியேறினார். அப்போதுதான் மோடியை ஆர்எஸ்எஸ் பிரச்சாரக் ஆக்கினார். மோடியின் மேற்கல்வியிலும் அவர் அக்கறை கொண்டிருந்தார். டெல்லி பல்கலைக்கழகத்தின் பாடக்குறிப்புகளையும் வழங்கினார். அவ்வாறு மோடி 1973இல் பி.ஏ. அரசியல் படிப்பில் பட்டம் பெற்றார். குஜராத்தில் ஆர்.எஸ்.எஸ்.-இன் தந்தை என்று அறியப்பட்ட இனாம்தார், மோடிக்குத் தந்தைக்கும் மேலான இடத்திலிருந்தார்.

சொந்தத் தந்தை தாமோதர் தாஸுடன் பிணக்கங்கள் ஏற்பட்ட போதெல்லாம் மோடிக்கு வக்கீல் சாஹிப் அமைதியையும் ஆதரவையும் வழங்கினார். பள்ளிக்கல்விக்குப் பின்னர் நரேந்திர மோடி வட் நகரிலுள்ள வீட்டைவிட்டு வெளியேறினார். ராஜ்கோட்டில் ராமகிருஷ்ணா மிஷன் ஆசிரமத்திலும் கல்கத்தாவில் ஹுக்ளி நதிக்கரையிலுள்ள மேலூர் மடத்திலும் தங்கினார். தொடர்ந்து ராமகிருஷ்ணா மிஷனின் தலைமையகத்துக்குச் சென்றார். அங்கிருந்து குவாஹத்திக்கு பயணம் மேற்கொண்டார். பின்னர் இமாலய அடிவாரத்தில் அல்மோராவில் சுவாமி விவேகானந்தர் தோற்றுவித்த ஆசிரமத்தை அடைந்தார். இரண்டு வருடங்களுக்குப் பின்னர்தான் மீண்டும் வட் நகர் வந்தார். சிறிது நாட்கள் அங்கிருந்தபின் அஹமதாபாத்தில் தாய்மாமன் நடத்திய தேநீர் கடைக்குச் சென்றார். நகரத்தில் ஹெட்கேவர் பவனை மையப்படுத்தி செயல்பட்டுக் கொண்டிருந்த இனாம்தார் உட்பட ஆர்.எஸ்.எஸ் தலைவர்களுடனான தொடர்பு துவங்குவது தேநீர்கடை வழியாகத்தான். சுய வாழ்க்கையில் நெருக்கடிகள் ஏற்பட்டபோதெல்லாம் வக்கீல் சாஹிப் தன் ஆதரவையும் நிழலையும் அறிவுரைகளையும் வழங்கினார்.

சிறுவயதிலேயே திருமணமான மோடி 1968இல் வீட்டைவிட்டு வெளியேறினார். திரும்பி வந்த பின்னரும் மனைவி வீட்டிலேயே இருந்தார். மனைவியைத் தவிர்க்க மீண்டும் அஹமதாபாத் சென்றார். ஹெட்கேவர் பவனில் வக்கீல் சாஹிப்புடன் சேர்ந்தார். அதிகாலையில் எழுந்து ஆர்.எஸ்.எஸ். தொண்டர்களுக்குத் தேநீர் தயாரித்துக் கொடுத்துக் கொண்டு அவருடைய நாட்கள் துவங்கும். பின்னர் கட்டடம் முழுவதும் பெருக்கிச் சுத்தம் செய்வார். இனாம்தாரின் ஆடைகளையும் தனது ஆடைகளையும் அலசித் தூய்மையாக்குவார். இத்தகைய தினசரிச் செயல்கள் ஒரு வருடம் வரை நீண்டது. தேர்ந்த கபடி - கோகோ விளையாட்டு வீரராக இருந்த வக்கீல் சாஹிப், பரந்த வாசிப்பை உடையவராகவும் இருந்தார். எப்போதும் உடனிருக்கும் வானொலியில் பி.பி.சி.யைப் பின் தொடர்ந்து உலக நடப்புகளையும் அறிந்து வைத்திருந்தார். நெருக்கடி நிலைக்குப் பின்னர் மோடியின் வாழ்க்கையில்

திசை மாற்றம் ஏற்பட்டது. குருவுடன் அவரும் தலைமறைவானார். சில மாதங்கள் இருவரும் மாறுவேடத்தில் இருந்து கைது செய்யப்படாமல் தப்பினர். வக்கீல் சாஹிப், வேட்டி- குர்த்தாவிலிருந்து குர்த்தா பைஜாமாவுக்கு மாறினார். சீடனோ, இரண்டு வேடங்கள் தரித்தார். சீக்கிய வேடமும் சந்நியாசி வேடமும். நெருக்கடி நிலைக்காலச் செயல்பாடுகள் ஆர்.எஸ்.எஸ்.-இல் மோடியின் செல்வாக்கை வளர்த்தன. அதன் பின்னர்தான் பரோடாவில் 'விபாக் பிரச்சாரக்' ஆக நியமிக்கப்பட்டார்.

1984இல் இனாம்தாரின் மரணம் மோடியிடம் ஆழமான வெறுமையை ஏற்படுத்தியது. அவர் மிகவும் அதிகமாக நம்பிக்கை வைத்திருந்தது அந்தக் குருவிடம்தான். இறந்தவர்களிடமும் உயிரோடிருந்தவர்களிடமும் தனது செல்வாக்கை ஆழத்தில் செலுத்திய ஒரே மனிதன். வக்கீல் சாஹிப்பின் களச் செயல்பாடுகள் ஆவேசம் கொள்ளச் செய்தது மட்டுமல்ல, அதன் தனித்தன்மைகளைக் கைவிடாமல் பின்தொடரவும் செய்தார். ஆயிரக்கணக்கான தொண்டர்களைப் பெயர்கூறி அழைத்து உரையாடும் திறனை மோடியும் பின்பற்றினார். பல்லாண்டுகால நிகழ்வுகள் எழுதப்பட்ட இனாம்தாரின் நாட்குறிப்புகள் இப்போதும் மோடியிடம் உண்டு. 1980 முதல் மோடியும் நாட்குறிப்புகள் எழுதி வந்ததாக குறிப்பிட்டுள்ளார்.

2001 ஆகஸ்ட் 18 அன்று பாஜக தேசியப் பொதுச் செயலாளராக டெல்லிக்குச் சென்றபின் லஷ்மண் ராம் இனாம்தாரின் வாழ்க்கை வரலாற்றை வெளியிட்டு, அவருடனான தன் முழுமையான ஆராதனையை வெளிப்படுத்தினார். இலங்கையில் ஸ்ரீராமன் எழுப்பிய கற்பனைப் பாலத்துடன் அன்று தன் குருவை ஒப்பிட்டார். தனது சுய ஆளுமைக்கு அடித்தளமிட்ட ஒருவரைச் சுட்டிக்காட்டலாமென்றால் அது வக்கீல் சாஹிப்தான் என்றும் கூறினார். தினசரி வாழ்க்கையில் நடக்கும் நிகழ்வுகளை உதாரணங்களாகக் காட்டிப் பார்வையாளர்களுக்கு உணர்த்தும் உரைமொழியையம் அவரிடமிருந்தே பெற்றார். வேலைத்திட்டங்களை ஏற்றெடுக்க ஆர்.எஸ்.எஸ் தொண்டர்களை உற்சாகப்படுத்திய மோடி இனாம்தாரின் ஒரு வார்த்தையையும்

பயன்படுத்தினார். 'உங்களால் வாசிக்க முடிந்தால்தான் அது புல்லாங்குழல், இல்லையெனில் அது வெறும் ஒரு தடிதான்'.

ஜீவகாருண்யச் செயல்பாடுகள்

ஆர்.எஸ்.எஸ்க்கு குஜராத்தில் நல்ல வேரோட்டம் ஏற்பட்டதற்குப் பின்னால் பல காரணங்கள் இருக்கின்றன. அதில் நான்கு முக்கியக் காரணங்களைச் சமூகச் சிந்தனையாளர் த்ருதீப் சுக்ருத் கோடிட்டுக் காட்டியுள்ளார் (நேர்காணல் 2014 ஜூலை 10). 1974இல் நவ நிர்மாண் போராட்டம் முதல் காரணம். தங்கும் விடுதியிலுள்ள உணவுக்கூடத்தில் உணவின் விலை உயர்த்தப்பட்டதற்கெதிராக பொறியியல் கல்லூரி மாணவர்கள் போராட்டத்தில் ஈடுபடுமாறு வற்புறுத்தப்பட்டனர். அது விரைவில் ஊழலுக்கும் அடக்குமுறைகளுக்கும் எதிரான மாநிலம் தழுவிய போராட்டமாக வளர்ந்தது. நெருக்கடி நிலைக் காலத்தில் சோஷலிஸ்டுகளையும் காந்தியவாதிகளையும் இணைத்துக்கொண்டு நடத்திய போராட்டம் இரண்டாவது காரணம். மூன்றாவது காரணமோ 1971லும் 1979லும் நடைபெற்ற ஜீவகாருண்யத் தன்னார்வச் செயல்பாடுகள். 1971இல் கடும் பஞ்சம் தலைவிரித்தாடியது. 1979 ஆகஸ்ட் 11 அன்று மச்சு அணை தகர்ந்து 25000 மனித உயிர்கள் வெள்ளத்தில் அடித்துச் செல்லப்பட்டன. ராஜ்கோட் மாவட்டத்தில் மோர்பி நகரம் வெள்ளத்தில் மூழ்கியது. உலகத்திலேயே பெரிய அணைக்கட்டுத் துயரங்களில் ஒன்றாகக் கருதப்படும் மச்சு அணைத் தகர்ப்பைப் பற்றி, 'டோம் உட்டென்' எழுதிய No one had a tongue to speak என்ற நூல், தெய்வக் கோபம்தான் அணைத் தகர்ப்பிற்குக் காரணம் என்று கூறப்பட்டதைக் கடுமையாக விமர்சித்தது. அந்த அணைக்கட்டுத் தகர்ப்பு நாட்களில் ஆர்.எஸ்.எஸ், அரசியல் முதலெடுப்பை மேற்கொண்டது. 1971இல் இந்திராகாந்தி குஜராத்தில் குறுநில மன்னர்களின் பதவியையும் பொருளாதாரச் சலுகைகளையும் விலக்கிக் கொண்டதை ஆர்.எஸ்.எஸ் சாமர்த்தியமாகப் பிரச்சார ஆயுதமாக்கியதை நான்காவது காரணமாக பிரதீப் சுக்ருத் குறிப்பிடுகிறார்.

நரேந்திர மோடி குஜராத் பாஜகவின் அமைப்புச் செயலாளராக இருந்த எட்டு வருடங்களில் மாநிலத்தில் பாஜகவை எழுச்சி பெறச் செய்தார். பாஜகவுக்கு 1985இல் பதினொரு சட்டமன்ற தொகுதிகளாக இருந்தது, பத்தாண்டு காலத்திற்குள் 121க்கு உயர்ந்தது. இனக்கலவரங்களாக இருந்தது இந்த அறுவடைக்கு முக்கிய மூலதனம். பழைய நிகழ்வுகளிலிருந்து வித்தியாசமாக இனப்படுகொலைகள் உயர்ந்து வந்தன. 1985இல் 208 மரணமாக இருந்தனவெனில், 1990இல் 219ம், 1992இல் 441ம் ஆனது. அவ்வாறு திரட்டப்பட்ட இந்துத்துவச் சக்திகளை விரிவாக்கவும் விரைந்து பலன் பெறவும் மோடியின் தலைமையில் சாலைக் காட்சிகளும் நடைபெற்றன. 1987இல் நியாய் யாத்திரையும் 1989இல் லோக்சக்தி ரதயாத்திரையும் 1990இல் எல்.கே. அத்வானியின் ரதயாத்திரையும் உதாரணங்கள். பாபர் மசூதியைத் தரைமட்டமாக்கிய ரதயாத்திரை குஜராத்தில் சோம்நாத் ஆலயத்திலிருந்து துவக்கப்பட்டது. அவற்றில் மோடி வகித்த தீவிரமான பங்கைக் கருத்தில் கொண்டு பெரும் பொறுப்பை வழங்க பாஜக தலைமை தீர்மானித்தது. புதிய பாஜக தலைவர் முரளி மனோகர் ஜோஷி துவக்கிய ஏக்தா யாத்திரையை வெற்றிகரமாக நிறைவேற்றும் பொறுப்பு அவற்றில் ஒன்று. அதற்கான இனவெறிப் பிரச்சாரம் தமிழ்நாட்டில் துவக்கப்பட்டு ஸ்ரீநகரில் நிறைவடைந்தது. ரதம் செல்ல வேண்டிய வழிகளும் அப்போது நிறைவேற்றப்பட வேண்டிய நிகழ்ச்சிகளுமெல்லாம் மோடியின் புத்தியில் உதித்தவையாக இருந்தன (Vinod K Jose & The Emperor Uncrowned)

மீண்டும் பலம் பெற்றவராக மோடி

ஏக்தா யாத்திரை நிறைவடைவதற்கு முன் மோடி மீண்டும் பலம் பெற்றவரானார். குஜராத்திற்குத் திரும்பி வந்த அவர் சங்கர்சிங் வகேலாவுடன் முரண்பட்டார். ஆர்.எஸ்.எஸ்-க்கும் கட்சிக்குமிடையில் பாலமாக இருந்த மோடி பின்னர் கேசுபாய் பட்டேலுடனும் முரண்பட்டார். வகேலாவுக்கும் கேசுபாய் பட்டேலுக்குமிடையில் பிணக்கம் ஏற்பட சதித்திட்டங்களையும் மேற்கொண்டார். பாஜக மாநிலப் பிரிவை பிளந்து காங்கிரசுடன் இணைந்து வகேலா அமைத்த அமைச்சரவையும்,

விசுவாசம், நம்பிக்கை ஆகியவற்றை உயர்த்திப்பிடித்து தன்னை சத்தியவானாகக் காட்டிக்கொள்ள மோடிக்கு வாய்ப்பை ஏற்படுத்திக் கொடுத்தது. 1999இல் கார்கில் போர் நடைபெற்றபோது அவர் முழுவதும் தீவிரமான மொழியில் உரையாற்றினார். அதற்குள் சஞ்சய் ஜோஷியும், ஹரேன் பாண்டியாவும், கோர்தன் சடாஃபியாவும் உட்பட்ட இரண்டாம் கட்டத் தலைவர்கள் உருவானார்கள். கேசுபாய் பட்டேலின் கீழ் நடந்த உள்ளாட்சித் தேர்தல் தோல்விகளையும் 2001இன் இறுதியில் நடைபெற்ற இரண்டு இடைத்தேர்தல் தோல்விகளையும் ஆயுதமாக்கி கேசுபாயை மோடி விமர்சித்தார். கட்ச் பகுதியில் ஏற்பட்ட பூகம்பத் துயரத்தைக் கையாள்வதில் ஏற்பட்ட வீழ்ச்சிகளும் சுட்டிக்காட்டப்பட்டன. அவ்வாறு மோடி முதல்வர் வேட்பாளரானார். 2001 அக்டோபர் 7 அன்று பதவிப்பிரமாணம் செய்து அதிகாரமேற்றார். துவக்ககாலத்தில் வலது கையாக இருந்த மூன்று முக்கியத் தலைவர்கள் விரைவில் மோடியின் விமர்சகர்களானார்கள். வருவாய்த்துறை அமைச்சராக இருந்த ஹரேன் பாண்டேதான் முதலில் எதிர்ப்புக்குரலை உயர்த்தினார். அதற்கு அவர் தன்னுயிரைப் பலிகொடுக்க நேர்ந்தது. 2003 அன்று காலையில் நடைப்பயிற்சியை முடித்துத் திரும்பும்போது படுகொலை செய்யப்பட்டார். பாஜக தேசியச் செயலாளராக இருந்த சஞ்சய் ஜோஷி பாலியல் குற்றம் சுமத்தப்பட்டு பழிவாங்கப்பட்டார். 2002இன் இறுதியில் அமைச்சரவையிலிருந்து வெளியேற்றப்பட்ட கோர்தன் சடாஃபியா கட்சியிலிருந்தும் வெளியேற்றப்பட்டார்.

அஹமதாபாத் நகரத்தில் எல்லிஸ் பாலம் சட்டசபை தொகுதியிலிருந்து ஹரேன் பாண்டே தேர்ந்தெடுக்கப்பட்டார். பல்தி வார்டிலிருந்து நகராட்சி உறுப்பினராகவும் தேர்ந்தெடுக்கப்பட்டார். பின்னர் சட்டசபை வேட்பாளராக அவருக்குத் தடையாக மோடி இருந்தார். எதிர்ப்புக்குரலை உயர்த்திய காரணத்திற்காக ஜோஷியும், பாண்டேவும், சடாஃபியாவும் படிப்படியாக வெளியேற்றப்பட்டனர். தனது கணவனின் படுகொலைக்குக் காரணம் மோடி என்று பாண்டேவின் மனைவி ஜாக்ருதி பலமுறை வெளிப்படையாகக் கூறினார். மோடிக்கும் அத்வானிக்கும் எதிராக சங்பரிவார் குடும்பத்திலிருந்தே பல கடுமையான விமர்சனங்கள்

எழுப்பப்பட்டன. தனது கணவரின் அரசியல் எதிர்காலத்தையும் உயிரையும் பறித்துக் கொண்டதை உயர்த்திக்காட்டிப் போராட்டத்தை தொடர்வேன் என ஜாக்ருதி கூறினார். தான் போட்டியிட எல்லிஸ் பாலம் தொகுதியை விட்டுத்தர வேண்டுமென்ற மோடியின் ஆணையை அங்கீகரிக்க பாண்டே தயாராக இல்லாதது அவருக்கு வினையாகிப் போனது. 15 வருடமாக பாண்டே பிரதிநிதித்துவப்படுத்திய அந்தத் தொகுதியை மோடி பலவந்தமாகக் கைப்பற்றினார். ஆர்.எஸ்.எஸ் தலைவர் கே.எஸ். சுதர்சனின் தூதுவர் வந்து சந்தித்தும் தன் முடிவை மாற்றிக் கொள்ளவில்லை. டெல்லியை மையப்படுத்திச் செயல்பட அகில இந்தியத் தலைமை கேட்டுக் கொண்டதற்கு மூன்று மாதம் கழித்து 2003 மார்ச் மாதத்தில் பாண்டே படுகொலை செய்யப்பட்டார். பாகிஸ்தான் ரகசிய புலனாய்வு நிறுவனமான ஐ.எஸ்.ஐ.யும் நிழலுலக நாயகன் தாவீத் இப்ராஹிமும் கொலைக்குப் பின்னணிலிருந்ததாக அதிகாரப்பூர்வமாக அறிவிக்கப்பட்டது.

இஹ்ஸான் ஜாஃப்ரி

சொந்தச் சகோதரனைப் போல இருந்த ஹரேன் பாண்டேவை பூவுலகிலிருந்து என்றென்றைக்குமாக அப்புறப்படுத்தத் தயங்காத மோடி இஹ்ஸான் ஜாஃப்ரி என்ற முன்னாள் பாராளுமன்ற உறுப்பினரின் படுகொலையிலும் தன் முத்திரையைப் பதித்தார். அஹமதாபாத்தில் சமன்புராவில் இருக்கும் குல்பர்க் சொசைட்டியில் 2002 பிப்ரவரி 28 அன்று அதிகாலையில் புகுந்த மதப் பயங்கரவாதிகள் அங்கிருந்தவர்களின் கைவிரல்கள் உட்பட உடலுறுப்புகளை அறுத்துத் தீவைத்துக் கொன்றனர். இப்போதைய மத்தியப்பிரதேசத்திலுள்ள பஹ்ராம்பூரில் பிறந்த ஜாஃப்ரி ஆர்.சி. உயர்நிலைப்பள்ளியில் படிப்பதற்காக அஹமதாபாத் வந்தார். 1960களில் காங்கிரஸில் இணைந்த அவர் இந்திராகாந்தியின் நம்பிக்கைக்குரியவராக இருந்தார். நெருக்கடிநிலை விலக்கப்பட்டபின் நடைபெற்ற தேர்தலில் பெரும்பாலான மாநிலங்களிலும் காங்கிரஸ் துடைத்து நீக்கப்பட்டபோதும் ஜாஃப்ரி அஹமதாபாத்தில் வென்று அற்புதம் நிகழ்த்தினார். இலக்கியத்தில் பெரும் ஈடுபாடு கொண்டிருந்த

அவர், மாணவராக இருக்கும்போதே உருது இதழை நடத்திக் கவனம் பெற்றார். தொழிலாளர் போராட்டக்காலத்திலும் எழுதுவதைத் தொடர்ந்தார். 1996ல் பிரசுரித்த 'ராந்தல்' என்ற உருது கவிதைத்தொகுப்பு இலக்கிய விமர்சகர்களுக்கிடையில் பெரிதும் விரும்பப்பட்டது. ஆர்.சி. பள்ளியில் படித்துக் கொண்டிருக்கும்போதே புரக்ரஸிவ் எடிட்டர்ஸ் யூனியன் பொதுச்செயலாளராகி பொது வாழ்க்கையில் ஈடுபட்டார்.

அஹமதாபாத் காவல்துறை ஆணையரின் அலுவலகத்திலிருந்து இரண்டு கிலோ மீட்டருக்கும் குறைவான தொலைவிலேயே சமன்புரா உள்ளது. அதனாலும் ஜஃப்ரியின் இல்லம் இருப்பதாலும் அப்பகுதி பாதுகாப்பு நிறைந்ததாக இருக்குமெனக் கருதி பல முஸ்லிம்கள் அங்கு அடைக்கலம் தேடினர். ஆணையர் பி.சி. பாண்டே, சம்பவ இடத்திற்கு வருகை தந்து முழுமையான பாதுகாப்புக்கு உத்தரவாதம் அளித்தார். ஐந்து மணிநேரம் காத்திருந்தும் காவல்துறையினரிடமிருந்து ஒரு அசைவும் இல்லாததால் ஜஃப்ரியும் மூத்த காங்கிரஸ் தலைவர்களும் அரசுடன் தொடர்பு கொண்டனர். அன்று காவல்நிலையத்தில் 300 ஆயுதம் தாங்கிய காவலர்கள் பணியிலிருந்தனர். இருந்தாலும் பயங்கரவாதிகளை விரட்ட யாரும் முன்வரவில்லை. வாட்களையும் சைக்கிள் செயின்களையும் பெட்ரோல் குண்டுகளையும் வைத்துக்கொண்டு வெறித்தனத்துடன் இருந்த வன்முறைக் கும்பலுக்கு அனைத்துவிதமான ஆதரவையும் வழங்கிக் கொண்டிருந்தன அரசு இயந்திரங்கள். அரசியல் - அரசு வட்டத்தில் முக்கியமானவர்களிடம் உதவி கோரி நூற்றுக்கும் மேற்பட்ட முறை ஜஃப்ரி தொலைபேசியில் தொடர்பு கொண்டாரெனினும் அவை அனைத்தும் செவிட்டுக் காதுகளையே சென்றடைந்தன. தலைமைச் செயலாளர்கள், அஹமதாபாத் காவல்துறை ஆணையர், டி.ஜி.பி. போன்றோர் முதல் முதல்வர் நரேந்திர மோடி, அன்றைய துணைப் பிரதமர் எல்.கே. அத்வானி வரை அவர் தொலைபேசியில் அழைத்தார். எழுபது பேர் குல்பர்க் சொசைட்டியில் வெட்டி நறுக்கப்பட்டுத் தீ வைக்கப்பட்டனர். இத்தகைய கொடுஞ்செயல்கள் குறித்து தனக்கெதுவும் தெரியாது என மோடி அறிவித்தார். உள்துறை அமைச்சராகவும் இருந்த அவர் உயர் காவல்துறை அதிகாரிகளை அடிக்கடி தொடர்பு கொண்டு உண்மை

நிலவரத்தை அவ்வப்போது சேகரித்துக் கொண்டிருந்தார். புலனாய்வுத்துறையும் அவ்வப்போது அறிக்கை அனுப்பிக் கொண்டிருந்தது. வன்முறை வெறியர்களால் குல்பர்க் சொசைட்டி முற்றுகையிடப்பட்ட செய்தியும் முதல்வரிடம் தெரிவிக்கப்பட்டிருந்தது. ஆனால் ஜாஃப்ரி வன்முறையாளர்களை நோக்கிச் சுட்டதாகப் பொய்ப் பிரச்சாரம் செய்யப்பட்டு படுகொலையை நியாயப்படுத்த முயற்சி மேற்கொள்ளப்பட்டது.

பேய் வீடு

ஆன்ட்ரூ ப்ரௌன் எடுத்த பிரியானின் புகைப்படங்களும் ஃபுக்குஷிமாவில் எடுக்கப்பட்ட கட்டென் ஃபெல்டரின் புகைப்படங்களும் இயற்கையின் இயல்பற்ற தன்மையை உரக்கக் கூவின. ஆனால் மனிதனால் ஏற்படுத்தப்பட்ட சமூகத் துயரங்களின் எச்சங்கள்தான் என்னை குல்பர்க் சொசைட்டியில் காத்திருந்ததும் வரவேற்றதும். எனக்கு முன்பே அங்கே வந்திருந்த பத்திரிகையாளர் வினோத் கே. ஜோஸ் விவரித்தது யாரையும் நடுங்கச் செய்வதாக இருந்தது. மல்லாத்தி வைக்க மட்டுமே சாத்தியமுள்ள செத்த மரம் போன்ற முன்வாசற்கதவு, பிரதான வாசல்களும் ஜன்னல்களும் இழந்த அறைகள், ஜஃப்ரியின் வீடு, தீயிட்ட கிளிஞ்சல்களுக்குமேல் போகன்வில்லா படர்ந்து காடு மூடியதுபோலக் காணப்பட்டது. புகையும் கரியும் படிந்த உட்சுவர்கள். எங்கும் மங்கிய வெளிச்சம் மட்டுமே. ஒரு பேய் வீட்டின் நவீன வடிவம். நான் கண்டதை விவரிக்கவும் இதற்குமேல் வார்த்தைகளில்லை. சடலங்களுக்கிடையிலிருந்து எழுந்து காட்சிகளைக் காண வருபவர்களைப் பொறுத்துக் கொள்ளுங்கள். அவர்கள் காலத்திலிருந்து தாமாகத் தப்பித்தவர்களென்றே கூற வேண்டும். பாலஸ்தீனிய பெண் கவிஞர் நதாலி ஹந்தன் உரக்கப் பாடியதுபோல இழந்த முகவரியைத் தேடுவதோ, முகவரி இழந்தவர்களைத் தேடுவதோதான் அவர்களுக்குக் கவிதை.

சட்டம் ஒழுங்கும் நீதிமன்றங்களும் மட்டுமல்ல, ஜனநாயகத்தின் அடிப்படை அம்சங்களும் செயலற்றிருந்தன. சீக்கிய - குஜராத் படுகொலைகளில் 1984ஐப் போலவே 2002லும் குற்றச் சதிச்செயல்கள் மூடி

மறைக்கப்பட்டன. படுகொலைகளுக்குக் காரணமான சக்திகள் சட்டத்தின்முன் நிறுத்தப்படவேயில்லை. ரத்தக்கறை படிந்த உண்மைகளும் கண் திறந்திருந்த யதார்த்தங்களும் மூடி மறைக்கப்பட்டுக் குற்றவாளிகள் காப்பாற்றப்பட்டனர். சரியான புலனாய்வுகளும் நம்பத் தகுந்த சாட்சியங்களும் ஊடகச் செய்தியறிக்கைகளும் இரண்டு படுகொலைகளிலும் வீசியெறியப்பட்டன. 2009இல் சீக்கியப் படுகொலையின் தீர்ப்பை வழங்கிய டெல்லி உயர்நீதிமன்றம் இத்தகைய அத்துமீறல்களைச் சுட்டிக்காட்டியது. உலகத்திலேயே மிகப்பெரிய ஜனநாயக நாடு என்று வீம்படிக்கும் நாட்டில், நாட்டின் தலைநகர் இருக்கும் டெல்லியில் சிக்கியவர்களுக்கெதிரான கலவரமும் அதனோடு இணைந்து அரசு இயந்திரங்களின், குறிப்பாகக் காவல்துறையின் பங்கும் உலகத்தினர் கண்களில் நம்முடைய தலையை வெட்கத்தால் குனியச் செய்தன. ஆதாரங்களை அழித்த அரசு, குற்றவாளிகளைப் பாதுகாத்தது என்று விமர்சித்த நீதிமன்றம், ஏஷியன் ஏஜ் (Asian Age)இன் முதல் பக்கச் செய்தியையும் சுட்டிக்காட்டியது. அனைத்து மூடி மறைப்புகளுக்கும் தாய், அரசின் மெத்தனமான நடவடிக்கைதான் என அந்த நாளிதழ் கணித்தது. குஜராத்திலும் அவை பயங்கரமான நிலையில் கருணையற்ற வகையில் மீண்டும் அரங்கேறியது. ருவாண்டாவிலும் போஸ்னியாவிலும் வெறியாட்டமாடிய இனப்படுகொலை, மிகவும் அன்னியோனியமாக வாழ்ந்தவர்களுக்கிடையில் நிகழ்ந்ததல்லவா? அவ்வாறு பார்க்கும்போது அந்த நாடுகளைப் போலவே உள்நாட்டுப் போரின் தீய விளைவுகளை நினைவுறுத்துவதாக இருந்தது குஜராத். பெருமளவில் இனமயப்படுத்தப்பட்ட குஜராத் மத்திய வர்க்க பயங்கரவாதத்தின் புதிய யுகத்தைத் திறந்துவிட்டது. 1980களின் பஞ்சாபுக்கு இணையான நிலை. ஆறினாலும் பெரிய புண்ணிலிருந்து சீழும் ரத்தமும் ஒழுகும் என்பதுபோன்ற மனோதத்துவம்தான் இரு நிகழ்வுகளிலும் நிகழ்ந்தன. அதைச் சுற்றி ஈக்கள் பறப்பதைப்போல உதிரிப் பிரிவினர். 1984இல் சீக்கியர்களை நிர்மூலமாக்குங்கள் என்ற முழக்கம் எழுப்பப்பட்டதெனில் 2002இல் முஸ்லிம் இனஅழிப்புக்கான அறைகூவலாக இருந்தது. சீக்கியர்களுக்கு எதிராக கலவரத்தில் குறைந்த அளவில் தூண்டிவிடப்

பட்டனரெனில் குஜராத்தில் பெருமளவில் தூண்டிவிடப் பட்டனர். இந்தியாவின் முதல் காணொலிக் கலவரம் என்று குறிப்பிடப்பட்ட மோடிமயமாக்கல் இப்போதும் ஆறாத ரணம்தான். உண்மை நிலைகளை வேண்டுமென்றே கண்டுகொள்ளாததன் மூலமாக குஜராத் உண்மைகள் கட்டுக்கதைகளாக்கப்பட்டன. பததிரிகையாளர் மனோஜ் மிட்டா எழுதிய (The Fiction of Fact Finding: Modi and Godhra) என்ற நூல் அத்தகைய கபடங்களை அசாதாரண தீரத்துடன் திறந்து காட்டியுள்ளது. கோத்ராவை நாயகனாக்கிய அத்திரைக்கதையில் பொய்கள் எதிர்நாயகனாக இருந்தன. குல்பர்க் சொசைட்டியில் நடந்த படுகொலைகளைப் பற்றித் தனக்கு முன்னரே தெரியாது என்ற மோடியின் அறிக்கையிலிருந்து துவங்குகிறது அது. அஹமதாபாத்தில் கலவரத்தால் பாதிக்கப்பட்ட பகுதிகளுக்குச் செல்ல அந்த முதல்வருக்கு ஐந்து மணிநேரங்கள் ஆனது. முஸ்லிம்கள் நரக வேதனையில் கழிந்த முகாம்களுக்குச் செல்ல அவருக்கு ஒரு மாதம் தேவைப்பட்டது. கோத்ராவில் தீக்கிரையான தொடர்வண்டியை இரண்டு மாதங்கள் கடந்த பின்னர்தான் தடய அறிவியல் நிபுணர்கள் பார்த்தனர். அந்த நீண்ட நாட்களிலெல்லாம் பொதுமக்கள் அங்கே நடமாடிக் கொண்டிருந்தனர். தொலைபேசி அழைப்புகளின் பதிவேடுகளுக்குமேல் குஜராத் காவல்துறை ஆறு வருடம் அடைகாத்ததாக மனோஜ் மிட்டா விவரித்துள்ளார். இனப்படுகொலை நிகழ்ந்த ஆறு மாதத்திற்குள் மோடி துவக்கிய கௌரவ் யாத்திரை அதனுடைய வெற்றிக் கொண்டாட்டமா என்றும் அவர் அந்நூலில் கேள்வி எழுப்பியுள்ளார்.